സഭാപ്രവേശം
(കോടിയേരിയുടെ ആദ്യ നിയമസഭ)

**sabhapravesam
kodiyeryude aadhya niyamasabha**

•

collected by
k v madhu

•

first edition
april 2019

•

typesetting & published
chintha publishers, thiruvananthapuram

•

•

cover
vinod

•

വിതരണം

ദേശാഭിമാനി ബുക്ക് ഹൗസ്

H O തിരുവനന്തപുരം–695 035
phone: 0471-2303026, 6063026
www.chinthapublishers.com
chinthapublishers@gmail.com

ബ്രാഞ്ചുകൾ

ഹെഡ്ഡാഫീസ് ബ്രാഞ്ച് കുന്നുകുഴി • സ്റ്റാച്യു തിരുവനന്തപുരം • കെ എസ്
ആർ ടി സി ബസ് സ്റ്റേഷൻ ആലപ്പുഴ • കെ എസ് ആർ ടി സി ബസ് സ്റ്റേഷൻ
എറണാകുളം • ഐ ജി റോഡ് കോഴിക്കോട് • മാവൂർ റോഡ് കോഴിക്കോട് •
എൻ ജി ഒ യൂണിയൻ ബിൽഡിങ് കണ്ണൂർ • സെൻട്രൽ ബസ് ടെർമിനൽ
കോംപ്ലക്സ് താവക്കര കണ്ണൂർ

CO - 2754 / 4950
ISBN - 978-93-88485-26-5

സഭാപ്രവേശം
(കോടിയേരിയുടെ ആദ്യ നിയമസഭ)

തയ്യാറാക്കിയത്

കെ വി മധു

ചിന്ത പബ്ലിഷേഴ്സ്
തിരുവനന്തപുരം-695 035

കെ വി മധു

കാസർകോട് ജില്ലയിൽ കയ്യൂരിനടുത്തുള്ള ക്ലായിക്കോട് ഗ്രാമത്തിൽ ഇകെ രാഘവന്റെയും കെവി കല്യാണിയുടെയും മകനായി ജനിച്ചു. മലയാളത്തിൽ എംഎയും ബിഎഡും നേടി. കേരളപ്രസ് അക്കാദമിയിൽ നിന്ന് ജേർണലിസത്തിൽ പിജി ഡിപ്ലോമ.

മംഗളം, ദേശാഭിമാനി, ദീപിക, കേരളകൗമുദി, സിറാജ്, എക്സ്ക്ലൂസീവ് തുടങ്ങിയ പത്രങ്ങളിൽ പ്രവർത്തിച്ചു. റിപ്പോർട്ടർ ടിവി ആരംഭിച്ചപ്പോൾ തിരുവനന്തപുരം ബ്യൂറോയിൽ ചീഫ് റിപ്പോർട്ടറായി.

റിപ്പോർട്ടർ ടിവിയിലാരംഭിച്ച മലയാളത്തിലെ ആദ്യത്തെ പ്രതിദിന ആക്ഷേപഹാസ്യവിമർശനപരിപാടിയായ ഡെമോക്രെയ്സിയുടെ നിർമാതാവും അവതാരകനും ആയി പ്രവർത്തിച്ചു. ഇപ്പോൾ ഏഷ്യാനെറ്റ് ന്യൂസിൽ *ചിത്രം വിചിത്രം* എന്ന പ്രതിദിന സറ്റയർ ഷോയുടെ അവതാരകനും നിർമാതാവുമാണ്.

ചിരിയുടെ കൊടിയേറ്റം, ഒരു ലുക്കില്ലെന്നേയുള്ളൂ ഭയങ്കര ബുദ്ധിയാ തുടങ്ങിയ പുസ്തകങ്ങളുടെ രചയിതാവാണ്.

തിലകൻ ട്രസ്റ്റിന്റെ മികച്ച മാധ്യമപ്രവർത്തകനുള്ള പുരസ്കാരം (2015), മികച്ച ആക്ഷേപഹാസ്യപരിപാടിക്ക് ദുബായ് ആസ്ഥാനമായി പ്രവർത്തിക്കുന്ന ഏഷ്യാവിഷന്റെ ടെലിവിഷൻ പുരസ്കാരം (2015), വയലാർ രാമവർമ സാംസ്കാരിക സമിതിയുടെ മാധ്യമ പുരസ്കാരം (2014), മികച്ച ആക്ഷേപഹാസ്യപരിപാടിയുടെ അവതാരകനുള്ള കോഴിക്കോട് ടെലിവിഷൻ പ്രേക്ഷകസമിതിയുടെ കാഴ്ച പുരസ്കാരം (2015), മികച്ച റിപ്പോർട്ടിംഗിനുള്ള കലാകേരളം പുരസ്കാരം (2012) എന്നിവ ലഭിച്ചു. *ഒരുലുക്കില്ലെന്നേയുള്ളൂ ഭയങ്കര ബുദ്ധിയാ* എന്ന പുസ്തകത്തിന് നവരസം സംഗീത സഭയുടെ ഗോവിന്ദ് രചനാ പുരസ്കാരവും ലഭിച്ചു.

ഭാര്യ   : പി കെ സൗമ്യ (ക്ഷീരവികസനവകുപ്പ്)
മകൾ   : പി കെ തേജസ്വിനി.

ഉള്ളടക്കം

പ്രസാധകക്കുറിപ്പ്

കമ്യൂണിസ്റ്റു പാർട്ടി ഓഫ് ഇന്ത്യ (മാർക്സിസ്റ്റ്) സംസ്ഥാന സെക്രട്ടറി കോടിയേരി ബാലകൃഷ്ണൻ 1982 മുതൽ 1987 വരെ നിയമസഭയിൽ നടത്തിയ പ്രസംഗങ്ങളുടെയും ഇട പെടലുകളുടെയും സമാഹാരമാണ് സഭാപ്രവേശം (കോ ടിയേരിയുടെ ആദ്യ നിയമസഭ) എന്ന ഈ പുസ്തകം. രാഷ്ട്രീയ നയപരമായ പ്രശ്നങ്ങളും അഴിമതി വിരുദ്ധ നില പാടുകളും വികസന പ്രശ്നങ്ങളും പൊലീസും ക്രമസമാ ധാന പ്രശ്നങ്ങളും വിദ്യാർത്ഥി പ്രശ്നങ്ങളും ഇവയിൽ ഉൾപ്പെടുന്നു.

കാലാകാലങ്ങളിൽ നേതാക്കൾ സ്വീകരിച്ചുവരുന്ന നിലപാ ടുകൾ പരിശോധിക്കുന്നതിന് ഈ നിയമസഭാരേഖകൾ വായനക്കാരെ സഹായിക്കുന്നു. തിരഞ്ഞെടുക്കപ്പെട്ട ഭരണ സമിതികളിൽ എങ്ങനെയാണ് അധികാരം രൂപപ്പെടു ന്നതെന്നും പങ്കുവയ്ക്കപ്പെടുന്നതെന്നും മനസ്സിലാക്കുന്ന തിനും അതു സഹായകമാണ്.

രാഷ്ട്രീയ പ്രാധാന്യമുള്ള പുസ്തകം വലിയ തോതിൽ സ്വീകരിക്കപ്പെടും എന്ന പ്രതീക്ഷയോടെ.

ചിന്ത പബ്ലിഷേഴ്സ്

സഭാപ്രവേശം

കെ വി മധു

നിയമസഭ ഇടിച്ചുനിരത്തി അവിടെ കന്നുകാലിച്ചന്തയാക്കണമെന്ന് പറഞ്ഞവരുണ്ട്. നിയമസഭ പിരിച്ചുവിട്ട് എം എൽ എമാർക്ക് കൊടുക്കുന്ന പണം മറ്റെന്തിനെങ്കിലും ഉപയോഗിക്കണമെന്ന് പറഞ്ഞവരുണ്ട്. സഭാ ബഹിഷ്കരണം കണ്ട് മടുത്തിട്ട് ഇവരെയൊക്കെ വല്ല കൂലിപ്പണിക്കും വിട്ടൂടെയെന്ന് ചോദിച്ചവരുമുണ്ട്. എന്നാൽ നിയമനിർമാണ സഭയുടെ സാധ്യത ഇക്കാണുന്നതൊന്നുമല്ല വളരെ വലുതാണ് എന്ന തിരിച്ചറിവാ ണ് പുതിയ കാലത്തിന്റെ പൊതുമണ്ഡലത്തെ നയിക്കുന്നത്. ഏതൊരു പൗരനും താൻ തിരഞ്ഞെടുത്തയച്ച ആൾ നിയമനിർമാണ സഭയിലിരുന്ന് എന്താണ് ചെയ്തുകൂട്ടുന്നത് എന്ന് കൃത്യമായി വിലയിരുത്താൻ കഴി യുന്ന കാലമാണിത്. അത്തരം വിലയിരുത്തലുകൾക്ക് വിധേയമാക്കപ്പെ ടുന്നു എന്ന ബോധമുള്ള ഒരു ജനപ്രതിനിധി തന്റെ പൊതുജീവിതം മൂല്യവത്താക്കാൻ ശ്രമിക്കുകയും ചെയ്യും. രാഷ്ട്രീയരംഗം ആകപ്പാടെ കടുത്ത വിമർശനങ്ങൾക്ക് വിധേയമായിക്കൊണ്ടിരിക്കുന്ന ഇക്കാലത്തും പ്രായഭേദമെന്യേ കേരളനിയമസഭയിൽ ഉദിച്ചുനിൽക്കുന്ന ചില നക്ഷ ത്രങ്ങൾ അതുശരിവയ്ക്കുകയും ചെയ്യുന്നുണ്ട്. അതുകൊണ്ട് നിയമസഭ ഒരു വലിയ സാധ്യതയാണ്. ജനസേവനത്തിനുള്ള മികച്ചൊരു സാധ്യത.

ജനാധിപത്യത്തിന്റെ ഈ നെടുന്തൂണിന്റെ ചരിത്രത്തിലൂടെ സഞ്ച രിക്കുന്നത് ഒരു രാഷ്ട്രീയ വിദ്യാർത്ഥിക്കുണ്ടാക്കുന്ന കരുത്ത് ചെറുതല്ല. പഴയകാലം പുതിയകാലത്തിരുന്ന് നിരീക്ഷിക്കുമ്പോൾ പല തിരിച്ചറി വുകളും ലഭിക്കും. സ്പീക്കറുടെ സഭാപ്രവേശം മുതൽ പിരിച്ചുവിടൽ പ്രഖ്യാപനം വരെ നീളുന്ന അന്നന്നത്തെ സഭാപ്രവർത്തനങ്ങൾ ഒരു രാഷ്ട്രീയ വിദ്യാർത്ഥിക്ക് എന്നും മൂലധനമാണ്. അങ്ങനെയൊരു ലക്ഷ്യ മാണ് 1982 മുതൽ 87 വരെയുള്ള കോടിയേരി ബാലകൃഷ്ണന്റെ നി

യമസഭാ പ്രവർത്തനങ്ങളെ ഒരു പുസ്തകത്തിലേക്ക് പകർത്താനുള്ള ഈ ശ്രമത്തിന് പിന്നിൽ ഉള്ളത്. കെ കരുണാകരൻ മുഖ്യമന്ത്രിയായിരുന്ന ആ അഞ്ചുവർഷക്കാലത്തെ കേരള രാഷ്ട്രീയം സമഗ്രമായി തന്നെ കോടിയേരിയുടെ പ്രസംഗങ്ങളിലുണ്ട്. അതേ സമയം സി പി ഐ (എം) ന്റെയും അതുവഴി കേരള രാഷ്ട്രീയത്തിലെയും പ്രമുഖ നേതാക്കളുടെ നിരയിലേക്ക് വളർന്നെത്തിയ കോടിയേരിയുടെ ആദ്യനിയമസഭാകാലം കൂടിയാണ് അത് എന്നത് കൗതുകം വർധിപ്പിക്കുന്നു.

വിദ്യാർത്ഥി ജീവിതകാലത്തും പിന്നീട് പത്രപ്രവർത്തനം ഒരു ജോലിയായി തെരഞ്ഞെടുത്തതിന് ശേഷവും നിയമസഭ വലിയ കൗതുകവും ആകാംക്ഷയും ഒക്കെയായിരുന്നു. പിന്നീട് യാദൃച്ഛികമായി നിയമസഭാ റിപ്പോർട്ടിംഗിലേക്ക് കടക്കേണ്ടി വന്നപ്പോഴാണ് ഒരു കടൽപോലെ പരന്നുകിടക്കുന്ന നിയമസഭയുടെ വിശാലമായ കവാടം എന്റെ മുന്നിൽ തുറക്കപ്പെടുന്നത്. കടക്കേണ്ടി വന്നു. കുറച്ചുകാലമാണെങ്കിലും റിപ്പോർട്ടിം ഗിനായി നിയമസഭയിലേക്ക് എത്തുന്ന ഓരോ നിമിഷവും പ്രധാനമായി രുന്നു. നേതാക്കളുടെ പ്രസംഗങ്ങളും ഇടപെടലുകളും മനസ്സിരുത്തി കണ്ടു, അറിഞ്ഞു. ഇക്കാലമത്രയും ഇവിടെ നടന്നുകൊണ്ടിരുന്നതെന്തൊ ക്കെയാണ് എന്ന് അന്നൊക്കെ ആലോചിച്ചിരുന്നിട്ടുണ്ട്. അങ്ങനെയാണ് നിയമസഭയുടെ ആർക്കൈവ്സിലൂടെ സഞ്ചരിക്കാൻ തുടങ്ങിയത്. അ ങ്ങനെയറിഞ്ഞതും ശേഖരിച്ചതുമായ വിവരങ്ങളിൽ ചിലതൊക്കെ വാ യനക്കാരിലെത്തിക്കണമെന്ന ആഗ്രഹമുണ്ടായി. അതിലൊരു ശ്രമമാണ് കോടിയേരി ബാലകൃഷ്ണന്റെ നിയമസഭയിലെ ഇടപെടലുകൾ.

നിയമസഭാ പ്രവർത്തനത്തിൽ കാൽനൂറ്റാണ്ട് പൂർത്തിയാക്കിയ കോടിയേരി ബാലകൃഷ്ണന്റെ ആദ്യത്തെ അഞ്ചുവർഷത്തെ (1982 മുതൽ 87 വരെ) പ്രസംഗങ്ങളും മറ്റിടപെടലുകളുമാണ് ഈ പുസ്തകത്തിൽ ശേ ഖരിച്ചിരിക്കുന്നത്. തങ്കമണി സംഭവം മുതൽ കേരള രാഷ്ട്രീയത്തിൽ നിർ ണായക ചലനങ്ങളുണ്ടാക്കിയ ചരിത്രനിമിഷങ്ങൾ വരെ പ്രസംഗങ്ങളി ലൂടെ വരച്ചുകാട്ടുന്നുണ്ട് കോടിയേരി. അദ്ദേഹം പ്രതിനിധാനം ചെയ്യു ന്ന ഇടതുപക്ഷജനാധിപത്യമുന്നണിയുടെയും സി പി ഐ (എം) ന്റെയും രാഷ്ട്രീയ പ്രതലത്തിൽ നിന്നുകൊണ്ടുള്ള നിലപാടുപ്രഖ്യാപനങ്ങളാണെ ങ്കിലും കടന്നുപോയ ആ അഞ്ചുവർഷത്തിന്റെ ഒരു രേഖാചിത്രം ഈ പ്രസംഗങ്ങളിലൂടെ വായനക്കാരന് ലഭിക്കും എന്ന പ്രതീക്ഷയാണ് ഇങ്ങ നെയൊരു ദൗത്യത്തിന് പ്രേരിപ്പിച്ചത്. 1982 ലെ കേരള നിയമസഭയ്ക്കും ആ കാലഘട്ടത്തിലെ കേരള രാഷ്ട്രീയത്തിനും ചരിത്രത്തിൽ അതീവ പ്രാ ധാന്യം കൽപ്പിക്കപ്പെടുന്നുണ്ട്. സംഭവബഹുലമായ പിൽക്കാല കേരളരാ ഷ്ട്രീയചരിത്രത്തിൽ നിരവധി ദിശാമാറ്റങ്ങൾക്ക് വഴിതെളിച്ച കാലമാണത്. എൽ ഡി എഫും യു ഡി എഫും കേരള രാഷ്ട്രീയത്തിൽ ഇന്നത്തെ നില യിൽ രൂപപ്പെട്ടത് 1982 ലാണെന്ന് നിരീക്ഷിക്കാം. രാഷ്ട്രീയപാർട്ടികളുടെ എണ്ണത്തിന്റെ കാര്യത്തിലും അധാർമ്മികമെന്ന് വിളിക്കപ്പെട്ട തർക്കവി തർക്കങ്ങളുടെ കാര്യത്തിലും എന്നും വിമർശന വിധേയമായ കാലം. അ

ഴിമതിയുൾപ്പെടെ നാണം കെടുത്തുന്ന പല ആരോപണങ്ങളും ഉയർന്നു വന്നു. മന്ത്രിമാരുടെ രാജിയുടെ കാര്യത്തിലും ചരിത്രം രചിക്കപ്പെട്ടു.

1982 വരെ പല കാലുമാറ്റങ്ങളുടെയും കുതികാൽവെട്ടിന്റെയും രാ ഷ്ട്രീയ അസ്ഥിരതകളുടെയും കാലമായിരുന്നു. 81 ലെ കാസ്റ്റിങ് മന്ത്രിസ ഭയുടെ അന്ത്യത്തോടെ യഥാർത്ഥത്തിൽ അസ്ഥിരതയെ കുറിച്ചുള്ള സ കല ആശങ്കകൾക്കും അവസാനം കുറിച്ചു. 1981 ഡിസംബർ 21ന് അധി കാരമേറ്റ കെ കരുണാകരന്റെ നേതൃത്വത്തിലുള്ള മന്ത്രിസഭ സംഭവബ ഹുലമായി മുന്നോട്ടുപോയി. എ സി ജോസ് സ്പീക്കറായ മന്ത്രിസഭ സ് പീക്കറുടെ കാസ്റ്റിങ് വോട്ടിനെ മാത്രം ആശ്രയിച്ച് എൺപതുദിവസം മു ന്നോട്ട് പോയി. 80 ദിവസം മാത്രം നീണ്ടുനിന്ന ആയുസ്സിനൊടുവിൽ തെ രഞ്ഞെടുപ്പ് അനിവാര്യമായി. 1982 മെയ് 19 ന് ഏഴാം കേരള നിയമസഭ യിലേക്കുള്ള തിരഞ്ഞെടുപ്പ് നടന്നു. കേരള രാഷ്ട്രീയത്തിലും കോൺഗ്ര സ് രാഷ്ട്രീയത്തിലും കെ കരുണാകരന്റെ അപ്രമാദിത്വത്തിന് വഴി തെളി യിച്ച തിരഞ്ഞെടുപ്പ് ഫലമായിരുന്നു പുറത്തുവന്നത്. യു ഡി എഫിന് 77 ഉം എൽ ഡി എഫിന് 63 ഉം സീറ്റ് ലഭിച്ചു. 1982 മെയ് 24 ന് കെ കരുണാ കരന്റെ നേതൃത്വത്തിലുള്ള മന്ത്രിസഭ അധികാരമേറ്റു. മുഖ്യമന്ത്രി കെ ക രുണാകരൻ മാളയിലും നേമത്തും മൽസരിക്കുകയും രണ്ടിടത്തും ജയി ച്ചതിനെ തുടർന്ന് നേമത്ത് രാജിവയ്ക്കുകയും മാള നിലനിർത്തുകയും ചെയ്തു. വക്കം പുരുഷോത്തമൻ സ്പീക്കറായി തിരഞ്ഞെടുക്കപ്പെട്ടു. (1984 അവസാനം ലോകസഭയിലേക്ക് തിരഞ്ഞെടുക്കപ്പെട്ട വക്കം പുരു ഷോത്തമന്റെ ഒഴിവിൽ വി എം സുധീരൻ പകരക്കാരനായി എത്തി.)

എൻ എസ് എസ്, എസ് എൻ ഡി പി എന്നീ സാമുദായിക സംഘ ടനകൾ രാഷ്ട്രീയ പാർട്ടി രൂപീകരിക്കുകയും പാർലമെന്ററി രാഷ്ട്രീയഗോ ദയിലേക്കിറങ്ങുകയും ചെയ്തത് ഈ നിയമസഭാ തിരഞ്ഞെടുപ്പിലാണ്. എസ്എൻഡിപിയുടെ പിന്തുണയോടെ രൂപീകരിക്കപ്പെട്ട സോഷ്യലിസ്റ്റ് റിപ്പബ്ലിക്കൻ പാർട്ടിയും (എസ് ആർ പി), എൻ എസ് എസിന്റെ നേതൃ ത്വത്തിലാരംഭിച്ച നാഷണൽ ഡെമോക്രാറ്റിക് പാർട്ടിയും (എൻ ഡി പി) ഉദിക്കുകയും അസ്തമിക്കുകയും ചെയ്യുന്ന ഇക്കാലത്ത് കേരളം കണ്ടു. ഐക്യജനാധിപത്യമുന്നണിയുടെ ഭാഗമായി തെരഞ്ഞെടുപ്പിനെ നേരിട്ട എൻ ഡി പിക്ക് നാലും എസ് ആർ പിക്ക് രണ്ടും സീറ്റുകളാണ് ലഭിച്ചിരു ന്നത്.

കരുണാകരൻ മന്ത്രിസഭയിൽ ആകെ 19 മന്ത്രിമാരാണുണ്ടായിരുന്നത്. കരുണാകരന്റെ കടുത്ത വിമർശകനായ വയലാർ രവിയായിരുന്നു ആഭ്യ ന്തരമന്ത്രി. മുഖ്യമന്ത്രിയുടെ കടുത്ത വിയോജിപ്പുകളുടെ തുടർച്ചയായി മൂന്ന് വർഷം കഴിഞ്ഞപ്പോൾ വയലാർ രവിക്ക് സ്ഥാനമൊഴിയേണ്ടി വ ന്നു. ഉപമുഖ്യമന്ത്രിയായിരുന്ന സി എച്ച് മുഹമ്മദ് കോയയുടെ മരണ ത്തെ തുടർന്ന് 83 ഒക്ടോബറിൽ *ഔക്കാദർകുട്ടി നഹ* (2011ലെ ഉമ്മൻ ചാണ്ടി സർക്കാരിൽ വിദ്യാഭ്യാസമന്ത്രിയായിരുന്ന മുസ്ലിലീഗ് നേതാവ് പികെ അബ്ദുറബ്ബിന്റെ പിതാവ്) മന്ത്രിയായി. 83 ഓഗസ്ത് ഒടുവിൽ സി

വി പത്മരാജൻ, സിറിയക് ജോൺ എന്നിവർ കൂടി മന്ത്രിസഭയിൽ നിന്ന് രാജിവച്ചു. പകരം എ എൽ ജേക്കബ്, എൻ സുന്ദരൻ നാടാർ, പികെ വേലായുധൻ എന്നിവർ മന്ത്രിമാരായി. എൻ ഡി പിയിലെ കെജി ആർ കർത്തായെ മാറ്റി പകരം കെ പി രാമചന്ദ്രൻ നായരെ ഉൾപ്പെടുത്തി. അഴിമതിയാരോപണങ്ങളെ തുടർന്ന് രാമചന്ദ്രൻ നായർ 85 മെയ് 29ന് രാജിവച്ചു. അതോടെ എൻ ഡി പി സജീവ രാഷ്ട്രീയത്തിൽ നിന്ന് പിൻമാറുന്ന ലക്ഷണം കാണിച്ചുതുടങ്ങി. അഴിമതി നിരോധനക്കമ്മീഷൻ പ്രഥമ ദൃഷ്ട്യാ കുറ്റക്കാരനെന്ന് കണ്ടെത്തിയതിനെ തുടർന്ന് എക്സൈസ് മന്ത്രിയായ എസ് ആർ പി ചെയർമാൻ എൻ ശ്രീനിവാസൻ 1986 മെയ് 30ന് രാജിവച്ചു. അതോടെ എസ് ആർ പിയും രാഷ്ട്രീയ ഗോദയിൽ നിന്ന് പിൻമാറിത്തുടങ്ങി. വയലാർ രവിയും എൻ ശ്രീനിവാസനും രാജിവച്ച ഒഴിവിൽ കരുണാകരന്റെ മാനസപുത്രനായി കെ എസ് യു നേതാവായ രമേശ് ചെന്നിത്തലയും തച്ചടി പ്രഭാകരനും മന്ത്രിസഭയിലെത്തി. തച്ചടി പ്രഭാകരന് മന്ത്രിസഭയുടെ കാലാവധി തീരുന്നതിന് ദിവസങ്ങൾ മാസം ബാക്കി നിൽക്കെ 1987 മാർച്ച് അഞ്ചിന് രാജിവയ്ക്കേണ്ടി വന്നു. ആർ എസ് പി നേതാവായിരുന്ന കടവൂർ ശിവദാസൻ വിമത വിഭാഗത്തിലാകുകയും കരുണാകരന്റെ മന്ത്രിസഭയിലംഗമാകുകയും പിന്നീട് കോൺഗ്രസ് നേതാവായി മാറുകയും ചെയ്യുന്നത് കേരളം കണ്ടു.

1982-87 നിയമസഭാകാലത്ത് ചരിത്രപ്രാധാന്യം നേടിയ മറ്റു രണ്ട് രാജികൾ ആർ ബാലകൃഷ്ണ പിള്ളയുടെയും എം പി ഗംഗാധരന്റെതുമായിരുന്നു. കേരളത്തോടുള്ള കേന്ദ്ര അവഗണനക്കെതിരായ ഒരു പ്രസംഗമാണ് ബാലകൃഷ്ണപിള്ളയ്ക്ക് പുലിവാലായത്. കേരളത്തിന് കാപ്രോലാക്ടം പ്ലാന്റ് അനുവദിക്കുകയും പിന്നീടത് പിൻവലിക്കുകയും ചെയ്ത കേന്ദ്രനിലപാടിനെതിരായ പ്രസംഗമായിരുന്നു അത്. അവഗണന അവസാനിക്കണമെങ്കിൽ പഞ്ചാബ് മോഡൽ സമരം വേണ്ടി വരുമെന്ന് പൊതുയോഗത്തിൽ പിള്ള പ്രസംഗിച്ചു. പഞ്ചാബിൽ ഖലിസ്ഥാൻ തീവ്രവാദം കത്തിനിന്ന കാലമായിരുന്നു അത്. പിന്നീട് പ്രസംഗത്തിനെതിരായി ഹൈക്കോടതി പരാമർശമുണ്ടാകുകയും 1985 ജൂൺ അഞ്ചിന് ബാലകൃഷ്ണപിള്ള രാജിവയ്ക്കുകയും ചെയ്തു. എന്നാൽ 86 മെയ് 15 ന് വീണ്ടും മന്ത്രിസഭയിലേക്ക് തിരിച്ചെത്തി. 18 വയസ്സുതികയാതെ മകളെ വിവാഹം കഴിപ്പിച്ചുവെന്ന ആരോപണത്തെ തുടർന്നാണ് എം പി ഗംഗാധരന് 1986 മാർച്ചിൽ രാജിവയ്ക്കേണ്ടി വന്നത്.

ഇങ്ങനെ പലവിധ കാരണങ്ങളാൽ കേരള നിയമസഭയുടെ ചരിത്രത്തിലും റെക്കോർഡുകളുള്ള ഈ നിയമസഭാ കാലത്ത് പാർലമെന്ററി രാഷ്ട്രീയത്തിലേക്ക് കടന്നുവന്ന പുതുമുഖങ്ങളും പിന്നീട് കേരള രാഷ്ട്രീയത്തെ നിയന്ത്രിക്കുന്ന താരങ്ങളായി മാറി. ഉഴവൂരിൽ നിന്ന് 82 ൽ നിയമസഭയിലെത്തിയ കാനം രാജേന്ദ്രൻ ഇന്ന് സി പി ഐയുടെ സംസ്ഥാന സെക്രട്ടറിയാണ്. 82 ലെ തിരഞ്ഞെടുപ്പിലൂടെ നിയമസഭയിലേക്കെത്തിയ പി കെ കുഞ്ഞാലിക്കുട്ടി മുസ്ലിംലീഗിന്റെ സമുന്നത നേതാവാണ്. കോൺ

ഗ്രസ് നേതാവ് ജി കാർത്തികേയൻ മന്ത്രിയും നിയമസഭാ സ്പീക്കറു മായി കോൺഗ്രസിന്റെ മുൻനിരയിൽ തിളങ്ങി. 82 ലെ നിയമസഭയി ലേക്ക് തലശ്ശേരിയിൽ നിന്ന് ആദ്യമായി മൽസരിച്ച് ജയിച്ച കോടിയേരി ബാലകൃഷ്ണൻ ഇന്ന് സി പി ഐ എമ്മിന്റെ സംസ്ഥാന സെക്രട്ടറിയാണ് എന്നത് കൂടി ചേർത്ത് വായിക്കുമ്പോൾ ആ നിയമസഭാകാലം ഏതൊരു രാഷ്ട്രീയവിദ്യാർത്ഥിയിലും കൗതുകമുണർത്തുന്നതായി മാറും.

കേരള രാഷ്ട്രീയത്തിൽ നർമ്മത്തിൽ പൊതിഞ്ഞ് കാര്യങ്ങൾ അവ തരിപ്പിക്കാൻ ഏറെ മിടുക്കുള്ളയാളാണ് കോടിയേരി. അദ്ദേഹത്തിന്റെ പ്രസംഗങ്ങളിലെ നർമഭാഗങ്ങൾ ചേർത്ത് പ്രസദ്ധീകരിച്ച *ചിരിയുടെ കൊ ടിയേറ്റം* എന്ന പുസ്തകത്തിൽ തന്നെ അത് വ്യക്തമാണ്. നിയമസഭയി ലെ പുതുമുഖമെന്ന നിലയിൽ അദ്ദേഹം നടത്തിയ പ്രസംഗങ്ങൾ ഭാവി യിൽ കേരള രാഷ്ട്രീയത്തെ നർമമധുരമായ പ്രസംഗങ്ങളിലൂടെ നയിക്കാൻ കഴിയുന്ന ആളാണ് കോടിയേരിയെന്ന് പ്രഖ്യാപിക്കുന്നുണ്ട്. രസകരമാ യ പ്രയോഗങ്ങൾ ഇന്നും നേതാക്കളുടെ പ്രസംഗങ്ങളിലും വാർത്താസ മ്മേളനങ്ങളിലും മുഴങ്ങിക്കേൾക്കുന്നവയാണ്. ചിരിയുടെ കൊടിയേറ്റം കോടിയേരി അന്നേ നടത്തിയിരുന്നു എന്നർത്ഥം.

കമ്പ്യൂട്ടറും മൊബൈൽഫോണും ഡിജിറ്റൽ ശേഖരണ സംവിധാ നങ്ങളുമൊന്നും നിലവിലില്ലാത്ത കാലത്ത് നിയമസഭയുടെ ആർക്കൈ വ്സിൽ സൂക്ഷിക്കപ്പെട്ട ഈ പ്രസംഗങ്ങൾ ശേഖരിക്കാൻ സഹായമായി പ്രവർത്തിച്ചവർ നിരവധിയാണ്. നിയമസഭാ സ്പീക്കറുടെ പ്രസ് സെ ക്രട്ടറി ഡോ. വിൻസെന്റ് പി ജെ, നിയമസഭാ ലൈബ്രറിയിലെ ജീവന ക്കാർ, കൂട്ടുകാരും മാധ്യമപ്രവർത്തകരുമായ രതീഷ് കെ, പ്രബോധ് പി ജി, 80 കളിലെ കേരള രാഷ്ട്രീയ പശ്ചാത്തല വിവരങ്ങൾ ശേഖരിക്കു ന്നതിന് സഹായിച്ച എഴുത്തുകാരനും മാധ്യമ പ്രവർത്തകനുമായ കെ ബാലകൃഷ്ണൻ, സി പി എം സംസ്ഥാന സമിതി അംഗം കെ സജീവൻ തുടങ്ങിയവരോട് ഈ ഘട്ടത്തിൽ നന്ദി അറിയിക്കുന്നു. ഈ പുസ്തക ത്തിന് വിജ്ഞാനപ്രദവും രസകരവുമായ അവതാരിക എഴുതിത്തന്ന എ ന്റെ ജ്യേഷ്ഠസഹോദരതുല്യനായ പ്രിയപ്പെട്ട ജോർജ്ജ് പുളിക്കനോടു ള്ള സ്നേഹം പറഞ്ഞറിയിക്കാവുന്നതല്ല. എന്നെ ഞാനാക്കിയ എന്റെ നാട്ടുകാരെയും കൂട്ടുകാരെയും അമ്മയെയും അച്ഛനെയും കരഞ്ഞും ചിരിച്ചും സഹിച്ചും ഒപ്പം നിൽക്കുന്ന സൗമ്യയെയും തേജൂട്ടിയെയും സ്നേ ഹത്തോടെ ഈ ഘട്ടത്തിൽ ഓർക്കുന്നു.

തീക്ഷ്ണരാഷ്ട്രീയവും നർമപനഥാവും

കോടിയേരി ബാലകൃഷ്ണൻ

പാർലമെന്റും നിയമസഭയും പന്നിക്കൂട്ടം, അവ ബഹിഷ്കരിക്കുക ഇതൊരു മുദ്രാവാക്യമായി കേരളത്തിന്റെ അന്തരീക്ഷത്തിൽ പടർന്ന കാല ത്ത് ഞാനൊരു വിദ്യാർത്ഥിയായിരുന്നു. നക്സൽബാരി കലാപത്തെ തുടർ ന്നായിരുന്നു ആ മുദ്രാവാക്യത്തിന് ഇടം കിട്ടിയത്. എന്നാൽ ഈ ആശയം റഷ്യൻ വിപ്ലവത്തിന് മുമ്പ് ഉയരുകയും മഹാനായ ലെനിൻ തന്നെ അത് നിരാകരിക്കുകയും ചെയ്തിരുന്നു. വിപ്ലവശക്തിയെ വളർത്താനും ജന ങ്ങളിൽ സ്വാധീനം വർദ്ധിപ്പിക്കാനും പാർലമെന്റുകളെ വിപ്ലവകരമായ പ്രവർത്തനത്തിനായി എങ്ങനെ ഉപയോഗിക്കാമെന്നും എങ്ങനെ ഇടപെ ടണമെന്നും ലെനിൻ പഠിപ്പിച്ചു. ആ പാതയിലൂടെ മുന്നേറി ലോകത്തിന് തന്നെ പുതിയ അനുഭവമാണ് ഒന്നാം ഇ എം എസ് സർക്കാർ പ്രദാനം ചെയ്തത്. ബാലറ്റിലൂടെ കമ്യൂണിസ്റ്റുകൾ അധികാരത്തിൽ വന്ന് കേരളം ഇന്ത്യക്കും ലോകത്തിനും നല്ല മാതൃകയായി. പരിമിതികൾ ഏറെയുണ്ടാ യെങ്കിലും സംസ്ഥാനത്തെ ഭരണത്തെ നാടിന്റെ മാറ്റത്തിനും പുരോഗ തിക്കും അടിമ സമാന ജീവിതം നയിച്ചവർക്ക് പുതുജീവൻ നൽകാനും പ്രയോജനപ്പെടുത്തി.

പാർലമെന്റിൽ എ കെ ജിയും നിയമസഭയിൽ ഇ എം എസ്സും ഉൾ പ്പെടെയുള്ള വിപ്ലവകാരികൾ ഒരു കാര്യം തെളിയിച്ചു; പന്നിക്കൂട്ടമെന്ന് ഒരു വിഭാഗം വിശേഷിപ്പിച്ച പാർലമെന്റിനെയും നിയമസഭയെയും വിപ്ല വപ്രവർത്തനത്തെ ശക്തിപ്പെടുത്താനുള്ള ഉപകരണമാക്കി എങ്ങനെ മാറ്റാ മെന്ന്. അതുകൊണ്ട് തന്നെ നക്സലുകൾ ഉയർത്തിയ ആ മുദ്രാവാക്യം അതിവിപ്ലവവും അരാജകത്വവുമെന്ന് കണ്ട് നാട് തള്ളി. ഹൈസ്കൂൾ വിദ്യാഭ്യാസകാലത്ത് കെ എസ് എഫ് പ്രവർത്തകനായി. മാഹി മഹാ ത്മാഗാന്ധി കോളേജിലും തിരുവനന്തപുരം യൂണിവേഴ്സിറ്റി കോളേജിലും

ആയിരുന്നു തുടർവിദ്യാഭ്യാസം. അന്ന് നക്സൽ ആശയഗതി വിദ്യാർ
ത്ഥികളിൽ വേരുപിടിപ്പിക്കാൻ കൊണ്ടുപിടിച്ച പരിശ്രമങ്ങൾ ഉണ്ടായി
രുന്നു. അതിനെതിരായ ആശയപ്രചാരണങ്ങളിൽ ഞാനുൾപ്പെടെയുള്ള
വർ അണിനിരന്നു. ഒരു സാധാരണ വിദ്യാർത്ഥിയിൽനിന്നും വിപ്ലവ
സംഘടനാപ്രവർത്തകനായ വിദ്യാർത്ഥിയായി ഹൈസ്കൂൾ പഠനകാ
ലത്തുതന്നെ മാറാൻ എന്നെ പ്രാപ്തനാക്കിയത് തലശ്ശേരിയുടെയും ക
ണ്ണൂരിന്റെയും ചുവന്ന മണ്ണാണ്. പിന്നീട് എസ് എഫ് ഐയുടെ സം
സ്ഥാന-ദേശീയ സംഘടനാ ചുമതലകൾ നിർവ്വഹിച്ചു. എസ് എഫ് ഐ
യുടെ സംസ്ഥാന സെക്രട്ടറിയായിരിക്കുമ്പോഴാണ് അടിയന്തരാവസ്ഥ
യിൽ മിസ ഉപയോഗിച്ച് അറസ്റ്റുചെയ്ത് കണ്ണൂർ സെൻട്രൽ ജയിലിൽ
അടച്ചത്. വിദ്യാർത്ഥി സംഘടനാ പ്രവർത്തനത്തിന് ശേഷം ഡി വൈ
എഫ് ഐയുടെ ജില്ലാ ഭാരവാഹിയായും സി പി ഐ (എം) ന്റെ പൂർ
ണസമയ സംഘടനാ പ്രവർത്തകനുമായി. ഈ വേളയിലാണ് 1982 ൽ ത
ലശ്ശേരിയിൽ നിന്ന് നിയമസഭയിലേക്ക് ആദ്യമായി തിഞ്ഞെടുക്കപ്പെടു
ന്നത്.

ഏറെ സംഭവബഹുലമായ 1982-87 ലെ ഏഴാം കേരള നിയമസഭയി
ലേക്കാണ് ആദ്യമായി എത്തിയത്. പിന്നീട് നാല് തവണയായി നിയ
മസഭാ പ്രവർത്തനങ്ങളിൽ ഏർപ്പെട്ടു. പ്രതിപക്ഷത്തും ട്രഷറി ബഞ്ചിലും
പ്രവർത്തിച്ച അനുഭവമുണ്ട്. ഈ കാലഘട്ടങ്ങളിലെല്ലാം ഇ എം എസ്
ഉൾപ്പെടെയുള്ള നേതാക്കളുടെ ഓർമപ്പെടുത്തൽ ഞാനുൾപ്പെടെയുള്ള
പാർലമെന്ററി പ്രവർത്തനത്തിലേർപ്പെട്ട കമ്യൂണിസ്റ്റുകാരെ ജാഗ്രതപ്പെ
ടുത്തി. പാർലമെന്റിലും നിയമസഭയിലും എത്തുന്ന കമ്യൂണിസ്റ്റുകാർ അ
വയിൽ പങ്കാളികളാകുമ്പോൾ അന്യവർഗ്ഗത്തിന്റെ ദുഷിപ്പിക്കുന്ന സ്വാ
ധീനത്തിൽ അകപ്പെടരുത് എന്ന ഓർമപ്പെടുത്തലാണ് ഇ എം എസ്സും
മറ്റും നൽകിയത്. അപ്രകാരം ദുഷിച്ച സ്വാധീനത്തിൽ അകപ്പെടാതിരു
ന്നതു കൊണ്ടാണ് നിയമസഭയിൽ ശത്രുപക്ഷത്തിനെതിരെ അതിശക്ത
മായി സംസാരിക്കാനും പോരാടാനും ഞാനുൾപ്പെടെയുള്ളവർക്ക് കഴി
ഞ്ഞത്.

മാർക്സിസം സാമൂഹ്യമാറ്റത്തിന്റെ തത്വശാസ്ത്രമാണ്. അത് ന
മ്മൾ പഠിക്കുക മാത്രമല്ല, ജനങ്ങളെ അവരുടെ ഭാഷയിൽ പഠിപ്പിക്കു
കയും വേണം. അതിന് ഇണങ്ങുന്ന പ്രസംഗശൈലി സ്വീകരിക്കണം. മു
ഖ്യമന്ത്രിയായ ശേഷം സ. ഇ കെ നായനാർ സ്വീകരിച്ച നർമം ചാലിച്ച
പ്രസംഗശൈലി വലിയ സ്വീകാര്യത നേടി. എ കെ ജിയുടെയും ഇ എം
എസിന്റെയും ഒക്കെ പ്രസംഗങ്ങളിൽ നർമം കലർന്നുവരാറുണ്ട്. നിയമ
സഭയിലാകട്ടെ പാട്യം ഗോപാലന്റെ പ്രസംഗരീതി മാതൃകാപരമായിരുന്നു.
പറയേണ്ട കാര്യങ്ങൾ നന്നായി പഠിച്ചുറപ്പിച്ച് അവതരിപ്പിക്കുന്ന രീതി
യാണ് പാട്യത്തിനുണ്ടായിരുന്നത്. അതുപോലുള്ള സാമാജികരുടെ പ്ര
സംഗങ്ങൾ നിയമസഭാ ലൈബ്രറിയിൽനിന്ന് വായിച്ചുമനസ്സിലാക്കി. ഇ
തെല്ലാം എന്റെ പാർലമെന്ററി പ്രവർത്തനത്തെ സ്വാധീനിച്ചിട്ടുണ്ട്.

നർമം കലർത്തി പ്രസംഗിക്കാൻ കഴിഞ്ഞതെന്തുകൊണ്ടെന്ന് ചില പത്രലേഖകർ ചോദിക്കാറുണ്ട്. അതേപ്പറ്റി പ്രത്യേകപരിശോധനയും വില യിരുത്തലും ഞാൻ നടത്തിയിട്ടില്ല. തലശ്ശേരിയിലെ കോടിയേരിയിൽ സ്കൂൾ അധ്യാപകനായിരുന്ന കുഞ്ഞുണ്ണിക്കുറുപ്പും നാരായണി അമ്മ യുമായിരുന്നു എന്റെ മാതാപിതാക്കൾ. അച്ഛന്റെ മരണശേഷം അമ്മയാണ് എന്നെ വളർത്തിയത്. അമ്മയുടെയും നാട്ടുകാരുടെയും അധ്യാപകരു ടെയും വർത്തമാനങ്ങളുടെ സ്വാധീനം എന്റെ പ്രസംഗങ്ങളിൽ കടന്നു കൂടിയിട്ടുണ്ടാകും. നിയമസഭാ ലൈബ്രറി ഉപയോഗപ്പെടുത്തി മുൻ സാമാ ജികരുടെ പ്രസംഗങ്ങൾ മനസ്സിലാക്കിയതും പ്രസംഗത്തിന് മുമ്പ് രസ ക്കൂട്ടുകൾ തയാറാക്കിയതും പ്രസംഗം മറ്റുള്ളവർ ശ്രദ്ധിക്കാനിടയാക്കി. എന്റെ നിയമസഭാ പ്രവർത്തനങ്ങളിലും മറ്റ് രാഷ്ട്രീയ പ്രവർത്തനങ്ങളിലും എനിക്ക് ശരിയും ഊർജ്ജവും പകരുന്നതിൽ തലശ്ശേരി എം എൽ എ യായിരുന്ന രാജുമാസ്റ്ററുടെ പങ്ക് ചെറുതല്ല. അതുപോലെ രാജുമാസ്റ്റ റുടെ മകളും എന്റെ ഭാര്യയുമായ വിനോദിനിയുടെ തുണയും നിർണാ യക ഘട്ടങ്ങളിൽ ചാഞ്ചാട്ടമില്ലാതെ കൂടെ നിൽക്കുന്ന വർഗ്ഗ സ്വഭാവവും എന്റെ പൊതുപ്രവർത്തനത്തിന് കരുത്താണ്. എന്റെ ഓരോ പ്രസംഗ ങ്ങളിലുമുള്ള കാര്യങ്ങളെ പ്രോൽസാഹിപ്പിച്ചും വിമർശിച്ചും വിനോദിനി നടത്തിയ ഇടപെടലുകൾ എനിക്ക് പല കാര്യങ്ങളും വിലയിരുത്താൻ സഹായകമായിട്ടുണ്ട്.

നിയമസഭയിൽ ആദ്യമെത്തുമ്പോൾ ട്രഷറി ബഞ്ചിൽ കെ കരുണാ കരൻ പ്രതാപിയായ മുഖ്യമന്ത്രിയാണ്. അതൊരു പ്രത്യേകകാലമായി രുന്നു. പതിനൊന്ന് വർഷത്തെ ഇടവേളയ്ക്ക് ശേഷം 1980 ൽ ഇടതു പക്ഷജനാധിപത്യമുന്നണി അധികാരത്തിൽ വന്നു. പക്ഷേ, രണ്ടുവർഷ ത്തിനുള്ളിൽ ആ സർക്കാരിനെ വീഴ്ത്തി. നാല് മുതൽ ആറുവരെയുള്ള കേരള നിയമസഭകളുടെ കാലത്ത് നാട്ടിലെ വീറുറ്റ പോരാട്ടങ്ങളിലെ ചോ രയും നീരും ഉൾക്കൊണ്ടുകൊണ്ടാണ് ഞാനുൾപ്പെടെയുള്ള കമ്യൂണി സ്റ്റുകാർ നിയമസഭയുടെ പടി കയറുന്നത്. നാലാം കേരള നിയമസഭ യുടെ കാലത്ത്, 1970 ഒക്ടോബർ മുതൽ 1977 മാർച്ച് വരെയുള്ള നാളുക ളിൽ നാടിനെ ഇളക്കി മറിച്ച ബഹുജനസമരങ്ങളും പിന്നീട് അടിയന്ത രാവസ്ഥയുമായിരുന്നു. അടിയന്തരാവസ്ഥയിൽ കണ്ണൂർ സെൻട്രൽ ജയി ലിൽ മിസ തടവുകാരനായി കഴിഞ്ഞതിനെ പറ്റി സൂചിപ്പിച്ചല്ലോ. എന്നി ലെ രാഷ്ട്രീയ പ്രവർത്തകനെയും പ്രസംഗകനെയും രൂപപ്പെടുത്തുന്നതിൽ ജയിൽ വാസം വലിയ പങ്കുവഹിച്ചു. ഹിന്ദി പഠിക്കാനും പുസ്തകവായ നയ്ക്ക് കൂടുതൽ സമയം മാറ്റാനും ജയിൽ ജീവിതം അവസരമായി.

അടിയന്തരാവസ്ഥയിൽ ആഭ്യന്തരമന്ത്രിയായിരുന്ന കരുണാകരൻ പ്രതിപക്ഷത്തെ തകർക്കാൻ സ്റ്റീം റോളർ ഭരണമാണ് നടത്തിയത്. പിന്നീട് കേന്ദ്രത്തിലെ കോൺഗ്രസ് ഭരണത്തിന്റെ പിന്തുണയോടെ നായനാർ ഭരണത്തെ അട്ടിമറിക്കാനും കരുണാകരൻ നയിച്ച വലതുമുന്നണിക്ക് കഴിഞ്ഞു. നായനാർ ഭരണത്തിനെതിരെ കൽപ്പിത കഥകൾക്ക് ഉയിരും

ഉടുപ്പും നൽകാൻ മാധ്യമങ്ങളും വലതുപക്ഷമുന്നണിയും പരസ്പരധാ
രണയോടെ സർവ്വത്ര സഞ്ചരിച്ചു. തെങ്ങിന്റെ കുലയ്ക്കും മനുഷ്യന്റെ
തലയ്ക്കും രക്ഷയില്ല എന്നതായിരുന്നു അന്നത്തെ വാചകം. അതൊരു
വലിയ പ്രചാരണമാക്കുകയും ചെയ്തു. ആ കരുണാകര ഭരണത്തെ
തുറന്ന് കാട്ടാൻ തെങ്ങിന്റെ കുലയും മനുഷ്യന്റെ തലയും ഉയർത്തി തന്നെ
നിയമസഭയിൽ നേരിടാൻ ഞാനുൾപ്പെടെയുള്ള പ്രതിപക്ഷ അംഗങ്ങൾക്ക്
കഴിഞ്ഞു. കരുണാകരൻ വന്നു, മനുഷ്യനും തെങ്ങിനും വിലയില്ലാതാ
യിപ്പോയിയെന്ന് സഭാപ്രസംഗത്തിൽ നർമത്തോടും ഗൗരവത്തോടും അവ
തരിപ്പിക്കാൻ എനിക്ക് അവസരം ലഭിച്ചു. ആ വേളയിൽ *മനോരമയിൽ*
സഭാ അവലോകനം എഴുതിയ പ്രസിദ്ധ ജേർണലിസ്റ്റ് ശ്രീ. കെ ആർ
ചുമ്മാർ എന്റെ പ്രസംഗശൈലിയെ ശ്ലാഘിച്ചത് ഇപ്പോഴും ഓർക്കുന്നു.

ഏഴാം കേരള നിയമസഭയിലെ അംഗം എന്ന നിലയിൽ എന്റെ പ്രസം
ഗത്തിലെ നർമം കണ്ടെടുത്ത് പുസ്തകമാക്കുന്ന ശ്രമകരമായ ദൗത്യ
മാണ് മാധ്യമപ്രവർത്തകനായ കെ വി മധു നിർവ്വഹിക്കുന്നത്. മലയാള
ദൃശ്യമാധ്യമങ്ങളിലെ ആക്ഷേപഹാസ്യവിമർശന പരിപാടികൾ പൊതു
വിൽ ജനങ്ങളെ ആകർഷിക്കുന്നതാണ്. ചിലപ്പോഴെല്ലാം നിലവാരം ത
കർന്നുപോകാറുണ്ടെങ്കിലും ആളുകളെ ചിരിപ്പിക്കാനും പലപ്പോഴും
സന്ദർഭം നൽകാറുണ്ട്. അത്തരം ആക്ഷേപഹാസ്യവിമർശനപരിപാടി
യുടെ നല്ല അവതാരകരിൽ ഒരാളാണ് കെ വി മധു. തന്റെ ദൃശ്യമാധ്യമ
പ്രവർത്തനത്തിന് മധ്യേ ഇത്തരമൊരു പുസ്തകത്തിന് സമയം കണ്ടെത്തി
യ മധുവിനെ ഞാൻ അഭിനന്ദിക്കുന്നു.

നാടിനെയും പാവപ്പെട്ടവരെയും ജീവിത ദുരിതങ്ങളിൽനിന്ന് മോചി
പ്പിക്കാൻ വേണ്ടിയുള്ളതാണ് കമ്യൂണിസ്റ്റുകാരുടെ നിയമസഭാ പ്രവർ
ത്തനം. കേരളപ്പിറവിയുടെ 62 വർഷം പിന്നിടുമ്പോൾ ഞങ്ങളുടെ സ്വപ്
നങ്ങൾ സാക്ഷാൽക്കരിച്ചുവോ എന്ന് ചോദിച്ചാൽ ഒരു സാധാരണ മനു
ഷ്യന്റെ കേവലമായ സത്യസന്ധതയോടെ മറുപടി പറയാൻ ഞങ്ങൾ
ക്കാകും. നമ്മുടെ ജനതയേയും തലമുറയെയും വഞ്ചിച്ചിട്ടില്ലാ എന്ന്.
സോഷ്യലിസമെന്ന സ്വപ്നം പൂവണിഞ്ഞിട്ടില്ലായെന്നത് യാഥാർത്ഥ്യം.
എന്നാൽ ഐക്യകേരളം രൂപപ്പെട്ട കാലത്തെ നാടല്ല, ഇന്നത്തെ കേരളം.
ഈ മാറ്റത്തിന് നിയമസഭയ്ക്കകത്തും പുറത്തുമുള്ള കമ്യൂണിസ്റ്റുകാരുടെ
വിപ്ലവപോരാട്ടങ്ങൾ വലിയ പങ്കുവഹിച്ചു. അതിൽ പങ്കാളിയാകാൻ കഴി
ഞ്ഞതിലുള്ള അഭിമാനം ഞാൻ പങ്കുവയ്ക്കുന്നു. മധു തയാറാക്കിയ ഈ
പുസ്തകത്തിന് വിജയം നേരുന്നു.

ചിരിയുണർത്തുന്ന ചരിത്രം

ജോർജ്ജ് പുളിക്കൻ

ഹോങ്കോങ് ആസ്ഥാനമായി പ്രവർത്തിച്ചിരുന്ന ഫാർ ഈസ്റ്റേൺ ഇക്കോണമിക്ക് റിവ്യൂ എന്ന മാസിക ഒരിക്കൽ വിഖ്യാതപത്രാധിപരാ യിരുന്ന ഖുഷ്വന്ത്സിങ്ങിനോട് ഇന്ത്യൻ ഹ്യൂമറിനെക്കുറിച്ച് ഒരു ലേഖ നം എഴുതാൻ ആവശ്യപ്പെട്ടു. ഖുഷ്വന്ത്സിങ് വളരെ സന്തോഷത്തോടെ യാണ് അത് ഏറ്റെടുത്തത്. എന്നാൽ എഴുതാനിരുന്നപ്പോഴാണ് സംഗതി തമാശയല്ല വളരെ സീരിയസാണെന്ന് അദ്ദേഹത്തിന് മനസിലായത്. ഇന്ത്യൻ തമാശകളുടെ പുസ്തകങ്ങൾ തേടി സർദാർജി ഒരുപാട് അല ഞ്ഞെങ്കിലും ഒന്നും കണ്ടെത്താനായില്ല. ഒടുവിൽ, ഈ അനുഭവം വെച്ച് ഇന്ത്യൻ ഹ്യൂമർ എന്നൊരു സാധനം തന്നെ ഇല്ല എന്നുപറഞ്ഞ് ഒരു ലേഖനം തന്നെ അദ്ദേഹം എഴുതി. ഇന്ത്യൻ രാഷ്ട്രീയത്തെയും ലോക രാഷ്ട്രീയത്തെയും വിശദമായി വിലയിരുത്തിക്കൊണ്ട് എല്ലാവരോടും പ കയോടെ എന്ന വിഖ്യാത പംക്തി കൈകാര്യം ചെയ്തിരുന്ന ഖുഷ്വന്ത് സിംഗ് ഇങ്ങനെയൊരു കണ്ടെത്തൽ നടത്തിയതാണ് എല്ലാവരെയും അത്ഭുതപ്പെടുത്തിയത്. ഖുഷ്വന്ത്സിങ്ങിന്റെ നിഗമനം പൂർണമായും ശരി വെക്കാൻ ഏതായാലും നിർവാഹമില്ല.

ശുദ്ധഫലിതങ്ങളുടെ കാര്യത്തിൽ രാഷ്ട്രപിതാവായ മഹാത്മജി പോലും ഒട്ടും പിന്നിലായിരുന്നില്ല. സ്വാതന്ത്ര്യസമരകാലത്തൊരിക്കൽ ഗാന്ധിജിയും ബാലഗംഗാധരതിലകും ഒരുമിച്ചൊരു യോഗത്തിൽ പങ്കെ ടുക്കുകയായിരുന്നു. ഗാന്ധിജി പതിവുപോലെ കൃത്യസമയത്ത് സ്ഥല ത്തെത്തി. പത്തുമിനിട്ട് വൈകിയാണ് തിലകൻ യോഗത്തിനെത്തിയത്. പ്രസംഗത്തിനിടയിൽ ഗാന്ധിജി പറഞ്ഞു - ഇന്ത്യക്ക് സ്വാതന്ത്ര്യം കിട്ടാൻ പത്തുമിനിട്ടു വൈകിയാൽ അതിന്റെ ഉത്തരവാദി തിലകനായിരിക്കും.

ഗാന്ധിജിയുടെയും തന്നെ നിശിതമായി വിമർശിച്ചിരുന്ന കാർട്ടൂ

ണിസ്റ്റ് ശങ്കരിനോട് തന്നെ ഒഴിവാക്കരുതെന്ന് പറഞ്ഞ നെഹ്റുവിന്റെയും കാലമൊക്കെ കഴിഞ്ഞ് ഇന്ദിരയിലേക്കും അടിയന്തരാവസ്ഥയിലേക്കു മൊക്കെ എത്തിയപ്പോൾ രാഷ്ട്രീയത്തിലെ ചിരി ഭാവങ്ങൾക്കും പ്രകടമായ ചില മാറ്റങ്ങൾ വന്നുവെന്നത് ശരിയാണ്. കളിയും ചിരിയുമൊക്കെ ഒപ്പം നിൽക്കുന്നവർക്കും ഒത്തുപറയുന്നവർക്കും മാത്രം പറയാവുന്ന അവസ്ഥ യിലേക്ക് മാറ്റപ്പെട്ടു. ആദർശം ആളോഹരിവരുമാനത്തിനുള്ള കുറുക്കു വഴികളും ചുളുക്കുവേലകളും കൊണ്ട് നിറഞ്ഞപ്പോൾ നിർദ്ദോഷഫലി തങ്ങളും നിറചിരികളും പരിഹാസത്തിലേക്ക് വഴിമാറി. അതോടെ നേതാ ക്കളുടെ വാക്കുകളും പ്രവൃത്തികളും കാർട്ടൂണിസ്റ്റുകളുടെ സഹായ മില്ലാതെ രാജ്യത്തെ ചിരിപ്പിക്കാൻ തുടങ്ങി എന്നതും വസ്തുതയാണ്. ഇന്ത്യൻ രാഷ്ട്രീയത്തിലേക്ക് ബുദ്ധിപരമായും അതൊട്ടുമില്ലാതെയും നോക്കുന്നവർക്കും ചിരിക്കാതിരിക്കാനാവാത്ത അവസ്ഥ ഉറവപൊട്ടിയത് ഈ സാഹചര്യത്തിലാണ്.

ഇന്ത്യ കണ്ട അഴിമതിക്കേസുകളിലൊന്നായ കാലിത്തീറ്റകുംകോ ണത്തിൽ ഭർത്താവ് പിടിക്കപ്പെട്ടപ്പോൾ കാലികളെ മേയ്ച്ചു നടന്ന ഭാര്യയെ മുഖ്യമന്ത്രിയാക്കുന്ന ലാലുപ്രസാദ് യാദവിന്റെ സിംഗിൽമാൻ കോമഡി ഷോ കണ്ട് ആർക്കും ഓർത്തും പേർത്തും ചിരിക്കാവുന്നതേ യുള്ളൂ. ലാലുവിന്റെ അരുമശിഷ്യനും ഇന്ത്യൻ രാഷ്ട്രീയത്തിൽ നിറഞ്ഞു പരന്നൊഴുകി നടക്കുന്ന നേതാവുമായ രാം വിലാസ് പസ്വാൻ എന്ന നേതാവിന്റെ ചരിത്രം ഇന്ത്യൻ തമാശകളിൽ ഒഴിച്ചുകൂടാനാവാത്ത അ ധ്യായമാകുന്നത് അദ്ദേഹത്തിന്റെ പ്രവൃത്തികളിലൂടെയാണ്. മുന്നണി യുടെ ഗുണവും മണവുമൊന്നും ഭേദമില്ലാതെ, വി പി സിങ്, എച്ച് ഡി ദേവഗൗഡ, ഐ കെ ഗുജ്റാൾ എ ബി വാജ്പേയി, ഡോ. മൻമോഹൻ സിങ്, ഇപ്പോൾ നരേന്ദ്ര മോദി – എന്നിങ്ങനെ ഇതേവരെ ആറുപ്രധാന മന്ത്രിമാരുടെ കീഴിൽ അദ്ദേഹം കേന്ദ്രമന്ത്രിയായി എന്നതുതന്നെ എത്ര വലിയ തമാശയാണ്. അടുത്ത തവണ കോൺഗ്രസ് അധികാരത്തിലെ ത്തിയാലും പാസ്വാൻ മന്ത്രിയാകില്ലെന്നാരു കണ്ടു. ആദർശം ഇരുമ്പുല ക്കയല്ല. അധികാരമാണ് ആദർശം. ഒരേപായിൽ കിടന്നുറങ്ങുകയും കാലത്ത് ഉണരുമ്പോൾ കിടന്നപായിൽ കാണാത്തതുമായ പലനിറ ത്തിലും തരത്തിലും തലത്തിലുമുള്ള എത്രയോ നേതാക്കളാണ് ഇങ്ങനെ നിത്യവും നമ്മളെ ചിരിപ്പിച്ചുകൊണ്ടിരിക്കുന്നത്. പ്രവൃത്തിപോലെ വാ ക്കുകളും ഒരുപാട് ചിരിയുണർത്തുന്നുണ്ട്. നമ്മുടെ നേതാക്കൾ ഇന്നു പറയുന്ന വാക്കുകൾ തമാശകളാകുന്നത് രണ്ടുദിവസം കഴിഞ്ഞിട്ടായി രിക്കും എന്നുമാത്രം. തികഞ്ഞ ആത്മാർഥതയോടെ ആശയവ്യക്തത യോടെ ശക്തമായി പറയുന്ന കാര്യങ്ങൾ പിറ്റേന്ന് അതിനേക്കാൾ ആ ത്മാർഥതയോടെ മാറ്റിപ്പറയുമ്പോൾ എങ്ങനെ ചിരിക്കാതിരിക്കും.

മരം ഒരു വരമാണെങ്കിൽ കേരളത്തിൽ ചിരി ഒരു വൻമരമാണ്. മുഖ്യ മന്ത്രിയും മുക്കിലെ മുറുക്കാൻകടക്കാരനും ഒരേപോലെ രാഷ്ട്രീയം പറ യുകയും അതിലെ രസച്ചരടുകൾ ഇഴപിരിച്ചെടുത്ത് പൊട്ടിച്ചിരിക്കുകയും

ചെയ്യുന്ന രാഷ്ട്രീയമാണ് നമ്മുടെ പാരമ്പര്യം.

തിരുക്കൊച്ചി മുഖ്യമന്ത്രിയായിരിക്കെ പനമ്പിള്ളി ഗോവിന്ദമേനോനെ നോക്കി എക്കാലത്തും നിങ്ങളായിരിക്കില്ല ആ കസേരയിൽ ഇരിക്കുന്നത് എന്ന് പ്രതിപക്ഷനേതാവ് ടി വി തോമസ് വെല്ലുവിളിക്കുമ്പോൾ ഈ കസേരയിൽ ഇരിക്കാൻ തോമസിന് മൂട്ടയായി ജനിക്കേണ്ടി വരും എന്ന പനമ്പിള്ളിയുടെ തിരിച്ചടി വായിക്കുമ്പോൾ അതിലെ പ്രവചന സ്വഭാവ മോർത്ത് അക്കാലത്തെപ്പോലെ ഇക്കാലത്തും മലയാളിക്ക് ചിരിക്കാതി രിക്കാനാവില്ല.

സ്വത്തെല്ലാം പാർട്ടിക്കുവേണ്ടി സംഭാവന ചെയ്ത ഏലംകുളത്തു മനയ്ക്കൽ ശങ്കരൻ നമ്പൂതിരിപ്പാടിനോട് മനയ്ക്കൽ നെല്ലു വിൽക്കാ നുണ്ടോ എന്നു ചോദിക്കുന്നയാളോട് നെല്ലൊട്ടുമില്ല വിക്കലേയുള്ളൂ എന്ന് വിക്കുണ്ടായിരുന്ന ഇ എം എസിന്റെ മറുപടി അക്കാലത്ത് മറക്കുടയ്ക്കു ള്ളിൽ പോലും പൊട്ടിച്ചിരിയുയർത്തി.

ജോസഫ് ചാഴിക്കാടൻ പ്രജാ സോഷ്യലിസ്റ്റ് പാർട്ടിയിൽ പ്രവർ ത്തിക്കുന്ന കാലത്താണ് 1964 ൽ കോൺഗ്രസിൽ ഉരുൾപൊട്ടലുണ്ടായതും കേരളാ കോൺഗ്രസ് രൂപംകൊണ്ടതും. പട്ടം പഞ്ചാബിലെ ഗവർണറാ യിപ്പോയതോടെ പി എസ് പി പഞ്ചറായിപ്പോയി. ഇനിയും ആ പാർട്ടി യിൽ നിന്നാൽ രക്ഷയില്ലെന്നു ബോധ്യമായ ചാഴിക്കാടൻ കേരളാ കോൺ ഗ്രസ് വലയത്തിലായി. അപ്പോൾ പത്രക്കാർ ചോദിച്ചു, എന്താ ഇങ്ങനെ?. മറുപടിക്കായി ചാഴിക്കാടന് ഒട്ടും ആലോചിക്കേണ്ടിവന്നില്ല. അദ്ദേഹം ഒന്നുമില്ല. നാം കയറിയ വണ്ടി കേടായാൽ എന്തു ചെയ്യണം. വഴിക്കു നിന്നാൽ മതിയോ. പിന്നെ കിട്ടുന്ന വണ്ടിയിൽ കയറി യാത്ര തുടരണം. അത്രയേ ഉണ്ടായുള്ളൂ. കൂടുവിട്ടു കൂടുമാറുന്ന പുതിയകാല നേതാക്കൾ കൂറുമാറ്റത്തിന്റെ ജാള്യം മറയ്ക്കാനായി നടത്തുന്ന താത്വികമായ അവ ലോകനങ്ങൾ കേൾക്കുമ്പോൾ ചാഴിക്കാടനെ എങ്ങനെ സ്തുതിക്കാതി രിക്കും, എങ്ങനെ ചിരിക്കാതിരിക്കും.

ഒരിക്കൽ സി എച്ച് മുഹമ്മദ്കോയയുടെ പത്രസമ്മേളനം തുടങ്ങു കയാണ്. ഒരു ലേഖകന്റെ ചോദ്യം – ജനാബ് ഇന്ന് ഷേവ് ചെയ്തത് ശരിയായില്ലല്ലോ.

സി എച്ചിന്റെ മറുപടിക്ക് നല്ല മൂർച്ചയുണ്ടായിരുന്നു – ഷേവ് ചെ യ്തു തരുന്നവരെല്ലാം പത്രക്കാരായി പോയതിനാൽ കിട്ടിയ ഒരാളെ ക്കൊണ്ടു ഷേവ് ചെയ്ത് ഇങ്ങോട്ടു വന്നതാണ്. (ഇന്നാണെങ്കിൽ സി എ ച്ചിന്റെ വീട്ടിലേക്ക് പത്രപ്രവർത്തകർ മാർച്ച് നടത്തുമായിരുന്നില്ലേ.)

കേരളത്തിലെ ചിരി ഏറെയും പൂത്തുലയുന്നത് നമ്മുടെ നിയമസഭയ് ക്കുള്ളിലാണ്. ഇ എം എസ്, പട്ടം താണുപിള്ള, ഇ കെ നായനാർ എന്നി വരടക്കമുള്ള മുഖ്യമന്ത്രിമാരും എം എൻ ഗോവിന്ദൻനായരും ജോസഫ് ചാഴിക്കാടനും, ടി വി തോമസും തോപ്പിൽഭാസിയും സി എച്ച് മുഹമ്മദു കോയയും സീതിഹാജിയും കെ നാരായണക്കുറുപ്പും സി ബി സി വാ ര്യരും ലോനപ്പൻ നമ്പാടനും അടക്കമുള്ള ഫലിത സമ്രാട്ടുകളും തൊടു

ത്തുവിട്ട ഫലിതങ്ങളേറ്റ് നിയമസഭയും കേരളവും ഇത്തിരി ചിരിച്ചു. ഇത്തരം ചിരിയുടെ രസക്കൂട്ടുകളാണ് പലപ്പോഴും കേരള നിയമസഭയി ലേക്കും അതുവഴി രാഷ്ട്രീയചരിത്രത്തിലേക്കും നമ്മെ അടുപ്പിച്ചു നിർ ത്തുന്നത്. ചരിത്രം അരസികമായാൽ അതിന്റെ പടിപ്പുരയിലേക്ക് ആരെ ങ്കിലും കടന്നെത്തുമോ. ചിരിക്കാത്ത അധികാരകേന്ദ്രങ്ങൾ ചലിക്കാത്ത നിർമിതികളുടെ സൃഷ്ടാക്കളാകും.

നിയമസഭയിൽ ഒരു ഫലിതതാരമായി അറിയപ്പെടുന്ന ആളല്ല കോടി യേരി ബാലകൃഷ്ണൻ. എന്നാൽ തന്റെ പ്രസംഗങ്ങളിലെല്ലാം അദ്ദേഹം തൊടുത്തുവിടുന്ന കൊച്ചുകൊച്ചു രസക്കഥകളും ഫലിതപ്രയോഗങ്ങളും എതിരാളികളിൽപ്പോലും ചിരിയുണർത്തുന്നതാണ്. മറ്റുള്ളവരെ ചിരിപ്പി ക്കുമ്പോൾ സ്വയം ചിരിക്കാനുള്ള കഴിവുകൂടി കോടിയേരിക്കുണ്ടെന്നതും അദ്ദേഹത്തെ മറ്റുള്ളവരിൽ വേറിട്ടുനിർത്തുന്നു.

1982 ലാണ് കോടിയേരി ബാലകൃഷ്ണൻ തലശ്ശേരിയിൽനിന്ന് ആദ്യ മായി ജനപ്രതിനിധിയാകുന്നത്. 1982 മുതൽ 1987 വരെയുള്ള കാലത്ത് അദ്ദേഹം നടത്തിയ നിയമസഭാ പ്രസംഗങ്ങളാണ് ഈ പുസ്തകത്തിന്റെ ഉള്ളടക്കം. കെ കരുണാകരൻ മന്ത്രിസഭയ്ക്കെതിരെ കോടിയേരി നട ത്തുന്ന കടന്നാക്രമണങ്ങളും സ്വന്തമായ പ്രയോഗങ്ങളും സഭയെ ഒന്നടങ്കം ചിരിപ്പിക്കുന്നതും ചിന്തിപ്പിക്കുന്നതുമാണ്. കോടിയേരിയുടെ പ്രസംഗഫലി തങ്ങൾ സമാഹരിച്ച് ചിരിയുടെ കൊടിയേറ്റം തീർത്ത മാധ്യമപ്രവർത്ത കനും ഏഷ്യാനെറ്റ് ന്യൂസിലെ വിമർശഹാസ്യപരിപാടിയായ ചിത്രം വി ചിത്രത്തിന്റെ അവതാരകനുമായ കെ വി മധു ഈ പ്രസംഗ സമാഹര ണത്തിലും കോടിയേരിച്ചിരിയുടെ ധർമം കാത്തുസൂക്ഷിക്കുന്നുണ്ട്. ഒരു പുതുമുഖത്തിന്റെ പതർച്ചകളേതുമില്ലാതെ പ്രസംഗങ്ങളിലുടനീളം കോ ടിയേരി കരുതിവെക്കുന്ന നർമം തന്നെയാണ് ഈ പുസ്തകത്തെ വായ നക്കാരിലേക്ക് അടുപ്പിക്കുന്നത്. കോടിയേരിയൻ ശൈലിയിൽ മർമത്തിൽ കുത്തിയുള്ള നർമവും ഫലിതപ്രയോഗങ്ങളും കൊണ്ടു സമ്പന്നമാണ് ഈ ഇരുപത്തിരണ്ട് പ്രസംഗങ്ങൾ. ചുറ്റുപാടും നടക്കുന്ന സംഭവങ്ങളെ ക്കുറിച്ചുള്ള നിരീക്ഷണങ്ങളും വായനയിലൂടെ ലഭിച്ച വസ്തുതകളും ഉൾ ച്ചേർത്ത് വർത്തമാനം പറയുന്ന ശൈലിയിൽ കോടിയേരി പ്രസംഗിക്കു മ്പോൾ അത് ആരുടെയും ശ്രദ്ധപിടിച്ചുപറ്റുന്നു. പ്രസംഗത്തിൽ അമിതാ വേശം കാട്ടാത്തതുപോലെതന്നെ സഭ്യേതരമായ പ്രയോഗങ്ങളിലേ ക്കൊന്നും കടക്കുന്നില്ല എന്നതും പുതിയ തലമുറ ആവേശകുമാരന്മാർക്ക് മാതൃകയാക്കാവുന്ന കാര്യമാണ്.

വയലാർരവിയുടെ കൊച്ചുമകളും മന്ത്രിപദമോഹങ്ങളും എന്ന അധ്യായത്തിൽ കോൺഗ്രസുകാരുടെ മന്ത്രിപദമോഹങ്ങളെ കളിയാക്കാൻ കോടിയേരി പ്രയോഗിക്കുന്ന തന്ത്രം ആരെയും അത്ഭുതപ്പെടുത്തും. ഈ വർഷം ഇന്ത്യാടുഡേ പുരസ്കാരം നേടിയ തിരുവനന്തപുരത്തുകാരിയായ ലിസ രേഖപ്പെടുത്തിയ അഭിപ്രായം ഞാൻ ഇവിടെ വായിക്കുകയാണ് – ഇന്ദിരാകോൺഗ്രസിലെ എല്ലാ എം എൽ എമാരും മന്ത്രിമാരാകാൻ

വെമ്പൽ കാണിക്കുന്നു. എന്റെ അച്ഛൻ ഉൾപ്പെടെ എല്ലാ മന്ത്രിമാരും മുഖ്യ മന്ത്രിയാകാൻ കൊതിക്കുന്നു. ഇവരാരും രാജ്യത്തിനു ഗുണകരമായി ഒരു ചുക്കും ചെയ്തിട്ടില്ല. തന്നത്താൻ കേമരാകാൻ രാപ്പകൽ പരസ്പരം വേല വെക്കുകയാണ് ഇതു പറഞ്ഞത് മലയാള ചലച്ചിത്ര ബാലനടികൂടിയായ ചക്കിയെന്ന് വിളിക്കുന്ന നമ്മുടെ ബഹുമാനപ്പെട്ട ആഭ്യന്തരമന്ത്രി വയ ലാർ രവിയുടെ കൊച്ചുമകളാണ്. എന്നുകൂടി പറഞ്ഞ് അവസാനിപ്പിക്കു ന്നിടത്താണ് കോടിയേരിയുടെ ഒടിയൻ വിദ്യ.

അവനവനാത്മ സുഖത്തിനാചരിക്കുന്നത് അവനവന് ഗുണത്തിനായ് വരേണം എന്ന അധ്യായത്തിൽ ഐക്യജനാധിപത്യമുന്നണിയിലെ വിവിധ പാർട്ടികളുടെ പിളർപ്പിനെ കളിയാക്കുന്ന കൂട്ടത്തിൽ ഒരംഗം മാ ത്രമുള്ള സി എം സുന്ദരത്തിന്റെ പാർട്ടി മാത്രം പിളരാത്തതിന്റെ കാരണം കോടിയേരിക്കുമാത്രം അറിയാവുന്ന രഹസ്യമാണ്. അതദ്ദേഹം വെളി പ്പെടുത്തുന്നു. സുന്ദരം സ്വാമിയുടെ പാർട്ടി പിളരുന്നതിന് ഒരു ചാൻസു മില്ല. ആ പാർട്ടിയുടെ പ്രസിഡന്റ് സുന്ദരമാണ്. സെക്രട്ടറി സുന്ദരമാണ്. പാർലമെന്ററി പാർട്ടി ലീഡറും ചീഫ് വിപ്പും എല്ലാം സുന്ദരമാണ്. പില രാൻ ഒരു നിവൃത്തിയുമില്ല.

സുന്ദരം സ്വാമിയുടെ പാർട്ടിയുടെ ഗതി ഇതാണെങ്കിൽ സി പി ഐ (എം) വിട്ട് കമ്മ്യൂണിസ്റ്റ് മാർക്സിസ്റ്റ് പാർട്ടി എന്ന സി എം പിയുണ്ടാക്കി കരുണാകരനും കൂട്ടർക്കും ഒപ്പം കൂടിയ എം വി രാഘവനെക്കുറിച്ച് പറയാൻ ഇത്രമാത്രം: രാഘവന്റെ പാർട്ടി മാർക്സിസ്റ്റ് പാർട്ടിയുമല്ല, ക മ്യൂണിസ്റ്റ് പാർട്ടിയുമല്ല. പനിനീർപ്പൂവ് പറിച്ചെടുത്ത് കുടിച്ച് ചവച്ചിറക്കി മീതെ ഒരു ഒരിറക്ക് വെള്ളം കുടിച്ചാൽ മുകളിൽ എപ്പോഴും പനിനീ രിന്റെ മണമുണ്ടാകും എന്നു കരുതുന്ന വിഡ്ഢികൾക്കുമാത്രമേ രാ ഘവന്റെ പാർട്ടിയെ കമ്മ്യൂണിസ്റ്റ് പാർട്ടി എന്നു വിളിക്കാൻ കഴിയൂ.

പ്രസംഗത്തിൽ അദ്ദേഹം നടത്തുന്ന നിർദ്ദോഷമെന്നു തോന്നുമെ ങ്കിലും തുളച്ചുകയറുന്ന പരിഹാസങ്ങൾ ചിരിയോടൊപ്പം എതിരാളിക ളുടെ തൊലിക്കട്ടിയുടെ കട്ടികൂടി പരിശോധിക്കും. തങ്കമണി സംഭവത്തെ ത്തുടർന്ന് മീശപറിച്ച പോലീസുകാരെപ്പേടിച്ച് മീശ വടിച്ചിട്ടു സ്റ്റേഷ നിൽ പോയ അച്ഛന്റെയും മകന്റെയും ഉടുതുണി പറിച്ചകഥ പറയുമ്പോൾ ഏത് ഭരണാധികാരിയാണ് ചിരിച്ചുചിരിച്ചു ചുളിപ്പോകാത്ത്.

പാലക്കാട് റെയിൽവേ കോച്ചു ഫാക്ടറി ഹരിയാനയിലേക്ക് കൊണ്ടു പോയപ്പോൾ കോടിയേരി കരുണാകരനോട് ചോദിക്കുന്നു "കരുണാകരന് രക്തം തിളയ്ക്കുന്നില്ലെങ്കിൽ മൂത്രമെങ്കിലും ഒന്നു തിളയ്ക്കണ്ടേ സാർ." ഇത്തരത്തിൽ കോടിയേരി നടത്തുന്ന നാടൻ പ്രയോഗങ്ങൾ വളരെ രസ കരമാണ്. മുസ്ലിംലീഗും കേരളാ കോൺഗ്രസും കോൺഗ്രസ് ഐക്ക് എരിമാങ്ങപോലെയാണ്. ഒരേ സമയത്ത് കണ്ണിൽ വെള്ളമൂറും, നാവിൽ രുചിയും.

തിരഞ്ഞെടുപ്പ് ലാക്കാക്കി സൗജന്യ റേഷൻ അനുവദിച്ചത് കോഴിക്ക് എള്ളു കൊടുക്കുന്നതുപോലെയാണത്രെ. മൂത്തകോഴിക്ക് സാധാരണഗ

തിയിൽ കാരണവന്മാർ എള്ളുകൊടുക്കുന്നത് കോഴിയോടുള്ള സ്നേഹം കൊണ്ടാണെന്നാണ് പറയുന്നത്. എള്ളുകൊടുത്താൽ മൂത്ത എല്ലിന്റെ മൂപ്പ് കുറഞ്ഞുകിട്ടും. അതുകൊണ്ട് മാംസവും എല്ലും ഒന്നിച്ചു ഭക്ഷിക്കാം.

റോക്കറ്റിന്റെ വേഗത്തിലല്ല, കരുണാകരൻ ഭരിക്കുമ്പോൾ സാധന ങ്ങളുടെ വില കയറുന്നത് അണ്ണാൻ മരത്തിൽ കയറുന്നതുപോലെയാ ണെന്നാണ് മറ്റൊരു പ്രയോഗം. അണ്ണാൻ മരത്തിൽ കയറുമ്പോൾ ഒരു പടി ഇറങ്ങും. എന്നിട്ട് പിന്നെയും ചാടിക്കയറുമ്പോൾ അതിന്റെ ഇര ട്ടിപ്പടി കയറും. അതുപോലെ സാധനവിലയുടെ കാര്യത്തിലും ഇതാവർ ത്തിച്ചുകൊണ്ടേയിരിക്കുകയാണ്. ഒരു രൂപ സാധനത്തിന്റെ വില രണ്ടു രൂപയായി വർധിക്കും. എന്നിട്ട് ഇരുപതു പൈസ് കുറയ്ക്കും.

പക്ഷപാതരഹിതമായ രാഷ്ട്രീയചരിത്രനിർമിതി വളരെ പരിമിതമായ കേരളത്തിൽ കേരളനിയമസഭാ ചരിത്രത്തിലെ ഒരു നിർണായകകാല ഘട്ടം അടയാളപ്പെടുത്തുന്ന കെ വി മധുവിന്റെ ഈ ഉദ്യമം ചരിത്രവി ദ്യാർഥികൾക്ക് വലിയ മുതൽക്കൂട്ടാകും എന്ന കാര്യത്തിൽ സംശയമില്ല.

ആര്‍ ബാലകൃഷ്ണപിള്ളയും ഹിറ്റാച്ചി കമ്പനിയും തമ്മിലെന്ത്?

(**കേ**രള രാഷ്ട്രീയത്തില്‍ വമ്പന്‍ ചലനങ്ങളുണ്ടാക്കിയ നിരവധി അഴിമതിയാരോപണങ്ങള്‍ ഉയര്‍ന്നുവന്നിട്ടുണ്ടെങ്കിലും അതില്‍ മിക്കതും ആദ്യമായി ഉന്നയിക്കപ്പെട്ടത് നിയമസഭയിലല്ല. ജനപ്രതിനിധിയുടെ സുര ക്ഷിതത്വങ്ങള്‍ കല്‍പ്പിക്കപ്പെടുന്ന നിയമസഭയില്‍ അത്തരം ആരോപണ ങ്ങള്‍ ഉന്നയിക്കാന്‍ പലവിധ കടമ്പകളുണ്ട്. മാത്രമല്ല രേഖകളുടെ അടി സ്ഥാനത്തില്‍ സ്പീക്കറുടെ അനുമതിവാങ്ങുന്നതുള്‍പ്പെടെയുള്ള നടപ ടികള്‍ പൂര്‍ത്തിയാക്കേണ്ടതുമുണ്ട്. കേരളരാഷ്ട്രീയത്തില്‍ നിരവധി ദശാ ബ്ദക്കാലം സജീവമായി നിലനിന്ന ഇടമലയാര്‍ അഴിമതിക്കേസ് വിശദ മായി നിയമസഭയില്‍ ആദ്യമായി ഉന്നയിക്കപ്പെട്ടത് 1982 ലായിരുന്നു. 1982-83 സാമ്പത്തിക വര്‍ഷത്തേക്കുള്ള പുതുക്കിയ ബജറ്റിന്മേലുള്ള പൊതുചര്‍ച്ചയില്‍ കോടിയേരി ബാലകൃഷ്ണന്‍ ആര്‍ ബാലകൃഷ്ണപ്പി ള്ളയ്ക്കെതിരായ ആരോപണം വിശദമായി ഉന്നയിച്ചു. ആര്‍ ബാലകൃഷ് ണപ്പിള്ളയ്ക്ക് പിന്നീട് തടവുശിക്ഷവരെ ലഭിക്കാന്‍ ഇടയാക്കി ഇടമല യാര്‍ കേസ്. 1982 ജൂലൈ ആറിന് നടത്തിയ പ്രസംഗത്തിനിടെയായിരു ന്നു കോടിയേരിയുടെ ആരോപണം.)

സര്‍,

ഈ ബഡ്ജറ്റ് സമ്പന്നന്മാരുടെ താല്‍പര്യം സംരക്ഷിക്കുന്നതാണ്. കേരളത്തിലെ അധ്വാനിക്കുന്ന ജനവിഭാഗത്തിന്റെ പിച്ചച്ചട്ടിയില്‍ കൈയി ട്ടുവാരുന്ന നിര്‍ദ്ദേശങ്ങളാണ് ധനമന്ത്രി അവതരിപ്പിച്ചിരിക്കുന്നത്. കേര ളത്തിലെ രണ്ട് ലക്ഷത്തോളം വരുന്ന കൈത്തറി തൊഴിലാളികള്‍ ഇന്ന് തൊഴില്‍ രഹിതരാണ്. കൈത്തറി സ്തംഭനം ഉണ്ടായിട്ടുള്ളത് നൂലി ന്റെയും ചായത്തിന്റെയും വിലക്കയറ്റംമൂലമാണ്. ചായത്തിന്റെ ടാക്സ് മൂന്ന് ശതമാനം വര്‍ദ്ധിപ്പിച്ചുകൊണ്ട് ധനമന്ത്രി കൈത്തറിതൊഴിലാളിക

ളെ മുഴുപ്പട്ടിണിയിലേക്ക് തള്ളിയിട്ടിരിക്കുകയാണ്. ആ നികുതി നിർദ്ദേ
ശം പിൻവലിക്കണം. അതുപോലെ കേരളത്തിലെ ബീഡിത്തൊഴിലാളി
കളുടെ കാര്യം. രണ്ടുലക്ഷത്തോളം വരുന്ന ബീഡിത്തൊഴിലാളികൾ രാ
വിലെ മുതൽ വൈകുന്നേരം വരെ ജോലി ചെയ്താൽ എട്ടുരൂപപോലും
ഉണ്ടാക്കാൻ കഴിയാത്ത സാഹചര്യമാണ്. അവർക്ക് വേണ്ടി കേന്ദ്രസർ
ക്കാർ ആവിഷ്കരിച്ച ഭവനപദ്ധതിക്കായി ചില്ലിക്കാശുപോലും നീക്കിവ
ച്ചിട്ടില്ല.

ഇലക്ട്രിസിറ്റി ബോർഡ് ആകെ ഇരുട്ടിൽ തപ്പുകയാണ്. ഇലക്ട്രി
സിറ്റി ബോർഡിനെ സംബന്ധിച്ച് സമഗ്രമായ ഒരു അന്വേഷണം വേണ
മെന്നാവശ്യപ്പെട്ട് ഹൈക്കോടതിയിൽ ഒരു ഹർജി സമർപ്പിക്കപ്പെട്ടിട്ടുണ്ട്.
ഇന്നത്തെ വൈദ്യുതിമന്ത്രി ആർ ബാലകൃഷ്ണപ്പിള്ളയ്ക്കെതിരെ ജുഡീ
ഷ്യൽ അന്വേഷണം വേണമെന്ന ആവശ്യവും ഉയർന്നുവന്നിട്ടുണ്ട്. ഇതു
സംബന്ധിച്ച് ചില കാര്യങ്ങൾ ചൂണ്ടിക്കാണിക്കാൻ ഞാൻ ആഗ്രഹിക്കു
ന്നു.

സഖാവ് കെ പി പ്രഭാകരൻ വൈദ്യുതി മന്ത്രിയായിരുന്ന കാലത്ത്
ഇടമലയാർ പദ്ധതിയുടെ പ്രവർത്തനം സ്തംഭിപ്പിച്ച് ഗവൺമെന്റിനും
ബോർഡിനും നഷ്ടം വരുത്തിവച്ച ഹിന്ദുസ്ഥാൻ കൺസ്ട്രക്ഷൻ കമ്പ
നിക്ക് നഷ്ടപരിഹാരത്തിന് വേണ്ടി നോട്ടീസ് നൽകിയിരുന്നു. പക്ഷേ,
കമ്പനിക്ക് അവർ സഹിച്ചു എന്നുപറയുന്ന നഷ്ടത്തിന്റെ പേരിൽ ഒരു
കോടി 47 ലക്ഷം രൂപ ആർ ബാലകൃഷ്ണപ്പിള്ള വൈദ്യുതി മന്ത്രിയായി
രുന്ന കാലത്ത് ഇളവ് നൽകിക്കൊടുത്തു. ഇപ്പോഴത്തെ ഇലക്ട്രിസിറ്റി
ബോർഡിലെ ചീഫ് എഞ്ചിനീയറും അന്ന് ഇടമലയാർ പ്രൊജക്ട് സൂപ്ര
ണ്ടിംഗ് എഞ്ചിനീയറുമായിരുന്ന ശ്രീമാൻ ജോസഫ് നിർദ്ദേശിച്ചതിന് വി
രുദ്ധമായിട്ടാണ് ഈ തുക ഹിന്ദുസ്ഥാൻ കൺസ്ട്രക്ഷൻ കമ്പനിക്ക് നൽ
കിയിട്ടുള്ളത്. ചീഫ് സിവിൽ എഞ്ചിനീയർക്ക് അക്കാലത്തെ ഇടമലയാർ
പ്രൊഡക്ടിന്റെ സൂപ്രണ്ടിംഗ് എഞ്ചിനീയർ ജോസഫ് തന്നെ എഴുതിയ
കത്ത് ബാലകൃഷ്ണപ്പിള്ളയുടെ പക്കൽ ഉണ്ടായിരിക്കുമെന്നാണ് തോ
ന്നുന്നത്. കത്ത് എന്റെ കൈയിലുമുണ്ട്. 2.5.1980 ലാണ് ആ കത്തെഴുതി
യത്.

സാം ഉമ്മൻ	: സർ പോയിന്റ് ഓഫ് ഓർഡർ. ഒരുകത്തിന്റെ ഉള്ളടക്കത്തെക്കുറിച്ചാണ് ഇവിടെ സംസാരി ക്കുന്നത്. ആ കത്ത് മേശപ്പുറത്ത് വയ്ക്കാതെ വായിക്കുന്നത് ശരിയാണോ?
ശ്രീ. കോടിയേരി	: കത്ത് മേശപ്പുറത്ത് വയ്ക്കും. തികഞ്ഞ ആർ ജ്ജവത്തോടെയാണ് സർ, ഞാനിത് ഉന്നയി ക്കുന്നത്.
ശ്രീ. ആർ ബാലകൃഷ്ണ പ്പിള്ള	: സർ, പോയിന്റ് ഓഫ് ഓർഡർ. ഇവിടെ ഈ നിയമസഭയിൽ ഒരു പുതിയ അംഗമാണ് ശ്രീ.

ബാലകൃഷ്ണൻ. അദ്ദേഹം ഇപ്പോൾ എനി ക്കെതിരെ ഒരു ആരോപണം ഉന്നയിക്കുക യാണ്. ഈ സഭയിലെ ചട്ടങ്ങൾ അനുസരിച്ച് ആരോപണം ഉന്നയിക്കുമ്പോൾ അത് നേര ത്തെ എഴുതിക്കൊടുക്കേണ്ടതുണ്ട്. ബന്ധ പ്പെട്ട ഫയലുകൾ നേരത്തെ എടുത്തുവച്ച് മറുപടി പറയാൻ അവസരം തരുന്നതിന് വേണ്ടിയാണത്. ഇക്കാര്യം ചട്ടങ്ങളിലുള്ള താണ്. എഴുതിക്കൊടുക്കാതെ അദ്ദേഹത്തി ന് ചട്ടങ്ങൾ അറിഞ്ഞുകൂടാത്തതുകൊണ്ടായി രിക്കാം ഇത് ചെയ്യുന്നത്. ഇത് ഓർഡറി ലാണോ.

ശ്രീമതി. കെ ആർ ഗൗരി : റൂളിംഗിന് മുമ്പ് ഒരുകാര്യം പറയാനുണ്ട്. ഇതൊരു ബഡ്ജറ്റു പ്രസംഗമാണ്. മറുപടി പറയാൻ മന്ത്രിക്ക് ഇഷ്ടംപോലെ സമയം കാണും. അതുകൊണ്ട് ഇവിടെ ഉന്നയിക്കരുത് എന്ന് പറയുന്നത് ശരിയല്ല. എഴുത്ത് വായി ച്ചാൽ കൂടിവന്നാൽ മേശപ്പുറത്ത് വയ്ക്കണ മെന്ന് പറയാം. അതല്ലാതെ ഇവിടെ നിയമ പ്രശ്നമൊന്നുമില്ല.

സ്പീക്കർ : ബഹുമാനപ്പെട്ട അംഗം വലിയ അഴിമതിയാ രോപണം ഒന്നും പറഞ്ഞില്ല. കമ്പനിക്ക് രൂപ കൊടുത്ത കാര്യം സംബന്ധിച്ച ഒരു എഴുത്തി ന്റെ കാര്യമാണ് പറഞ്ഞത്. മന്ത്രിക്ക് മറുപടി പറയുമ്പോൾ പറയാം.

കോടിയേരി
ബാലകൃഷ്ണൻ : സഖാവ് കെ പി പ്രഭാകരൻ മന്ത്രിയായിരുന്ന കാലത്ത് എത്തിച്ചേർന്ന നിഗമനത്തെ പോലും തള്ളിക്കളഞ്ഞുകൊണ്ട് ബാലകൃഷ് ണപ്പിള്ള തട്ടിക്കൂട്ടിയ ബോർഡ് ഖജനാവിൽ നിന്ന് 1 കോടി 47 ലക്ഷം രൂപ നൽകിയതിനെ സംബന്ധിച്ച് എന്താണ് ഈ സർക്കാരിന് പറ യാനുള്ളത് എന്നറിഞ്ഞാൽ കൊള്ളാം. വിദ്യു ച്ഛക്തി ബോർഡിന്റെ എല്ലാ പദ്ധതികളും ഈ നിലയിലാണ്.

മറ്റൊരു പ്രധാനസംഗതി കൂടി ഉയർന്നുവന്നിട്ടുണ്ട്. ജൂലൈ 4-ാം തീയതി പ്രസിദ്ധീകരിച്ച ഇന്ത്യൻ എക്സ്പ്രസ് ദിനപ്പത്രം ഈ ഗവൺ മെന്റ് ഏത് നിലയിലാണ് നീങ്ങിക്കൊണ്ടിരിക്കുന്നത് എന്ന് വ്യക്തമായി പറഞ്ഞിട്ടുണ്ട്. കല്ലട ഇറിഗേഷൻ പ്രോജക്ടിന് വേണ്ടിയുള്ള ടർബയിനും

ജനറേറ്ററും സ്വിച്ച്ഗിയറും സപ്ലൈ ചെയ്യുന്നതിന് വേണ്ടിയുള്ള ടെണ്ടർ വിളിച്ചപ്പോൾ ഏറ്റവും കുറഞ്ഞ ടെണ്ടർകാർക്കല്ല കൊടുക്കാൻ തീരുമാനിച്ചിരിക്കുന്നത്. ജപ്പാൻ കമ്പനിയായ ഹിറ്റാച്ചി കമ്പനിക്ക് ടെണ്ടർ സമ്മതിച്ചുകൊടുക്കാൻ പോകുന്നതായി വാർത്തവന്നിരിക്കുന്നു. ഏറ്റവും കുറഞ്ഞ ടെണ്ടർ നൽകിയ ഹംഗേറിയൻ കമ്പനിക്കും റുമേനിയൻ കമ്പനിക്കും കൊടുക്കാതെ ജപ്പാൻ കമ്പനിക്ക് വേണ്ടി സർക്കാർ മുന്നോട്ട് പോവുകയാണ്. ഹിറ്റാച്ചി കമ്പനിയുമായി ബാലകൃഷ്ണപ്പിള്ളയ്ക്കുള്ള ബന്ധമെന്താണ് എന്നറിയാൻ ഈ സഭയ്ക്ക് താൽപര്യമുണ്ട്.

മാണി പറഞ്ഞു ഈ സർക്കാർ ചെലവുചുരുക്കിക്കൊണ്ടുവരാൻ ശ്രമിക്കുകയാണ് എന്ന്. എന്നാൽ നമ്മുടെ ഉപമുഖ്യമന്ത്രി സി എച്ച് മുഹമ്മദ് കോയയ്ക്കും അദ്ദേഹത്തിന്റെ ഭാര്യയ്ക്കും ലണ്ടനിലേക്ക് ചികിത്സയ്ക്ക് പോകാൻ ഒരു ലക്ഷത്തി എൺപത്താറായിരം രൂപ സർക്കാരിൽനിന്നും അനുവദിച്ചിരിക്കുകയാണ്.

നാലകത്ത് സൂപ്പി	:	ബഹുമാനപ്പെട്ട മുൻമുഖ്യമന്ത്രി ഇ എം എസ് നമ്പൂതിരിപ്പാട് ചികിത്സാർത്ഥം സർക്കാർ ചെലവിൽ ജർമനിയിൽ പോയകാര്യം ബഹുമാനപ്പെട്ട മെമ്പർക്കറിയില്ലെങ്കിൽ എം വി രാഘവൻ പറഞ്ഞുകൊടുക്കണം. ഇങ്ങനെ നിരുത്തരവാദപരമായ കാര്യങ്ങൾ പറയുന്നത് ഓർഡറിലാണോ.
സ്പീക്കർ	:	ഇവർക്കെല്ലാം നിയമപരമായുള്ള ഫെസിലിറ്റീസാണ്. എല്ലാ പാർട്ടിയിലെ മന്ത്രിമാരും ഇങ്ങനെ ചികിത്സയ്ക്ക് പോയിട്ടുണ്ട്. ഇതിൽ നിയമപ്രശ്നമൊന്നുമില്ല.
കോടിയേരി	:	ഞാൻ പറയേണ്ടതുപറഞ്ഞു. മന്ത്രിമാർക്ക് മറുപടി പറയാൻ അവസരമുണ്ട്. അതുപോലെ വനസംരക്ഷണം. കണ്ണൂർ, കാസർകോഡ് ജില്ലകളിൽ വമ്പിച്ച വനംകൊള്ള നടക്കുകയാണ്. കെ പി നൂറുദ്ദീന്റെ പാർട്ടിക്കാരാണ് കൊള്ള നടത്തുന്നത്. കൂട്ടുനിൽക്കാത്ത ഉദ്യോഗസ്ഥർക്കാണെങ്കിൽ ഒരുരക്ഷയുമില്ല. ഈ സാഹചര്യത്തിൽ സാധാരണക്കാരന്റെ പിച്ചച്ചട്ടിയിൽ കൈയിട്ടുവാരുന്ന ഈ ബഡ്ജറ്റ് വലിച്ചെറിയേണ്ടതാണെന്ന് പറഞ്ഞുകൊണ്ട് ഞാൻ അവസാനിപ്പിക്കുന്നു.

ആർ എസ് എസും കേരള പൊലീസും ബോംബുനിർമ്മാണവും

(തലശ്ശേരിയിലുണ്ടായ ബോംബുസ്ഫോടനത്തെക്കുറിച്ചും പോലീസ് നടപടിയെക്കുറിച്ചും വിമർശിച്ചുകൊണ്ട് നിയമസഭയിൽ കോടി യേരി നടത്തിയ പ്രസ്താവന. 1982 ആഗസ്ത് 13 ന് നടത്തിയത്.)

ശ്രീ. കോടിയേരി
ബാലകൃഷ്ണൻ

: സർ ഇന്നലെ വൈകുന്നേരം 4 മണി ക്കുശേഷം തലശ്ശേരി എരഞ്ഞോലി പഞ്ചായ ത്തിൽ പെട്ട പെരിന്താറ്റിൽ ആർ എസ് എ സുകാരുടെ ശാഖ നടക്കുന്ന പറമ്പിൽ നടന്ന ബോംബ് സ്ഫോടനത്തിൽ 54 വയസ്സ് പ്രാ യമുള്ള മാധവി എന്നൊരു സ്ത്രീയെ പരിക്കേ റ്റ് തലശ്ശേരി ഗവൺമെന്റ് ആശുപത്രിയിൽ പ്ര വേശിപ്പിച്ചിരിക്കുകയാണ്. ഇത് ആർ എസ് എസുകാരുടെ ബോംബുനിർമാണ ശാലയാ ണ് എന്ന് മുൻകൂട്ടി പോലീസിന് വിവരം ല ഭിച്ചതാണ്. പക്ഷേ, പോലീസ് അവിടെ പരി ശോധിച്ചില്ലെന്ന് മാത്രമല്ല പ്രദേശത്ത് നിർ മിക്കുന്ന ബോംബുകളും മറ്റ് ആയുധങ്ങളും കടത്തിക്കൊണ്ടുപോകുന്നതിന് അവർക്ക് സൗകര്യം ചെയ്തുകൊടുക്കുകയുമുണ്ടായി. കെ എൽ സി 5726-ാം നമ്പർ കാറ് ഒരാഴ്ച മുമ്പ് തന്നെ അവിടെ നിന്ന് ബോംബുകളും ആയുധങ്ങളും കടത്തിക്കൊണ്ടുപോയതായി ഞാൻ ഇവിടെ ആക്ഷേപം ഉന്നയിക്കുകയാ

ണ് സർ.

കഴിഞ്ഞ ജൂലൈ 27 ന് ചെണ്ടയാട് എന്ന സ്ഥലത്ത് ബോംബ് സ്ഫോടനമുണ്ടായി. ആ സ്ഫോടനത്തിൽ ഒരുവീടാകെ തകർന്നുപോ വുകയും ചന്ദ്രൻ എന്ന് പറയുന്ന ആർ എസ് എസ് പ്രവർത്തകൻ മരി ക്കുകയുമുണ്ടായി. ആ മരണപ്പെട്ട ചന്ദ്രൻ ആറുമാസം മുമ്പ് വെള്ളാർ പ ടിയെന്ന സ്ഥലത്തുണ്ടായ ബോംബുസ്ഫോടനത്തിൽ മരണപ്പെട്ട സു രേന്ദ്രന്റെ കൂടെ പരിക്കുപറ്റിയ ആർ എസ് എസ് നേതാവാണ്. കണ്ണൂർ ജില്ലയിലെ അറിയപ്പെടുന്ന ബോംബുവിദഗ്ധനായ ചന്ദ്രൻ ചെണ്ടയാട് ബാലന്റെ വീട്ടിൽ ഒരു മാസം മുമ്പ് ക്യാമ്പുചെയ്തിട്ടുപോലും പോലീ സ് നടപടിയെടുത്തില്ല. ആർ എസ് എസുകാരെ ചോദ്യം ചെയ്യാൻ പോലും പോലീസ് തയാറായിട്ടില്ല. പാനൂരിലെ സ്പെഷ്യൽ ബ്രാഞ്ച് ഹെഡ്കോൺ സ്റ്റബിൾ പുരുഷു ആ വീടുമായി നിരന്തരമായി ബന്ധമുള്ള ആളാണ് എന്നതുകൊണ്ട് റിപ്പോർട്ട് കൊടുക്കാൻപോലും തയാറായില്ല. പോലീസും ആർ എസ് എസും തമ്മിലൊരു കൂട്ടുകെട്ട് നടക്കുകയാണ്. ഈ ബോംബു സ്ഫോടനം ഒരു പുതിയ കാര്യമല്ലാതായിരിക്കുകയാണ്.

മി. സ്പീക്കർ	: ഞാൻ 304 അനുസരിച്ച് ഈ സഭയിൽ ഇക്കാര്യം ഒന്ന് റെയിസ് ചെയ്യാൻ മാത്രമാണ് അനുവദിച്ചത്.
ശ്രീ. കോടിയേരി ബാലകൃഷ്ണൻ	: സർ, ഇത് ബോംബിന്റെ കാര്യമാണ് സർ.
മി. സ്പീക്കർ	: പ്രൈവറ്റ് മെമ്പേഴ്സ് ബിസിനസ് 10 മണിക്ക് ആരംഭിക്കേണ്ടതാണ്.
ശ്രീ. കോടിയേരി ബാലകൃഷ്ണൻ	: ചെങ്ങന്നൂരിലെ എ എസ് ഐയുടെ വീട്ടിൽ ബോംബുസ്ഫോടനമുണ്ടായി. അയാളുടെ മകൻ ആർ എസ് എസുകാരനാണ്. നമ്മുടെ സംസ്ഥാനത്തുടനീളം ആർ എസ് എസുകാർ ബോംബുനിർമാണം നടത്തിക്കൊണ്ടിരിക്കുക യാണ്. ചെണ്ടയാട് ബോംബുസ്ഫോടനമു ണ്ടായ സമയത്ത് ആർ എസ് എസുകാരുടെ ആഫീസ് പരിശോധിച്ചില്ല. തലശ്ശേരിയിലെ മാർക്സിസ്റ്റ് പ്രവർത്തകരായ 35 ഓളം സഖാ ക്കളെ അറസ്റ്റുചെയ്തു. 107-ാം വകുപ്പനുസ രിച്ച് കസ്റ്റഡിയിൽ വയ്ക്കുകയാണ് നമ്മുടെ ആഭ്യന്തരവകുപ്പ് മന്ത്രി ചെയ്തിരിക്കുന്നത്.
മി.സ്പീക്കർ	: ഇന്നലെ നടന്ന സംഭവം സഭയുടെ ശ്രദ്ധയിൽ കൊണ്ടുവരാൻ മാത്രമാണ് അനുവദിച്ചത്.
ശ്രീ. കോടിയേരി ബാലകൃഷ്ണൻ	: മഹാത്മാഗാന്ധിയെ കൊലചെയ്ത ആർ

എസ് എസിന്റെ കൊലയാളി സംഘത്തിന് മൗനാനുവാദം കൊടുത്തുകൊണ്ട് അക്രമം നടത്താൻ മാർക്സിസ്റ്റുകാരെയും പ്രതിപക്ഷത്തെയും ഈ രാജ്യത്തെ വിദ്യാർത്ഥികളെയും കശാപ്പുചെയ്യാൻ ഇറങ്ങിപ്പുറപ്പെട്ടിരിക്കുകയാണ്. ഇവിടത്തെ ആഭ്യന്തരവകുപ്പിന്റെ ഏറ്റവും വലിയ പരാജയമാണ് ഇന്നലെ പെരുന്താറ്റിലുണ്ടായ സംഭവം. അതുകൊണ്ട് ഇനിയും ആഭ്യന്തരമന്ത്രി മാർക്സിസ്റ്റുകാരുടെ ആഫീസ് പരിശോധിക്കാനാണോ ഉത്തരവിട്ടിരിക്കുന്നത്. അതല്ല, ആ ആർ എസ് എസുകാരുടെ ഈ ബോംബുനിർമാണ ശാല കണ്ടുപിടിക്കാൻ തയാറാകുന്നില്ലെങ്കിൽ ജനങ്ങൾ അത് പരിശോധിക്കേണ്ടി വരുമെന്ന് മാത്രം പറഞ്ഞുകൊണ്ട് അവസാനിപ്പിക്കുന്നു.

നിയമസഭയും സോപ്പ് ചീപ്പുകണ്ണാടി കച്ചവടവും പിന്നെ മാതൃഭൂമി പത്രവും

(സർക്കാരിന്റെ ആദ്യവർഷം തന്നെ വനംവകുപ്പിനെ പ്രതിക്കൂട്ടി ലാക്കിക്കൊണ്ട് ആരോപണങ്ങൾ ഉയർന്നുവന്നു. ഒപ്പം വൈദ്യുതി വകു പ്പിനെതിരായും വിമർശനങ്ങളുണ്ടായി. കോടിയേരി തന്നെ ആർ ബാല കൃഷ്ണപ്പിള്ളയ്ക്കെതിരായി ആരോപണം ഉന്നയിച്ചു. ഇക്കാര്യത്തിൽ സർ ക്കാരിനെ പ്രതിരോധത്തിലാക്കാൻ നിയമസഭയിൽ പ്രതിപക്ഷനേതാക്കൾ സജീവമായി രംഗത്തിറങ്ങി. 1982 ആഗസ്റ്റ് 19 ന് നടന്ന ധനാഭ്യർത്ഥനാ ചർച്ചയിൽ പങ്കെടുത്തുകൊണ്ട് കോടിയേരി നടത്തിയ പ്രസംഗം.

ഭക്ഷ്യമന്ത്രി – യു എ ബീരാൻ, കൃഷിമന്ത്രി സിറിയക് ജോൺ, വനം മന്ത്രി – കെ പി നൂറുദ്ദീൻ, വ്യവസായം– ഇ അഹമ്മദ്)

സർ,

ഇവിടെ അവതരിപ്പിച്ച ധനാഭ്യർത്ഥനകളെ ഞാൻ എതിർക്കുകയാണ്. നമ്മുടെ സംസ്ഥാനത്തെ ഫോറസ്റ്റ് ഡിപ്പാർട്ട്മെന്റ് ഇന്ന് അഴിമതിയുടെ കൂത്തരങ്ങായി മാറിയിരിക്കുകയാണ്. ഫോറസ്റ്റ് ഡിപ്പാർട്ട്മെന്റിലെ അഴി മതികൾ അന്വേഷിക്കുന്നതിന് ഡിപ്പാർട്ട്മെന്റിൽത്തന്നെ ചീഫ് കൺസർ വേറ്ററുടെ കീഴിൽ ഒരു വിജിലൻസ് വിഭാഗം പ്രവർത്തിച്ചുവരുന്നുണ്ട്. ഈ ഡിപ്പാർട്ട്മെന്റിൽ അഴിമതി നടത്തി തഴക്കവും പഴക്കവും ഉള്ളവരെ യാണ് വിജിലൻസ് ഡിപ്പാർട്ട്മെന്റിൽ നിയമിച്ചുകൊണ്ടിരിക്കുന്നത്. കള്ള ന്മാരെ തന്നെ കളവ് കേസ് അന്വേഷണം ഏൽപ്പിക്കുന്നത് വിചിത്രമായ നടപടിയാണ്. അതുകൊണ്ട് ഫോറസ്റ്റ് ഡിപ്പാർട്ട്മെന്റിൽ നടക്കുന്ന അ ഴിമതി കണ്ടുപിടിക്കാൻ ഒരു സ്വതന്ത്രമായ വിജിലൻസ് വിഭാഗം ഏർപ്പെ ടുത്തണമെന്ന് ഞാൻ ആവശ്യപ്പെടുകയാണ്.

കക്കി ജലസംഭരണി പദ്ധതിയിലെ തടി ഇടപാട് കരാറിൽ ഉണ്ടായ കോടിക്കണക്കിന് രൂപയുടെ കുംഭകോണം അന്വേഷിക്കാൻ ജുഡീഷ്യൽ അന്വേഷണം ഏർപ്പെടുത്തുമെന്ന് ഇവിടെ പ്രഖ്യാപിച്ചിരുന്നു. ആ ജു

ഡീഷ്യൽ അന്വേഷണത്തിന്റെ ടേംസ് ഓഫ് റഫറൻസ് നിശ്ചയിക്കുമ്പോൾ ഈ പ്രശ്നം നിയമസഭയിൽ ഉന്നയിച്ച് പ്രതിപക്ഷവുമായി കൂടി ചർച്ച ചെയ്തുകൊണ്ട് നിശ്ചയിക്കണമെന്ന് ആവശ്യപ്പെടുകയാണ്. ആന്തുലേ യ്ക്കും ഗുണ്ടുറാവുവിനും സിമന്റ് കുംഭകോണത്തിലാണ് കമ്പമെങ്കിൽ നമ്മുടെ സംസ്ഥാനത്തെ കോൺഗ്രസ് എയ്ക്ക് വനം കുംഭകോണത്തി ലാണ് കമ്പം. അവർ അത് അതിവിദഗ്ദ്ധമായി നിർവ്വഹിച്ചുകൊണ്ടിരി ക്കുകയാണ്. കേരളത്തിൽ അഭിനവ ആന്തുലേയായ മിസ്റ്റർ നൂറുദ്ദീൻ കള്ളന്മാർക്ക് ചൂട്ടുപിടിക്കുകയാണ് ചെയ്യുന്നത്.

ഇന്ദിരാകോൺഗ്രസ്സുകാർ ഇവിടെ ഒരു പുതിയ സംസ്കാരം കൂടി ഉണ്ടാക്കിയിരിക്കുകയാണ്. ആ സംസ്കാരത്തിന്റെ പേർ കാടൻ സംസ് കാരം എന്നാണ്. ശ്രീമാൻ തോപ്പിൽ രവി ഒരു കഥാപ്രസംഗകന്റെ ശൈ ലിയിൽ ഇവിടെ ചില കാര്യങ്ങൾ അവതരിപ്പിക്കുകയുണ്ടായി. എന്നെ കണ്ടാൽ കിണ്ണം കട്ടവനെന്ന് തോന്നുമോ എന്ന് ചോദിക്കുംപോലെയാണ് തോപ്പിൽ രവിയുടെ പ്രസംഗം. ഞങ്ങളുടെ പാർട്ടിയെ കണ്ടാൽ ക ള്ളന്മാരെ പോലെ തോന്നുന്നുണ്ടോ എന്ന മട്ടിലാണ്, തോപ്പിൽ രവി ഇ വിടെ ഉന്നയിക്കപ്പെട്ട കാര്യങ്ങൾ മുൻകൂട്ടി മനസ്സിലാക്കിക്കൊണ്ടു ത ന്നെ അവയ്ക്ക് മറുപടി പറഞ്ഞിരിക്കുന്നത്. കഴിഞ്ഞ ദിവസം ശ്രീമാൻ ആര്യാടൻ മുഹമ്മദിനെ രക്ഷിക്കുന്നതിനുള്ള വ്യഗ്രതയിൽ നമ്മുടെ ഉ മ്മൻചാണ്ടി കക്കി കോൺട്രാക്കിൽ മൂന്ന് മടങ്ങ് വില ഈടാക്കിയിരുന്നു എന്ന് പറഞ്ഞു. മിസ്റ്റർ ആര്യാടൻ മുഹമ്മദിനും അന്നത്തെ വനം സെക്ര ട്ടറിക്കും അറിയാമായിരുന്നില്ലേ. 1978 ഡിസംബർ 26-ാം തീയതിയിലാണ് വനോൽപ്പന്ന വില നിശ്ചയിക്കുന്ന നിയമം പ്രഖ്യാപിച്ചത്. ആ നിയമം ബാധകമാക്കി ഇവർ ഈടാക്കിയെന്ന് അവകാശപ്പെടുന്നതിനേക്കാൾ എത്രയോ കോടി അധികം കിട്ടുമായിരുന്നു. 15 രൂപയുടെ പുറത്ത് ആറ് രൂപയാണ് കൂടുതലായി ഈടാക്കിയെന്ന് അവകാശപ്പെടുന്നത്. അങ്ങനെ വന്നാൽ ഒരുക്യൂബിക് മീറ്ററിന് 21 രൂപയാണ് വരുന്നത്. മാർച്ച് 31-ാം തീയതി പുറപ്പെടുവിച്ച വിജ്ഞാപനം അനുസരിച്ച് ജലസംഭരണിയിൽ ഉണ്ടെന്ന് പറയപ്പെടുന്ന മരത്തിന്റെ വില എത്രയാണെന്ന് വ്യക്തമാക്കാ മോ.

1982 മാർച്ച് 17-ാം തീയതി മന്ത്രിസഭ രാജിവച്ചതിന് ശേഷം എടു ത്ത തീരുമാനം സംസ്ഥാന താൽപര്യത്തിന് അനുകൂലമായിരുന്നുവെന്നും അങ്ങനെ എടുത്തിരുന്നില്ലെങ്കിൽ താൻ പ്രതിക്കൂട്ടിൽ പോകുമായിരുന്നു വെന്നുമാണ് ഉമ്മൻചാണ്ടി ഇവിടെ പറഞ്ഞത്. ആരുടെ പ്രതിക്കൂട്ടിലാണ് സർ. കോൺട്രാക്ടറായ വാസുദേവൻ നായരുടെ പ്രതിക്കൂട്ടിലാകുമായി രുന്നു എന്ന് ഞാൻ ഇവിടെ ആരോപണം ഉന്നയിക്കുകയാണ്. ഇവിടെ ഗവർണറുടെ ഭരണകാലത്ത് എൻക്വയറി നടത്തണമെന്ന് പറഞ്ഞു, നട ന്നില്ല. ശ്രീമാൻ ഉമ്മൻചാണ്ടി ഇനിയാണ് പ്രതിക്കൂട്ടിൽ കയറാൻ പോകു ന്നത് എന്ന് വ്യക്തമാക്കാൻ ഞാൻ ആഗ്രഹിക്കുകയാണ്.

ഇവിടെ ഒരുവലിയ പ്രസംഗം ഇന്ന് കേൾക്കാൻ കഴിഞ്ഞു. വെള്ള ത്തിൽ കിടന്ന തടി ചീഞ്ഞുപോയി എന്നും അത് ഒന്നിനും പറ്റാത്ത തടി യാണ് എന്നും ചില ആളുകൾ പറഞ്ഞു. തടികൊണ്ട് പല പണിയും

നടത്തി വൈദഗ്ദ്ധ്യം നേടിയിട്ടുള്ള തടിമാടന്മാർ ഇങ്ങനെ പലതും പറയും. മിസ്റ്റർ സീതി ഹാജിക്ക് അറിയാമോ. നല്ല വെള്ളത്തിൽ തടി 100 കൊല്ലക്കാലം കിടന്നാലും ഒരു കേടും സംഭവിക്കാൻ പോകുന്നില്ല എന്ന് ഇതിനെക്കുറിച്ച് ആധികാരികമായി പഠിച്ച പലരും വ്യക്തമാക്കിയതാണ്. 1982 ജൂൺ മാസത്തിലെ *സയൻസ് ടുഡേ* മാസികയിൽ ഡോ. പുരുഷോത്തമൻ എഴുതിയ ലേഖനം സീതി ഹാജി ഒന്ന് വായിക്കണം എന്ന് ഞാൻ ആവശ്യപ്പെടുകയാണ്. ജലസംഭരണിയിലെ തടിമുറിക്കൽ മാത്രമല്ല, അന്വേഷണ വിധേയമാക്കേണ്ടത്. തൊട്ടടുത്തുള്ള സ്ലീപ്പർ കൂപ്പുകളിൽനിന്ന് കൂടി തടി മുറിച്ച് ഈ ജലസംഭരണിയിൽ നിക്ഷേപിച്ചിട്ടുണ്ട്. തൊട്ടടുത്തുള്ള പത്ത് കൂപ്പുകളിൽ ഒമ്പത് കൂപ്പുകളിലും കരാർ എടുത്തിരിക്കുന്നത് ആ വാസുദേവൻ നായരാണ്. ഈ വാസുദേവൻ നായർ കോൺട്രാക്ട് നടത്തുന്ന സ്ലീപ്പർ കൂപ്പുകളിൽനിന്ന് തടി വെട്ടിമുറിച്ച് ഈ ജലസംഭരണിയിൽ തള്ളി കടത്തിക്കൊണ്ടുപോയിരിക്കുന്നു. ഇതുകൂടി അന്വേഷണ വിധേയമാക്കണം. കാട്ടിലെ തടി തേവരുടെ ആന വലിയെടാ വലി എന്നുപറഞ്ഞതുപോലെയാണ് ആ കക്കി കുംഭകോണത്തിലെ അഴിമതികളുടെ കാര്യം.

സർ, ഇവിടെ മറ്റൊരു കാര്യം കൂടി എനിക്ക് ചൂണ്ടിക്കാണിക്കാനുണ്ട്. 1980-81 വർഷങ്ങളിൽ ഹൈറേഞ്ച് സർക്കിളിൽ പെട്ട കോതമംഗലം ഡി വിഷൻ ഡി എഫ് ഒയും കൺസർവേറ്ററും ചേർന്ന് 35 ലക്ഷം രൂപയുടെ അഴിമതി നടത്തിയതായി കൃത്യമായ ആരോപണം അക്കമിട്ടുകൊണ്ട് കക്കിയിലും മറ്റും ഫോറസ്റ്ററായിരുന്ന ശ്രീമാൻ എ പി ചാക്കോ 1982 ഫെബ്രുവരി 19 ന് അന്നത്തെ മുഖ്യമന്ത്രി ഉമ്മൻചാണ്ടിക്ക് പരാതി നൽകി. ഉമ്മൻചാണ്ടി ഒരു നടപടിയും എടുത്തില്ല. പിന്നെ അതേ വർഷം ജൂലൈ മാസം എട്ടിന് കെ പി നൂറുദ്ദീന് പരാതി നൽകി. ഉമ്മൻചാണ്ടിക്ക് പരാതി നൽകിയപ്പോൾ എന്റെ ബഹുമാനപ്പെട്ട സ്നേഹിതൻ അങ്കമാലി മെമ്പർ എം വി മാണി അവിടെ ഇരിക്കുന്നു. എം വി മാണിയും കൂടി ചേർന്നുകൊണ്ടാണ് ഉമ്മൻചാണ്ടിക്ക് പരാതി നൽകിയത്. എന്തുകൊണ്ട് ഇതിനെക്കുറിച്ച് അന്വേഷിച്ചില്ല. അത് അന്വേഷിക്കാനുള്ള ധൈര്യം ശ്രീമാൻ നൂറുദ്ദീന് ഉണ്ടോ എന്ന് ചോദിക്കാൻ ഞാനാഗ്രഹിക്കുകയാണ്. എങ്കിൽ പല ഉള്ളുകള്ളികളും പുറത്തുവരും. അതേക്കുറിച്ച് അന്വേഷണം നടത്തിയാൽ പല ആദർശധീരന്മാരുടെയും പാവങ്ങളുടെ പടത്തലവന്മാരുടെയും മുഖത്തുചെളി പുരണ്ടിരിക്കുന്നത് കാണാൻ കഴിയും.

അഞ്ചുലക്ഷം ഉറുപ്പികയാണ് ബഹുമാനപ്പെട്ട ഉമ്മൻചാണ്ടി ആദർശധീരൻ ഈ ഇടപാടിന്റെ പേരിൽ തട്ടിയെടുത്തത് എന്ന് വാർത്തകൾ വന്നിരിക്കുന്നു. ഞാൻ ഇവിടെ വെല്ലുവിളിക്കാൻ ആഗ്രഹിക്കുന്നു, ഇത് അന്വേഷിക്കാൻ തയാറുണ്ടോ എന്ന്.

ഇവിടെ അഴിമതിയെക്കുറിച്ച് പറയുമ്പോൾ ചിലർക്ക് തീരെ പിടിക്കുന്നില്ല. ഇന്നലെ ബാലകൃഷ്ണപ്പിള്ളയ്ക്കെതിരായി അഴിമതിയാരോപണം ഉന്നയിച്ചത് ഒരു പത്രത്തിന് ദഹിച്ചില്ല. ഇന്നത്തെ *മാതൃഭൂമി* പത്രം നമ്മളെല്ലാം കണ്ടതാണ്. അതിൽ കുന്നംകുളംഭാഗത്തുള്ള പെട്ടിക്കച്ചവടക്കാരോടായി നമ്മുടെ ഈ നിയമസഭയിലെ അംഗങ്ങളെ ഉപമി

ചിരിക്കുകയാണ്. ഇത് ഈ നിയമസഭയോടുള്ള അവഹേളനമാണ്. ഇ വിടെ എന്തെങ്കിലും ഒരു പ്രശ്നം അവതരിപ്പിച്ചുപോയാൽ സാമാജികരെ അവഹേളിക്കുന്നതിന് വേണ്ടി തയാറായിരിക്കുകയാണ്. *മാതൃഭൂമി* ഒരു മുത്തശ്ശിയാണ് എന്ന് പണ്ടുതന്നെ ഞങ്ങൾ വിളിച്ചതാണ്. പക്ഷേ, ഈ നിലയിൽ മന്ത്രിമാരുടെ ഉച്ഛിഷ്ടം ഭുജിച്ച് ഇത്ര കൊള്ളരുതാത്ത രീതി യിൽ സഭാംഗങ്ങളെ കുന്നംകുളം പട്ടണത്തിലെ ചെയ്തികളെപ്പോലെ, സോപ്പുചീപ്പ് കണ്ണാടി എന്നുവിളിച്ചുപോകുന്നവരെ പോലെ ഉപമിച്ചിരി ക്കുന്നത് ഈ നിയമസഭയോടുള്ള അവഹേളനമാണ്.

എം എം ഹസ്സൻ	:	സർ, ഒരു പോയിന്റ് ഓഫ് ഓർഡർ. ജീവിത വൃത്തിക്കുവേണ്ടി പെട്ടിക്കട വച്ച് ഉപജീവനം നടത്തുന്ന ആളുകളൊക്കെ മോശക്കാരാണെ ന്ന് ധനി വരുന്ന രീതിയിൽ ഒരു അംഗം പറ യുന്നത് ഓർഡറിലാണോ?
കോടിയേരി	:	മിസ്റ്റർ ഹസ്സൻ അതേക്കുറിച്ച് നല്ലവണ്ണം അറിയാവുന്നതുകൊണ്ട് ഞാനതിനെക്കുറിച്ച് പറയുന്നില്ല. ഇവിടെ *മാതൃഭൂമി*യിൽ അത്തര ത്തിലുള്ള ആക്ഷേപമാണ് ഉന്നയിച്ചിരിക്കു ന്നത്. ഈ തരത്തിലുള്ള നടപടിയെ സംബ ന്ധിച്ച് ബഹുമാനപ്പെട്ട സ്പീക്കർ ആലോചി ക്കണമെന്നാണ് എനിക്ക് പറയാനുള്ളത്.

ഫോറസ്റ്റ് ഡിപ്പാർട്ട്മെന്റിലെ അഴിമതിയെക്കുറിച്ചാണ് സർ ഞാൻ പറഞ്ഞുകൊണ്ടിരുന്നത്. ഇവിടെ തോപ്പിൽ രവി പ്രസംഗിക്കുമ്പോൾ എ കെ ജി സെന്റർ ചൂണ്ടിക്കാട്ടിക്കൊണ്ട് പറഞ്ഞു, മാർക്സിസ്റ്റുപാർ ട്ടിക്ക് എന്താണ് ഇതേക്കുറിച്ച് പറയാനുള്ള അവകാശമെന്ന്. ഞാൻ മി സ്റ്റർ തോപ്പിൽ രവിയോട് ചോദിക്കാൻ ആഗ്രഹിക്കുന്നു, കേളപ്പന്റെ പേരിൽ നിങ്ങൾ പിരിച്ചെടുത്ത പൈസ ഇപ്പോൾ എവിടെയാണ്. സി കെ ഗോവിന്ദൻനായരുടെ പേരിൽ പിരിച്ചെടുത്ത പൈസയുടെ കണക്ക് എവിടെയാണ്. കെ പി കേശവമേനോന്റെ പേരിൽ പിരിച്ചെടുത്ത പണം ആരാണ് തട്ടിയെടുത്തത്. അങ്ങനെയുള്ള ആദർശധീരന്മാരെ, പാവങ്ങ ളുടെ പടത്തലവന്മാരെ മാർക്സിസ്റ്റ് പാർട്ടിയെക്കുറിച്ച് ഈ തരത്തിൽ പറയാൻ നിങ്ങൾക്ക് നാണമില്ലേ എന്ന് ഞാൻ ചോദിക്കുകയാണ്.

ഇടതുപക്ഷ ജനാധിപത്യമുന്നണിയെ സംബന്ധിച്ചിടത്തോളം ഞങ്ങ ളുടെ ഇടയിൽ അഭിപ്രായവ്യത്യാസം ഉണ്ടെന്നും വലിയ കുഴപ്പങ്ങളാ ണെന്നും പറഞ്ഞുകൊണ്ട് തൃപ്തിയടയുകയാണ് അവരിപ്പോൾ ചെയ്യു ന്നത്. പത്രത്തിൽ വരുന്ന ചില കാര്യങ്ങൾ ചൂണ്ടിക്കാണിച്ചുകൊണ്ട് ഇങ്ങനെ പറയുന്നത് എന്തിനാണ് എന്ന് ഞങ്ങൾക്ക് അറിയാം. നിങ്ങ ളുടെ മുന്നണിക്കകത്താണ് ഈ അഴിമതി ആരോപണത്തെക്കുറിച്ച് ചർ ച്ചയുയർന്നുവരുമ്പോൾ അഭിപ്രായവ്യത്യാസം ഉണ്ടാകാൻ പോകുന്നത് എന്ന് മാത്രം ചൂണ്ടിക്കാട്ടിക്കൊണ്ട് ഞാൻ അവസാനിപ്പിക്കുകയാണ്.

വയലാർ രവീ, ഉടുതുണിയില്ലാത്ത മനുഷ്യരെ കാണാൻ നിങ്ങൾക്കെന്താണ് ഇത്ര ഇഷ്ടം?

(**ആ**യിരത്തി തൊള്ളായിരത്തി എൺപത്തി മൂന്ന് മാർച്ച് 10ന് വിവിധ വകുപ്പുകളുടെ ഉപധനാഭ്യർത്ഥനാ ചർച്ചയിൽ പങ്കെടുത്തുകൊണ്ട് പ്രസംഗിച്ചത്.

പ്രസംഗത്തിൽ പരാമർശിക്കപ്പെടുന്ന മന്ത്രിമാരുടെയും വകുപ്പുക ളുടെയും വിശദാംശങ്ങൾ

മുഖ്യമന്ത്രി കെ കരുണാകരൻ-ഹരിജനക്ഷേമം, സാമൂഹ്യക്ഷേമം, ആഭ്യന്തരം-വയലാർ രവി, ആരോഗ്യം-കെ ജി ആർ കർത്താ, വിദ്യാ ഭ്യാസം-ടി എം ജേക്കബ്, തൊഴിൽ മന്ത്രി-കെ ശിവദാസൻ, കൃഷി മന്ത്രി-സിറിയക് ജോൺ, വനംമന്ത്രി-കെ പി നൂറുദ്ദീൻ)

സർ, ഇവിടെ അവതരിപ്പിച്ച ഉപധനാഭ്യർത്ഥനകളെ ഞാൻ എതിർ ക്കുകയാണ്. ഈ ഉപധനാഭ്യർത്ഥനകൾ കേരളത്തിലെ അധ്വാനിക്കുന്ന ജനവിഭാഗങ്ങളെ അടിച്ചമർത്താനും സമ്പന്ന വർഗ്ഗത്തിന്റെ താൽപര്യ ങ്ങൾ സംരക്ഷിക്കാനും വേണ്ടിയാണ്. എല്ലാതരം ജനങ്ങളാലും വെറു ക്കപ്പെട്ട ഒരു ഗവൺമെന്റാണിവിടെ ഭരിക്കുന്നത്. കഴിഞ്ഞ തിരഞ്ഞെടു പ്പ് കാലത്ത് ഐക്യജനാധിപത്യമുന്നണി ജനങ്ങളുടെ മുമ്പിലവതരിപ്പി ച്ച പ്രകടനപത്രികയിലെ ഒരിനം പോലും നടപ്പാക്കാൻ പത്തുമാസമായി ട്ടും ഇവർക്ക് കഴിഞ്ഞിട്ടില്ല. പ്രകടന പത്രിക എന്താണ് എന്നുപോലും നിശ്ചയമില്ലാത്തവരാണ് സംസ്ഥാനത്ത് ഭരിച്ചുകൊണ്ടിരിക്കുന്നത്.

കേരളത്തിലെ ബഹുമാനപ്പെട്ട റവന്യു വകുപ്പ് മന്ത്രി ശ്രീമാൻ പി ജെ ജോസഫ് ഒരിക്കൽ പറഞ്ഞു. നഗരസ്വത്തിന് പരിധി നിശ്ചയി ക്കുന്ന ബില്ല് അവതരിപ്പിക്കും എന്ന്. അപ്പോൾ കിടങ്ങൂർ ഗോപാലകൃ ഷ്ണപിള്ളയുമായി സംവാദമുണ്ടായി. ഈ സംവാദത്തിലിടപെട്ട മുഖ്യ മന്ത്രി പറഞ്ഞു, പ്രകടനപത്രികയിൽ അത് പറഞ്ഞിട്ടുണ്ടോ എന്ന് വായി

ച്ചുനോക്കണം എന്ന്. അതുവായിച്ചുനോക്കുകപോലും ചെയ്യാത്ത മുഖ്യ മന്ത്രിയാണ് ഭരണത്തിന് നേതൃത്വം കൊടുക്കുന്നത്.

ഈ ഗവൺമെന്റ് എന്തെങ്കിലും നേട്ടമുണ്ടാക്കിയെന്ന് ഭരണമുന്ന ണിക്കാർ പോലും അവകാശപ്പെടുന്നില്ല സർ. നേട്ടങ്ങളെല്ലാം വരൾച്ച യിൽ മുങ്ങിപ്പോയി എന്നാണ് അവർ വേവലാതിപ്പെടുന്നത്. സത്യത്തിൽ ഗവൺമെന്റിനെയാകെ വരൾച്ച ബാധിച്ചിരിക്കുകയാണ്. ഇടതുപക്ഷ ഗവൺമെന്റിന്റെ കാലത്തുണ്ടാക്കിയ നേട്ടങ്ങൾപോലും നിലനിർത്താൻ ഇവർക്ക് കഴിഞ്ഞിട്ടില്ല.

അന്നുണ്ടായ നേട്ടങ്ങളെല്ലാം തങ്ങളുടേതാണ് എന്ന് അവകാശപ്പെട്ടു കൊണ്ട് ഒരു വിഭാഗം ഇപ്പോൾ നിയമസഭയിലുണ്ട്. അതാണ് ഇപ്പോൾ കോൺഗ്രസ് ഐയിലേക്ക് ചേക്കേറിയിട്ടുള്ള നമ്മുടെ അന്തോണി. വൈ ക്കം മുഹമ്മദ് ബഷീറിന്റെ എട്ടുകാലിമമ്മൂഞ്ഞിനെ പോലും നാണിപ്പി ക്കുന്ന വിധത്തിൽ അവകാശവാദമുന്നയിക്കാൻ സമർഥരാണ് ആന്റണി കോൺഗ്രസ്സുകാർ.

ഈ ഐക്യജനാധിപത്യമുന്നണി കേരളം ഭരിച്ച പത്തുമാസക്കാല മുണ്ടാക്കിയ ഏറ്റവും വലിയ നേട്ടം റേഷനരിക്ക് 17 പൈസ വർദ്ധിപ്പിച്ച താണ്. കരുണാകരൻ പറയുന്നു, ഗവൺമെന്റ് അഞ്ചുവർഷം ഭരിക്കുമെന്ന്. പത്തുമാസം 17 പൈസ വർദ്ധിപ്പിച്ചാൽ ഇവർ അഞ്ചുവർഷം ഭരിച്ചാൽ എന്താകും റേഷനരിയുടെ വിലയെന്നാണ് നാട്ടുകാർ ചോദിക്കുന്നത്. അതിന് പിന്നാലെ കറന്റ് ചാർജ്ജ് വർദ്ധിപ്പിച്ചു, മണ്ണെണ്ണവില വർദ്ധി പ്പിച്ചു, ബസ് ചാർജ്ജ് വർദ്ധിപ്പിച്ചു, ഇതൊക്കെയാണീ സർക്കാരുണ്ടാക്കിയ നേട്ടങ്ങൾ.

കശുവണ്ടി മുതലാളിമാർ, കള്ളുഷാപ്പ് കോൺട്രാക്ടർമാർ തുടങ്ങി യവർക്കെല്ലാം ഗവൺമെന്റ് വന്നപ്പോൾ നേട്ടമുണ്ടായി. കശുവണ്ടി മുത ലാളിമാരിൽനിന്ന് ഈടാക്കാമായിരുന്ന കശുവണ്ടി വിൽപ്പന നികുതി നിർ ത്തലാക്കിയതിന്റെ ഫലമായി പത്തുകോടി രൂപ സംസ്ഥാനസർക്കാരിന് നഷ്ടപ്പെട്ടു. സ്റ്റാർച്ച് ഫാക്ടറി മുതലാളിമാരെ വിൽപ്പന നികുതിയിൽനിന്ന് ഒഴിവാക്കിയതിന്റെ ഫലമായി പ്രതിവർഷം ഒരു കോടി രൂപ നഷ്ടപ്പെട്ടു കൊണ്ടിരിക്കുന്നു. പച്ചത്തേയില, സ്വർണം എന്നിവയുടെ നികുതി അഞ്ച് ശതമാനത്തിൽനിന്ന് രണ്ടരശതമാനമായി തിരുത്തിയതിന്റെ ഫലമായി ഓരോ കോടി നഷ്ടപ്പെട്ടു. പ്രൊവിഷണൽ അസസ്മെന്റ് സമ്പ്രദായം നിർത്തലാക്കിയതിലൂടെ 25 കോടി നഷ്ടപ്പെട്ടു. നികുതി ഇളവിലൂടെ, സ്റ്റേ യിലൂടെ, 200 കോടി നഷ്ടമുണ്ടായി. 85 കോടി രൂപയുടെ അധികസാ മ്പത്തിക ബാധ്യത സർക്കാർ ഏറ്റെടുത്തു. 205 കോടി വിൽപ്പന നികുതി ഇനത്തിൽ പിരിഞ്ഞുകിട്ടിയെന്ന് അവകാശപ്പെടുന്ന നമ്മുടെ ധനമന്ത്രി 75 കോടിയുടെ വണ്ടിച്ചെക്ക് വാങ്ങി സമ്പന്നർക്ക് ആശ്വാസം നൽകി. 35 ലക്ഷം രൂപ വൻകിട മുതലാളിമാരായ സ്വകാര്യബസ് ഉടമസ്ഥന്മാർക്ക് നികുതി ഇളവ് പ്രഖ്യാപിച്ച സർക്കാരാണിത്.

ഭരണം എന്നാൽ കാറിലും വിമാനത്തിലും ഹെലികോപ്റ്ററിലും ഉള്ള

അവസാനിക്കാത്ത ഊരുചുറ്റലാണെന്നും പൊലീസ് അകമ്പടിയും സല്യൂട്ടും എയർകണ്ടീഷൻ ബംഗ്ലാവും പരവതാനിയും ടെലിവിഷനും മറ്റുമുള്ള ആഡംബരജീവിതമാണ് എന്നുമുള്ള പുതിയ തത്ത്വശാസ്ത്രം ഈ നിയമസഭയിൽ അവതിപ്പിച്ചിരിക്കുന്നു.

കർഷകതൊഴിലാളി പെൻഷൻ ചോദിച്ചാൽ അടി, തൊഴിലില്ലായ്മ വേതനം ചോദിച്ചാൽ വെടി, ലീവ് സറണ്ടർ ആനുകൂല്യം ചോദിച്ചാൽ സി ആർ പി. ഒരു വീട്ടിൽ ഒരാൾക്ക് തൊഴിൽ എന്ന മുദ്രാവാക്യം ഐ കൃഷജനാധിപത്യ മുന്നണി ഗവൺമെന്റ് തിരുത്തിയെഴുതിയിരിക്കുന്നു. ഒ രു വീട്ടിൽ ഒരാൾക്ക് തൊഴി എന്നതാണ് പുതിയ മുദ്രാവാക്യം. റേഷൻ ഷാപ്പുകളിലൂടെ ഒരു കിലോ അരി കൊടുക്കാൻ കഴിയില്ലെങ്കിലും ഓരോ കാർഡിനും രണ്ടു വീതം സി ആർ പിക്കാരെ കൊടുക്കാൻ ഒരുക്ഷാ മവും ഈ ഭരണത്തിൽ ഇല്ല.

ഈ ഭരണത്തിൽ ന്യൂനപക്ഷങ്ങൾക്ക് ഒരു രക്ഷയുമില്ല. കരുണാ കരൻ ചോദിക്കുന്നു, ആർ എസ് എസുമായി സംസാരിച്ചാൽ എന്താണ് കുറ്റം എന്ന്. ആർ എസ് എസിനോടുള്ള മുഖ്യമന്ത്രിയുടെ പ്രീണന നയം ആണ് ഈ തിരുവനന്തപുരം പട്ടണത്തിൽ കാക്കിട്രൗസറും ഇട്ട് ന്യൂന പക്ഷങ്ങളെ വേട്ടയാടാൻ ആർ എസ് എസുകാർക്ക് ധൈര്യം കൊടുത്ത ത് എന്ന് ഞാനിവിടെ ആരോപിക്കുകയാണ്. ശ്രീമാൻ കരുണാകരൻ ഒന്നാംതരം ഹിന്ദുവർഗ്ഗീയ വാദിയാണ് എന്ന് എനിക്കറിയാം. തലശ്ശേരി യിൽ 1971 ൽ വർഗ്ഗീയ കലാപം നടന്നപ്പോൾ അന്നത്തെ ആഭ്യന്തരമന്ത്രി യായിരുന്ന ശ്രീമാൻ കരുണാകരൻ ഒരു ശവവുമായി ഗുജറാത്തിലേക്ക് പോകുകയാണ് ചെയ്തത്. ലഹള ശമിച്ചതിന് ശേഷം കരുണാകരൻ ത ലശ്ശേരിയിൽ വന്നുപറഞ്ഞു കലാപം നടത്തിയവർ മാർക്സിസ്റ്റുകാർ ആ ണ് എന്ന്. എന്നാൽ ആ കലാപത്തെക്കുറിച്ച് അന്വേഷിച്ച വിതയത്തിൽ കമ്മീഷൻ കണ്ടെത്തി തലശ്ശേരിയിലെ വർഗ്ഗീയ കലാപം അവസാനിപ്പി ക്കുന്നതിന് വേണ്ടി ആദ്യമായി രംഗത്തിറങ്ങിയ പാർട്ടി ചുവന്നകൊടി പിടിച്ച കമ്യൂണിസ്റ്റ് മാർക്സിസ്റ്റ് പാർട്ടിയായിരുന്നു എന്ന്. അത് അഭിമാ നത്തോടുകൂടി ഈ സഭയിൽ പ്രഖ്യാപിക്കാൻ ഞാൻ ആഗ്രഹിക്കുക യാണ്.

ഈ ഗവൺമെന്റ് മുഖം നോക്കാതെ നടപടി എടുക്കാൻ അധികാര ത്തിൽ വന്ന ഗവൺമെന്റാണത്രെ. ഇപ്പോൾ മുഖം നോക്കാതെയാണ് സർ നടപടി. നമ്മുടെ പോലീസ് സ്റ്റേഷനിൽ ഇപ്പോൾ ആരുകയറിച്ചെന്നാലും ആദ്യം ഷർട്ടഴിക്കണം. പിന്നെ ബനിയൻ അഴിക്കണം. അതുകഴിഞ്ഞ് മുണ്ട ഴിക്കണം. ഒടുവിൽ ഷഡ്ഡിയും അഴിക്കണം. അങ്ങനെ ആളുകളെ ഉടു തുണിയില്ലാതെ കാണുകയാണ് വയലാർ രവിയുടെ പോലീസിന് ഇഷ്ടം. മി. രവീ, നിങ്ങൾക്കെന്താണ് ഉടുതുണിയില്ലാത്ത മനുഷ്യരെ കാണാൻ ഇത്ര ഇഷ്ടം. അതാണിഷ്ടമെങ്കിൽ ഉടുതുണിയില്ലാത്ത കുറേ ആളുകളെ നിങ്ങളുടെ മുന്നിൽ കൊണ്ടുവന്ന് പ്രദർശിപ്പിക്കാൻ കേരളത്തിലെ ജന ങ്ങൾ തയാറാണ് എന്ന് മാത്രമേ ഈ സന്ദർഭത്തിലെനിക്ക് പറയാനുള്ളൂ.

ഇവിടെ ഇപ്പോൾ പണിമുടക്ക് നിരോധന നിയമം, ആഭ്യന്തരസുര ക്ഷിതത്വ നിയമം, അതുപോലെ പട്ടാളം, സി ആർ പി ഇതൊക്കെക്കൊണ്ട് ഇവിടങ്ങെ ക്രമസമാധാനം ഭദ്രമാക്കാനാണ് പോലും ഭരണക്കാർ നോക്കു ന്നത്. മനുഷ്യന്റെ തലയ്ക്കും തെങ്ങിന്റെ കുലയ്ക്കും സുരക്ഷിതത്വം ഉണ്ടാക്കാൻ അധികാരത്തിൽ വന്ന നിങ്ങളുടെ മന്ത്രിമാരുടെ വീടുകൾക്ക് പോലും സുരക്ഷിതത്വം കൊടുക്കാൻ കഴിയാതെ ക്രമസമാധാനത്തെക്കു റിച്ച് പ്രസംഗിച്ചിട്ട് എന്തുകാര്യം. ഐക്യജനാധിപത്യമുന്നണിയിലെ പാർ ട്ടികൾക്ക് പോലും സുരക്ഷിതത്വം കൊടുക്കാൻ ഈ ഗവൺമെന്റിന് ക ഴിയുന്നുണ്ടോ. ബഹുമാനപ്പെട്ട സഹകരണ വകുപ്പുമന്ത്രി ശ്രീമതി. കമ ലത്തിന്റെ പാർട്ടി, ആ പാർട്ടിയുടെ പേരെന്താണ് എന്ന് എനിക്കിപ്പോള റിയില്ല. ഗോപാലൻ ജനത എന്നുപറയുന്നു. മറ്റൊരു നേതാവ് പറയുന്നു ഗോപാലൻ അല്ല ഗാന്ധി ആണ് എന്ന്. അത് ഇന്ദിരാഗാന്ധിയാണോ, സഞ്ജയ് ഗാന്ധിയാണോ, രാജീവ് ഗാന്ധിയാണോ എന്ന് എനിക്കറി യില്ല സർ. ആ പാർട്ടിക്ക് ഒരു ഓഫീസ് എന്റെ നിയോജകമണ്ഡലമായ തലശ്ശേരിയിലുണ്ട്. ആ ഓഫീസിൽ ഇന്ന് പാറിക്കളിക്കുന്ന കൊടി നമ്മു ടെ മുഖ്യമന്ത്രി കരുണാകരന്റെ പാർട്ടിയുടേതാണ്. ജനതാപാർട്ടിയുടെ കൊടി വലിച്ചുതാഴെ ഇട്ടിരിക്കുന്നു.

നായനാർ ഭരിച്ചപ്പോൾ ക്രമസമാധാനം തകർന്നുപോയി എന്നുപറ യുന്നവരേ, നിങ്ങളുടെ ജനതാപാർട്ടിയുടെ ഓഫീസ് അന്ന് ബി ജെ പി ക്കാർ കൈയേറിയപ്പോൾ 24 മണിക്കൂറിനുള്ളിൽ ജനതാപാർട്ടിക്ക് ത ന്നെ തിരിച്ചുകൊടുക്കാൻ ഉത്തരവിട്ട ആഭ്യന്തരമന്ത്രിയാണ് ടി കെ രാമ കൃഷ്ണൻ എന്ന് ഈ അവസരത്തിൽ ഓർമിപ്പിക്കുകയാണ്.

അഴിമതിയും സ്വജനപക്ഷപാതവും ഒരു കലയാക്കി വളർത്തിക്കൊ ണ്ടുവന്നിരിക്കുകയാണ് ഈ സർക്കാർ. സഹകരണ മന്ത്രി ശ്രീമതി കമലം നിക്ഷേപസമാഹരണത്തിന് കള്ളനോട്ട് ബിസിനസ് ആരംഭിച്ച നാടാണിത്. സഹകരണ സംഘങ്ങളുടെ ജനാധിപത്യസ്വഭാവത്തെ നശിപ്പിച്ചുകൊണ്ടി രിക്കുകയാണ്. തെരഞ്ഞെടുക്കപ്പെട്ട സമിതികളെ പിരിച്ചുവിടുന്നു. മന്ത്രി യുടെ ഓഫീസിൽ അതിനുവേണ്ടി പ്രത്യേകിച്ച് ഒരാളെ നിയമിച്ചിരിക്കു കയാണ്.

19.06.82 ൽ മന്ത്രിയുടെ ഓഫീസിലെ അഡീഷണൽ പി എ ശ്രീ. രാഘവൻ തലശ്ശേരിയിലെ ജനതാപാർട്ടി നേതാവ് ശ്രീമാൻ ദയാ നന്ദന് എഴുതിയ ഒരു കത്ത് എന്റെ കൈയിലുണ്ട്.

'ഇന്ത്യൻ കോഫീഹൗസിന്റെ നിയമനം സ്റ്റേ ചെയ്തതു സംബന്ധിച്ച വിവരം അവിടെ എത്തിക്കാണുമെന്ന് പ്രതീക്ഷിക്കുന്നു. ടൗൺ ബാങ്കി ന്റെ കാര്യം ഒന്നും ചെയ്യാൻ കഴിഞ്ഞിട്ടില്ല. കാരണം 17-ാം തീയതിയാ ണ് നിവേദനം ലഭിച്ചത്. അതിന് പിന്നീട് എന്തെങ്കിലും ചെയ്യാം. തിര ഞ്ഞെടുപ്പിൽ അഴിമതി ചൂണ്ടിക്കാട്ടാൻ പറ്റുമെങ്കിൽ തിരഞ്ഞെടുപ്പ് ദിവസം തന്നെ അറിയണം.'

അങ്ങനെ മന്ത്രിയുടെ ഓഫീസിൽ ഒരാളെ ഇരുത്തി കേരളത്തിലെ

സഹകരണ സംഘങ്ങളിലെ ജനാധിപത്യസ്വഭാവത്തെ ഇല്ലായ്മ ചെയ്യാൻ ശ്രമിച്ചുകൊണ്ടിരിക്കുകയാണ്. അതിന് നിരവധി ഉദാഹരണങ്ങളുമുണ്ട്. കരിവെള്ളൂരിലെ ബാങ്ക്, ചൊവ്വ കോ-ഓപ്പറേറ്റീവ് റൂറൽ ബാങ്ക്, മുഴപ്പിലങ്ങാട്, ചേവായൂർ ബാങ്ക് ഇതെല്ലാം ഇന്ന് ഹൈക്കോടതിയുടെ കാരുണ്യത്തിലാണ് നടന്നുകൊണ്ടിരിക്കുന്നത്.

കർഷകത്തൊഴിലാളി പെൻഷൻ യഥാർത്ഥ ആളുകൾക്ക് കൊടുക്കുന്നതിന് നടപടി സ്വീകരിച്ചു എന്ന് തൊഴിൽ മന്ത്രി ശിവദാസൻ ഇന്നലെ തോറ്റം പാടുന്നതുകേട്ടു. യഥാർത്ഥ കർഷകത്തൊഴിലാളി എന്നുപറയുന്നത് മൂന്ന് ഏക്കർ ഭൂമിയുടെ ഉടമസ്ഥനാണോ എന്ന് ഞാൻ ചോദിക്കുകയാണ്. നേമം പഞ്ചായത്തിൽ മൂന്ന് ഏക്കർ ഭൂമിയുടെ ഉടമയായ ഇടയിലക്കാട് മലക്കവിലാക്കുന്നിൽ വീട്ടിൽ മാധവൻപിള്ളയ്ക്ക് കർഷകത്തൊഴിലാളി പെൻഷൻ കൊടുത്തിരിക്കുകയാണ്. കാരണം അദ്ദേഹത്തിന്റെ മകൻ ഒരു കോൺഗ്രസ് ഐക്കാരനാണ്. അദ്ദേഹത്തിന്റെ വീടിന് തൊട്ടടുത്തുള്ള ഒരു തുണ്ട് ഭൂമി പോലും ഇല്ലാത്ത കൊച്ചാപ്പിക്ക് കർഷകത്തൊഴിലാളി പെൻഷൻ ഇല്ല. ഇതാണ് സർ ഇവിടെ നടന്നുകൊണ്ടിരിക്കുന്നത്.

എന്റെ നിയോജകമണ്ഡലത്തിൽ കഴിഞ്ഞ രണ്ടുമൂന്ന് ദിവസമായി പ്രക്ഷുബ്ധമായ ഒരു രംഗം നിലനിൽക്കുകയാണ്. അവിടെ ഡോക്ടർ ഭാസ്കരകുമാർ നടത്തിക്കൊണ്ടിരിക്കുന്ന ഒരു നഴ്സിംഗ് ഹോമിൽ ഒരു ദിവസം ഡ്രഗ്സ് ഇൻസ്പെക്ടർ പരിശോധിച്ചു. വിൽപ്പന നടത്താൻ പാടില്ലാത്ത ധാരാളം മരുന്നുകൾ അവിടെ നിന്ന് പിടിച്ചു. നിരോധിച്ച മരുന്നുകളും ഉണ്ടായിരുന്നു. യഥാർത്ഥ വിലയേക്കാൾ കൂടുതൽ വിലയും ഈടാക്കുന്നതായി കണ്ടുപിടിച്ചു. അതിന്റെ പേരിൽ ഒരു കേസ് ചാർജ്ജ് ചെയ്തു. ഇന്ന് അഴിമതിയുടെ നോബൽ സമ്മാനം വാങ്ങിയെടുക്കാൻ പാടുപെടുന്ന ആരോഗ്യമന്ത്രി കർത്താ അത് സ്റ്റേ ചെയ്തു. അതിന്റെ ഫലമായി അവിടെ പ്രക്ഷോഭമുണ്ടായി. നക്സലൈറ്റുകൾ ഡോക്ടറെ ജനകീയ വിചാരണ ചെയ്ത് ഡോക്ടറെ പരിക്കേൽപ്പിച്ചു. ജനകീയ വിചാരണയെയും കൈയേറ്റത്തെയുമൊന്നും അംഗീകരിക്കുന്നില്ല. എന്നാൽ ആരോഗ്യമന്ത്രിയുടെ സ്റ്റേയാണ് അവിടെ പ്രശ്നങ്ങൾ വഷളാക്കിയത്. ഈ സാഹചര്യത്തിൽ ഇതിന്മേൽ എന്തുനടപടിയാണ് ഗവൺമെന്റ് സ്വീകരിച്ചിട്ടുള്ളത്. ഇത്തരം പലവിധ കാരണങ്ങളാൽ ഈ ഉപധനാഭ്യർത്ഥനകളെ ഞാൻ എതിർക്കുകയാണ്.

സിമന്റുകുംഭകോണവും അഹമ്മദ് സാഹിബിന്റെ ബുദ്ധിയും

(വ്യവസായവകുപ്പും വൈദ്യുതി വകുപ്പും ഒരുപോലെ ആരോപ
ണങ്ങളെ നേരിട്ട കാലം കൂടിയായിരുന്നു ഈ നിയമസഭാകാലം. അന്ന
ത്തെ വൈദ്യുതിമന്ത്രി ആർ ബാലകൃഷ്ണപ്പിള്ളയും വ്യവസായ മന്ത്രി
മുസ്ലിംലീഗിലെ ഇ അഹമ്മദും ഇത്തരം ആരോപണങ്ങളെ നിയമസഭ
യിൽ ശക്തിയുക്തം പ്രതിരോധിച്ചു. 1983 ജൂലൈ 5 ന് നടന്ന ധനാഭ്യർ
ത്ഥന ചർച്ചയിൽ പങ്കെടുത്തുകൊണ്ട് കോടിയേരി നടത്തിയ പ്രസംഗ
ത്തിനിടെ ബാലകൃഷ്ണപ്പിള്ളയ്ക്കും അഹമ്മദിനും എതിരെ ആരോപ
ണങ്ങളുയർന്നുവന്നു.)

സർ,

വ്യവസായം, എക്സൈസ്, തുറമുഖം എന്നീ വകുപ്പുകളിലേക്കു
ള്ള ധനാഭ്യർത്ഥനകളെ ഞാൻ ശക്തിയായി എതിർക്കുന്നു. വ്യാവസാ
യികമായി വളരെയേറെ പിന്നോക്കം നിൽക്കുന്ന സംസ്ഥാനമാണ് കേര
ളം. 22 ലക്ഷം തൊഴിലില്ലാത്ത അഭ്യസ്തവിദ്യർ എംപ്ലോയ്മെന്റ് എക്
സ്ചേഞ്ചിൽ രജിസ്റ്റർ ചെയ്ത്, തൊഴിലിന് വേണ്ടി വേഴാമ്പലിനെപ്പോ
ലെ കാത്തുകിടക്കുന്നു.

ഈ സംസ്ഥാനത്ത്, വ്യവസായവൽക്കരണത്തിന്റെ പ്രാധാന്യം
ഏവർക്കുമറിയാം. എന്നാൽ ഗവൺമെന്റിന്റെ വ്യാവസായിക നയം, അത്
മനസ്സിലാക്കിക്കൊണ്ടല്ല രൂപപ്പെടുത്തിയിരിക്കുന്നത്. സഹകരണ സ്ഥാ
പനങ്ങളെയും പൊതുമേഖലയെയും വളർത്തിക്കൊണ്ടുവരുന്നതിനുള്ള
ഒരു നീക്കവും നടത്താൻ ഗവൺമെന്റിന് കഴിഞ്ഞിട്ടില്ല. പ്രതിവർഷം ആ
ധുനിക രീതിയിലുള്ള 3500 ചെറുകിട വ്യവസായ യൂണിറ്റുകൾ ആരംഭി
ക്കുമെന്നാണ് ആറാംപദ്ധതിയിൽ കേരളം എഴുതിപ്പിടിപ്പിച്ചിട്ടുള്ളത്. ഇ
തിന്റെ ഭാഗമായി 1980-81 ൽ 2,900 യൂണിറ്റുകളും, 1981-82 ൽ 3200 യൂണി

റ്റുകളും തുറക്കാൻ കഴിഞ്ഞിട്ടുണ്ട്. ഇടതുപക്ഷ ജനാധിപത്യമുന്നണിയു
ടെ ഏറ്റവും പ്രധാനപ്പെട്ട നേട്ടമായിരുന്നു അത്. എന്നാൽ ഇന്ന് കേരള
ത്തിൽ പ്രവർത്തിക്കുന്ന ചെറുകിട വ്യവസായങ്ങളിൽ മുവായിരത്തിൽപ്പരം
യൂണിറ്റുകൾ തകർച്ചയെ നേരിട്ടുകൊണ്ടിരിക്കുകയാണ്. ഈ യൂണിറ്റുകളെ
പീഡിത വ്യവസായ യൂണിറ്റുകൾ എന്ന ഓമനപ്പേരിലാണ് വിളിക്കുന്നത്.
തകർന്നുകൊണ്ടിരിക്കുന്ന ഈ വ്യവസായ യൂണിറ്റുകളെ രക്ഷിക്കാൻ
ഒരു നടപടിയും കൈക്കൊള്ളുന്നില്ല.

അധികാരത്തിൽ വന്നപ്പോൾ ഐക്യജനാധിപത്യ മുന്നണി ഗവൺ
മെന്റ് പറഞ്ഞത്, ഞങ്ങൾ ഒരു താലൂക്കിൽ ഒരു വ്യവസായം കൊണ്ടു
വരും എന്നാണ്. എന്നിട്ടിപ്പോഴെന്തായി എന്ന് വ്യക്തമാക്കണം. പരമ്പ
രാഗത വ്യവസായങ്ങളോരോന്നായി തകർന്നുകൊണ്ടിരിക്കുകയാണ്.

പൊതുമേഖലാസ്ഥാപനങ്ങളുടെ സ്ഥിതിയും വ്യത്യസ്തമല്ല. നഷ്ട
ങ്ങളുടെ കണക്ക് മാത്രമേ പൊതുമേഖലയ്ക്ക് പറയാനുള്ളൂ. കെൽ
ട്രോൺ, കൊല്ലത്ത് യുണൈറ്റഡ് ഇലക്ട്രിക്കൽസ്, ചവറയിലെ മിന
റൽസ് ആന്റ് മെറ്റൽസ് തുടങ്ങിയ മിക്ക സ്ഥാപനങ്ങളും പല കാരണ
ങ്ങളാൽ തകർച്ചയുടെ വക്കിലാണ്. വ്യാവസായിക രംഗത്ത് ലേ ഓഫ്
പ്രഖ്യാപിച്ചു എന്നതാണ് ഐക്യജനാധിപത്യമുന്നണിയുടെ പ്രധാനനേ
ട്ടം. അതേ സമയം വൈദ്യുതി രംഗത്താണെങ്കിൽ വലിയ അഴിമതിയാ
ണ് നടക്കുന്നത്. ആർ ബാലകൃഷ്ണപ്പിള്ള കറന്റ് കട്ടു വിൽക്കുകയാ
ണ്. യഥാർത്ഥത്തിൽ ഐക്യജനാധിപത്യമുന്നണി അഴിമതി നിരോധനം
കൊണ്ടുവരും എന്നൊരു ബോർഡ് വച്ചിരിക്കുകയാണ്. എന്നാലോ അ
വിടെ മന്ത്രിമാരെല്ലാം അഴിമതി നടത്തുന്നതിന് വേണ്ടി മത്സരിക്കുകയും
ചെയ്യുന്നു.

അബ്ദുൾ റഹ്മാൻ സാഹിബ് ആന്തുലെ ഇന്ദിരാപ്രതിഷ്ഠാൻ ഉണ്ടാക്കി
ഇന്ദിരാപ്രിയദർശിനിയുടെ പേരിലാണ് ലോകപ്രസിദ്ധനായത്. (സിമന്റ്
കുംഭകോണത്തിലൂടെ.)

കേരളത്തിലെ അഹമ്മദ് സാഹിബ് പാവപ്പെട്ട മുസ്ലീമിന്റെ പേരി
ലാണ് ഒരു ബിഗ് ആന്തുലെയായി ഇന്ത്യൻ രാഷ്ട്രീയത്തിൽ ഉയർന്നു
വന്നിട്ടുള്ളത്.

സിമന്റ് വിതരണത്തിൽ സിഡ്കോ വമ്പിച്ച അഴിമതി നടത്തിയിട്ടു
ണ്ടെന്ന് ചൂണ്ടിക്കാണിക്കാൻ ഞാനാഗ്രഹിക്കുന്നു. സിഡ്കോയുടെ ഈ
അഴിമതിയുമായി മന്ത്രിക്ക് നേരിട്ട് ബന്ധമുണ്ട്. സിഡ്കോയുടെ ചെയർ
മാൻ പി വി അബ്ദുള്ളക്കോയ ലീഗിന്റെ നേതാവാണ്. മൂന്ന് തരത്തിലാണ്
സിഡ്കോ സിമന്റ് വിതരണത്തിൽ അഴിമതി നടന്നിട്ടുള്ളത്.

1561 ഏജന്റുമാരെ നിശ്ചയിച്ചതിൽ അഴിമതി നടന്നിട്ടുണ്ട്. 23 പേർക്ക്
സ്പെഷ്യൽ പെർമിറ്റ് നൽകിയതിൽ അഴിമതി നടന്നിട്ടുണ്ട്. തായ്വാനിൽ
നിന്ന് സിമന്റ് ഇറക്കുമതി ചെയ്യാൻ മെസ്സേഴ്സ് മിറ്റ്യോർ എന്ന കമ്പ
നിക്ക് ലൈസൻസ് നൽകിയതിന്റെ പേരിൽ അഴിമതി നടന്നിട്ടുണ്ട്.
സിഡ്കോ ഇന്ത്യയുടെ ഇറക്കുമതി നയം ലംഘിച്ചു. അവശ്യവസ്തു

നിയമം കാറ്റിൽ പറത്തി.

ഇന്ത്യാഗവൺമെന്റിന്റെ ഇറക്കുമതി കയറ്റുമതി ചീഫ് കൺട്രോളർ 1982 ആഗസ്ത് മാസം നാലാം തീയതി അയച്ച കത്തിൽ പറയുന്നു, ഡീലർ മാരെ നിശ്ചയിക്കരുത് എന്ന്. യഥാർത്ഥത്തിൽ ഉപഭോക്താവിന് മാത്ര മേ സിമന്റ് ഇറക്കുമതി ചെയ്യാവൂ എന്ന് ആ കത്തിൽ പ്രത്യേകം നിഷ് കർഷിച്ചിട്ടുണ്ട്. ഈ തീരുമാനം വ്യക്തമായും നടപ്പാക്കണമെന്ന് ചീഫ് കൺട്രോളർ 1983 ജൂൺമാസം 15-ാം തീയതി വീണ്ടും എഴുതിയിട്ടുണ്ട്. അത് ഇവിടെ സഭയിൽ കിട്ടിയിട്ടുണ്ട് എന്ന് ചോദ്യോത്തര വേളയിൽ മന്ത്രി തന്നെ പ്രസ്താവിച്ചതുമാണ്.

1982 ആഗസ്ത് നാലാംതീയതിയുള്ള കൺട്രോളറുടെ എഴുത്തും കൊണ്ട് 1982 ഒക്ടോബർ മാസം അഹമ്മദ് സാഹിബ് ഡൽഹിയിലേക്ക് പോയി. മുഖ്യമന്ത്രിയെ കൂടി കൺട്രോളറുടെ അടുത്തേക്ക് കൊണ്ടു പോയി. ആ കൺട്രോളറെ ഒതുക്കാൻ ശ്രമം നടത്തി. ആ കൺട്രോളർ ഒതുങ്ങിയില്ല.

കൺട്രോളറുടെ ഉത്തരവിൽ സിമന്റ് ഡീലർമാരെ നിശ്ചയിക്കാൻ പാടില്ലെന്ന് വ്യക്തമായി എഴുതി വച്ചിട്ടുണ്ട്. എന്നാൽ മന്ത്രി ഡീലർമാരെ നിശ്ചയിച്ചതിന്റെ ന്യായീകരണം കണ്ടത് ഓഫ് ദി സെൽഫ് ഡീൽ -ന്റെ പേരിൽ ഏജന്റുമാരെ നിശ്ചയിച്ചു എന്നാണ്. അത് കേന്ദ്രഗവൺമെന്റ് അംഗീകരിച്ചില്ല.

മന്ത്രിസ്ഥാനം ദുർവിനിയോഗിച്ച് 23 പേർക്ക് സ്പെഷ്യൽ പെർമിറ്റ് നൽകിയിരിക്കുന്നു. ആ 23 പേരുടെയും പേരുകൾ വായിക്കാൻ ഞാൻ തയാറാണ്. ചോദ്യോത്തരവേളയിൽ ഒരാൾക്ക് പോലും സ്പെഷ്യൽ പെർ മിന്റ് നൽകിയിട്ടില്ല എന്നു പറയുകയും ചെയ്തു. 1180 മെട്രിക് ടൺസിമന്റ് നൽകിയെന്ന് പറയുന്നവരുടെ കൂട്ടത്തിൽപ്പെട്ട ആയിഷാ ബീ എന്ന വള പട്ടണക്കാരി പറയുന്നു, ഞാൻ അങ്ങനെ സിമന്റ് വാങ്ങിയിട്ടില്ല എന്ന്. യഥാർത്ഥത്തിൽ 23 പേരുടെ പേരിൽ 1150 മെട്രിക് ടൺസിമന്റ് എഴുതി വാങ്ങിച്ച് സിമന്റ് തിരിമറി നടത്തിയിരിക്കുന്നു എന്നാണ് ഇതിൽനിന്ന് മനസ്സിലാകുന്നത്.

മന്ത്രിയുടെ ഓഫീസിൽനിന്ന് സിമന്റിന് വേണ്ടി വരുന്ന എല്ലാ ശുപാർ ശകളും പരിഗണിക്കണമെന്ന് സിഡ്കോയുടെ എല്ലാ ഡിപ്പോകൾക്കും എം ഡി നിർദ്ദേശം നൽകിയിട്ടുണ്ട്. അതിന്റെ ഫലമായി സിമന്റ് കരിഞ്ച നയിൽ വിൽക്കാൻ എല്ലാവർക്കും അനുമതി കിട്ടി. അതുപോലെ തുറ മുഖത്ത് കരിഞ്ചന്ത വിലയ്ക്ക് സിമന്റ് വിൽക്കുന്നു.

1982 ഡിസംബറിൽ രണ്ടുകപ്പൽ സിമന്റ് തൂത്തുക്കുടി തുറമുഖത്ത് വന്നതിൽ 3815 ടണ്ണും 7845 ടണ്ണും കേരളത്തിനു പുറത്ത് വിൽപ്പന നട ത്തിനിട്ടുണ്ട്. സിമന്റ് ഇറക്കുമതി ചെയ്യാനുള്ള കരാർ കൊടുക്കുന്നതിൽ പല സ്ഥാപനങ്ങളുടെയും കുറഞ്ഞ വിലയ്ക്കുള്ള കഓട്ടേഷനുകൾ തട ഞ്ഞിട്ട് മെസ്സേഴ്സ് മിറ്റ്യോർ പ്രൈവറ്റ് ലിമിറ്റഡിന് നൽകി. 12 കമ്പനി കൾ വിതരണം ചെയ്യാൻ മുന്നോട്ട് വന്നിരുന്നു. 1982 സെപ്തംബർ 23

ലെ ഓഫറുകൾ പരിഗണിച്ചപ്പോൾ തായ്വാൻ സിമന്റ് യു എസ് ഡോ
ളർ 40.7 ന് നൽകാമെന്ന് മിറ്റോർ സമ്മതിച്ചത് ഒരു പ്രധാനപ്പെട്ട കാര്യ
മാണ്. കൊറിയയിൽനിന്ന് 39.78 ഡോളറിന് സിമന്റ് നൽകാമെന്ന് ഡിസ്
കോൺസിന്റെ മറ്റൊരു ടെണ്ടറും കിട്ടിയതാണ്. എന്നാൽ കരാർ അംഗീ
കരിക്കാതെ മെസ്സേഴ്സ് മിറ്റോറുമായി തന്നെ കരാർ ഒപ്പിട്ടു. പക്ഷേ,
മന്ത്രി ഒരു വിദ്യപ്രയോഗിച്ചു. 39.78 ഡോളറായി മിറ്റോറിനോട് നെഗോ
ഷ്യേറ്റ് ചെയ്തു. പക്ഷേ, തെക്കൻ കൊറിയയിൽനിന്ന് സ്റ്റേറ്റ് ട്രേഡിംഗ്
കോർപ്പറേഷൻ വഴി ഇറക്കുമതി ചെയ്യുന്ന സിമന്റ് ഇന്ത്യയിൽ എത്തിയ
പ്പോൾ 55 ഡോളറാണ് ചെലവ് വന്നത്. മിറ്റോറിന്റെ സിമന്റ് തായ്വാ
നിൽനിന്ന് ഇന്ത്യയിലേക്ക് ഇറക്കുമതി ചെയ്തപ്പോൾ 62 ഡോളർ ചെല
വായി. ഒരു ടണ്ണിന്മേൽ 7 ഡോളറിന്റെ വ്യത്യാസം. 90,000 ടൺ ഇറക്കുമ
തി ചെയ്ത ഒരൊറ്റ കച്ചവടത്തിൽ 63 ലക്ഷം രൂപ സിഡ്കോ നഷ്ടപ്പെടു
ത്തി. 1982 ഡിസംബർ 20 ന് ഉണ്ടാക്കിയ 3 ലക്ഷം മെട്രിക് ടൺ സിമന്റ്
ഇറക്കുമതി കരാർ പരിശോധിച്ചാൽ ഇത് വ്യക്തമാകും. 34. 80 ഡോളറാ
യിരുന്നു ഏറ്റവും കുറഞ്ഞ നിരക്ക്. മിറ്റോർ കമ്പനി 39.64 ഡോളറാണ്
ക്വോട്ട് ചെയ്തത്. മൂന്ന് ലക്ഷം ടണ്ണിന് ഒന്നര കോടി രൂപയുടെ വ്യത്യാ
സമുണ്ടാകും. എന്നിട്ടും കരാർ മിറ്റോറിന് തന്നെ നൽകി. സ്വിറ്റ്സർലന്റ്
ആസ്ഥാനമായി പ്രവർത്തിക്കുന്ന ഒരു സ്ഥാപനമാണ് മിറ്റോർ. മിറ്റോർ
ഇറക്കുമതി ചെയ്യുന്ന ഓരോ മെട്രിക് ടൺ സിമന്റിനും ഓരോ ഡോളർ
വച്ച് മിസ്റ്റർ അഹമ്മദ് സാഹിബിന്റെ പേരിൽ അവർ തന്നെ നിക്ഷേപിച്ചു
കൊണ്ടിരിക്കുകയാണ്. അതുകൊണ്ടാണ് സ്വിറ്റ്സർലണ്ടിന്റെ തായ്വാൻ
സിമന്റിനോട് ഇത്ര വലിയ പ്രേമം.

സിഡ്കോയുടെ സിമന്റ് വിതരണത്തിൽ അതിനായകത്വം വഹി
ക്കണമെന്ന് മന്ത്രിക്ക് തോന്നി. അതുവരെ സിമന്റ് വിതരണം ചെയ്തു
കൊണ്ടിരുന്നത് സിഡ്കോയാണ്. കർണാടകം കേരളത്തിലെ സിവിൽ
സപ്ലൈസ് കോർപ്പറേഷന് സിമന്റ് നൽകാമെന്ന് പറഞ്ഞു. എന്നാൽ കർ
ണാടകത്തിലെ സിവിൽസപ്ലൈസ് കോർപ്പറേഷന്റെ ചെയർമാനോട്
പറഞ്ഞു, കേരളത്തിലെ സിവിൽസപ്ലൈസ് കോർപ്പറേഷന് സിമന്റ് കൊടു
ക്കരുത് എന്ന്. അതിന് കാരണമായി ചൂണ്ടിക്കാണിച്ചത് എന്താണ്
എന്നുകൂടി ഈ സഭ മനസ്സിലാക്കണം, കോയ സാഹിബ് മനസ്സിലാക്കണം.
കർണാടക കോർപ്പറേഷന്റെ ചെയർമാനോട് പറഞ്ഞു, കേരളത്തിൽ
ഐക്യജനാധിപത്യമുന്നണി സംവിധാനമാണ് ഭരിക്കുന്നത്. എന്നാൽ സി
വിൽസപ്ലൈസ് കോർപ്പറേഷൻ കൈകാര്യം ചെയ്യുന്നത് മറ്റൊരു പാർട്ടി
ക്കാരനാണ് എന്ന്. പാവം നമ്മുടെ ബീരാനെ പോലും അടക്കി ഭരിക്കു
ന്നതിന് വേണ്ടി തഴയുന്നതിനുവേണ്ടി അഹമ്മദ് സാഹിബ് ശ്രമിച്ചു എ
ന്നതിനെ കുറിച്ച് വിശദീകരിച്ചാൽ എത്രത്തോളം സിമന്റ് കുംഭകോണ
ക്കഥകൾ വ്യാപിച്ചുകിടക്കുന്നു എന്ന് മനസ്സിലാക്കാൻ കഴിയും.

അതുപോലെ സിമന്റ് വിതരണ ഏജന്റുമാരെ വിളിച്ചുവരുത്തി കൈ
ക്കൂലി വാങ്ങിയത് നാട്ടിൽ അങ്ങാടിപ്പാട്ടാണ്. 25 ലക്ഷം രൂപ ചോദിച്ചു

എന്നും അഞ്ചുതവണയായി കൊടുത്തു എന്നും കേരളത്തിലെ സിമന്റ് ഡീലർമാർ പരസ്യമായി പറഞ്ഞുതുടങ്ങിയിരിക്കുന്നു.

പഴയക്വാളിറ്റി സിമന്റ് വിൽക്കാൻ പാടില്ല എന്നാണ് നിയമം. എന്നാൽ കോട്ടയത്തെ സിമന്റ് ഫാക്ടറിയിൽനിന്ന് പഴയ ക്വാളിറ്റി സിമന്റ് വിറ്റു. 1500 ടൺ സിമന്റ് ഒരു ഡൽഹിക്കാരന് കൊടുത്തു. അതുപോലെ 5000 ടൺ നല്ല സിമന്റും കൊടുത്തു. സിമന്റ് ക്ഷാമമുള്ള സന്ദർഭത്തിൽ എന്തിനാണ് 5000 ടണ്ണും 1500 ടണ്ണും വിതരണം ചെയ്തുകൊണ്ടിരിക്കുന്നത്.

സിമന്റ് കുംഭകോണത്തെക്കുറിച്ച് ഒരു അന്വേഷണം നടത്തണം. പണം കെട്ടിവച്ച് അഴിമതി ആരോപണം ഉന്നയിക്കൂ എന്ന് അഹമ്മദ് സാഹിബ് പറഞ്ഞു. ഞാൻ നിയമസഭയിലാണ് ആരോപണം ഉന്നയിക്കുന്നത്, ഉത്തരവാദിത്വബോധത്തോടുകൂടി. ഒരു അന്വേഷണം നേരിടാൻ മിസ്റ്റർ അഹമ്മദ് സാഹിബിന് ധൈര്യമുണ്ടോ. അഴിമതിക്ക് കൂട്ടുനിൽക്കരുത് എന്ന് പറഞ്ഞുകൊണ്ട് ഈ ധനാഭ്യർത്ഥനകളെ ഞാൻ എതിർക്കുന്നു.

കറന്റ് കട്ടും വിൽപ്പനയും കറന്റ് കട്ട് വിൽപ്പനയും

(വ്യ)വസായ മേഖലയുടെ തകർച്ചയെക്കുറിച്ചുള്ള പ്രസംഗത്തിനിടെ വൈദ്യുതി വകുപ്പിലെ അഴിമതി സൂചിപ്പിക്കുമ്പോൾ കറന്റ് കട്ട് വിൽ ക്കുന്നു എന്ന് മന്ത്രിക്കെതിരെ ആരോപണം ഉന്നയിച്ചു കോടിയേരി ബാല കൃഷ്ണൻ. എന്നാൽ കട്ട് വിൽക്കുക എന്ന പ്രയോഗത്തെ ഭരണ പ്രതി പക്ഷ അംഗങ്ങൾ വ്യത്യസ്തമായി ഉപയോഗിച്ച് രസകരമാക്കിത്തീർത്ത ഒരു അഴിമതിവിരുദ്ധ ചർച്ച പ്രസംഗത്തിനിടെയുണ്ടായി. ആർ ബാലകൃ ഷ്ണപിള്ളയ്ക്കെതിരെ ആരോപണമുന്നയിച്ചുകൊണ്ട് നടത്തിയ പ്രസംഗ ത്തിനിടെയായിരുന്നു സംഭവം. 1983 ജൂലൈ 05 ന് നടന്ന ധനാഭ്യർത്ഥന ചർച്ചയിൽ പങ്കെടുത്തുകൊണ്ട് കോടിയേരി നടത്തിയ പ്രസംഗത്തിനിടെ നടന്ന ചെറുസംവാദത്തിൽനിന്ന്)

ശ്രീ. കോടിയേരി
ബാലകൃഷ്ണൻ : കേരളത്തിലെ സകല മേഖലയും തകർച്ച യുടെ വക്കിലാണ് സർ. ഈ സർക്കാരിലെ ഓരോ വകുപ്പും അഴിമതിയുടെ ചെളിക്കുണ്ടി ലാണ്. ബാലകൃഷ്ണപിള്ള വിദ്യുച്ഛക്തി ക ട്ട് വിറ്റതിന്റെ ഫലമായി കേരളത്തിലെ വ്യവ സായ ശാലകൾ ഇന്ന് ശ്മശാനമായിത്തീർ ന്നിരിക്കുന്നു.

ശ്രീ. മണിമംഗലത്തു
കുട്ട്യാലി : ഉത്തരവാദപ്പെട്ട ഒരു വകുപ്പിന്റെ മന്ത്രി കറന്റ് കട്ടുവിറ്റു എന്ന ആരോപണം ഉന്നയിക്കുന്നത് ഓർഡറിലാണോ, അത് എഴുതിക്കൊടുത്ത തിന് ശേഷമാണോ? ഇതിനെപ്പറ്റി വിശദീ കരണം വേണം.

ശ്രീ. എം എം ഹസ്സൻ　　　　: കറന്റ് കട്ട് ഉണ്ടായിട്ടുണ്ട്. കറന്റ് വിൽപ്പനയും
　　　　　　　　　　　　　　ഉണ്ടായിട്ടുണ്ട്.

ആർ ബാലകൃഷ്ണപിള്ള
(വിദ്യുച്ഛക്തി വകുപ്പുമന്ത്രി): കറന്റ് കക്കാനും ഒക്കുകയില്ല, വിൽക്കാനും
　　　　　　　　　　　　　　ഒക്കുകയില്ല. പിന്നെ എങ്ങനെയാണ് ആ
　　　　　　　　　　　　　　രോപണം ഉണ്ടാകുന്നത്.

ശ്രീ. കോടിയേരി　　　　　　: കറന്റ് കട്ടും ഉണ്ടായിട്ടുണ്ട്. കറന്റ് വിൽപ്പ
　　　　　　　　　　　　　　നയും ഉണ്ടായിട്ടുണ്ട്. അതിന്റെ പേരിൽ
　　　　　　　　　　　　　　വ്യവസായ രംഗം തകർന്നിരിക്കുന്നു എന്നാ
　　　　　　　　　　　　　　ണ് ഞാൻ ചൂണ്ടിക്കാണിച്ചത്.

റോക്കറ്റ് വേഗമല്ല,
അണ്ണാന്റെ മരം കയറ്റം

(വിലക്കയറ്റം പതിവുപോലെ കരുണാകരൻ മന്ത്രിസഭയെയും കുഴക്കിയ പ്രശ്നമായിരുന്നു. പ്രതിപക്ഷം ശക്തമായ സമരപരിപാടികൾ നടത്തിയകാലം. വിലക്കയറ്റാരോപണങ്ങൾ ഉയരുമ്പോഴെല്ലാം വിലകുറച്ചു കൊണ്ട് പ്രതിരോധിക്കാൻ പദ്ധതികൾ തയാറാക്കി. പക്ഷേ, ഒന്നും ഫ ലിച്ചില്ലെന്ന ആക്ഷേപവുമായി പ്രതിപക്ഷം രംഗത്തെത്തി. സർക്കാരിന്റെ ആദ്യനാളുകളിൽത്തന്നെ ഈ പ്രശ്നം അലട്ടാൻ തുടങ്ങി. 1983 ജൂലൈ 18 ന് നടന്ന ധനാഭ്യർത്ഥനാചർച്ചയിൽ പങ്കെടുത്തുകൊണ്ട് കോടിയേരി വിലക്കയറ്റത്തിനെതിരെ വിമർശനം ഉന്നയിച്ചു.)

സർ ഭക്ഷ്യവകുപ്പ് മന്ത്രിയും ധനമന്ത്രിയും അവതരിപ്പിച്ച ധനാഭ്യർ ത്ഥനകളെ ഞാൻ എതിർക്കുകയാണ്. ഇവിടെ ധനവകുപ്പിനെക്കുറിച്ച് ഗുരുതരമായ ആരോപണങ്ങൾ ഉയർന്നുവന്നിട്ടുണ്ട്. കേന്ദ്രത്തിനും സം സ്ഥാനത്തിനും കൈകാര്യം ചെയ്യാൻ കഴിയുന്ന കൺകറന്റ് ലിസ്റ്റിൽ ഉൾപ്പെടുത്തിയിട്ടുള്ള വിഷയമാണ് ഭക്ഷ്യം. എന്നാൽ നമ്മുടെ കേന്ദ്ര വൺമെന്റിന് നാളിതുവരെയായിട്ടും ഒരുഭക്ഷ്യനയം രൂപപ്പെടുത്താൻ ക ഴിഞ്ഞിട്ടില്ല. നമ്മുടെ ദേശീയ വിപത്തുക്കളായ വെള്ളപ്പൊക്കവും വരൾ ച്ചയും ഉണ്ടാകുമ്പോൾ ഭക്ഷ്യോൽപ്പാദനം കുറഞ്ഞുപോകുന്ന സന്ദർഭ ത്തിൽ അത് പരിഹരിക്കാനുള്ള സംവിധാനം ഉണ്ടാക്കാൻ ഇതുവരെ കേ ന്ദ്രത്തിന് കഴിഞ്ഞിട്ടില്ല. ഭക്ഷ്യകാര്യത്തിൽ മികച്ച സംസ്ഥാനമായ ആ ന്ധ്രയിൽപ്പോലും ഈയിടെ ഭക്ഷ്യക്കുഴപ്പമുണ്ടായി.

തമിഴ്നാട് മുഖ്യമന്ത്രി എം ജി ആറിന് ഒരു ദിവസം നിരാഹാരം കിടക്കേണ്ടി വന്നു. കേന്ദ്രഗവൺമെന്റ് മൊത്തക്കച്ചവടക്കാരുടെ കൈ യിൽ ഭക്ഷ്യവിതരണരംഗം വിട്ടുകൊടുത്തതിന്റെ ഫലമാണ് ഇന്ത്യാരാ ജ്യത്ത് ഭക്ഷ്യരംഗത്തുണ്ടായിക്കൊണ്ടിരിക്കുന്ന കുഴപ്പങ്ങൾക്കെല്ലാം കാ രണം. നമ്മുടെ നാട്ടിലെ ഇറക്കുമതി നയത്തെക്കുറിച്ച് ധാരളം ചർച്ചകൾ

നടക്കുകയുണ്ടായി. ഇവിടെ കുരുമുളക് ഇറക്കുമതി ചെയ്യുന്നു. റബ്ബർ ഇ റക്കുമതി ചെയ്യുന്നു. ഇതെല്ലാം സുലഭമായി കേരളത്തിൽ കിട്ടുമെങ്കിൽ ഇന്ത്യാരാജ്യത്തുനിന്നും കയറ്റുമതി ചെയ്യുന്ന ഒരുസാധനമുണ്ട്. അതാണ് കേരളത്തിലെ ജനങ്ങൾക്ക് കിട്ടാത്ത അരി. വിദേശത്തേക്ക് അരി കയറ്റി അയച്ചു എന്ന് മേളയടിക്കുന്ന രാജ്യമാണ് ഇന്ത്യ. കേരളത്തിലെ ജനം അരികിട്ടാതെ പട്ടിണി കിടക്കുമ്പോൾ ഇവിടെനിന്നും അരി കയറ്റുമതി ചെയ്യുന്ന വിചിത്രമായ നിലപാടാണ് കാണാൻ കഴിയുന്നത്. ഇവിടെ എല്ലാ വർക്കും റേഷൻ കൊടുക്കാൻ കഴിയണമെങ്കിൽ ഇരുപത്തി അയ്യായിരം ടൺ അരി വേണം. 1,35,000 ടൺ അരി കേന്ദ്രം തരാമെന്ന് സ്റ്റാറ്റ്യൂട്ടറി റേഷനിംഗ് ഏർപ്പെടുത്തിയ 1964 ൽ നമുക്ക് ഉറപ്പുനൽകിയതാണ്. എ ന്നാൽ കേന്ദ്രം പലപ്പോഴും തരേണ്ട അരി തരാതെ കേരളത്തെ പട്ടിണി ക്കിടുകയാണ്. അതൊരു നയമാക്കി മാറ്റിയിരിക്കുകയാണ്.

കഴിഞ്ഞ തിരഞ്ഞെടുപ്പ് കാലത്ത് ഐക്യജനാധിപത്യമുന്നണി പറഞ്ഞു ഇവിടെ ഞങ്ങൾ അധികാരത്തിൽ വന്നാൽ റേഷൻ മുഴുവനാ യിട്ട് കൊടുക്കുമെന്ന്. നായനാർ ഭരണത്തിൽ റേഷൻ വിതരണത്തിൽ കുഴപ്പമുണ്ടായി എന്ന് പ്രചരിപ്പിച്ചവരാണ്. ഇന്ദിരാഗാന്ധിയുടെ ഇഷ്ടതോ ഴനായ കെ കരുണാകരൻ കേരളത്തിലെ മുഖ്യമന്ത്രിയുമായി. 13 മാസം കഴിഞ്ഞു. മാസം 1,35,000 ടൺ അരി പോലും നേടിയെടുക്കാൻ കേരള ത്തിന് കഴിഞ്ഞില്ല.

എന്തുകൊണ്ട് കേരളത്തിന് ഈ സ്ഥിതിയുണ്ടായി എന്ന് പരിശോ ധിക്കണം. ഇടതുപക്ഷജനാധിപത്യമുന്നണി ഭരിച്ചുകൊണ്ടിരുന്നപ്പോൾ 1,35,000 ടൺ അരി കേരളത്തിന് കിട്ടി. കരുണാകരൻ അധികാരത്തിൽ വന്നപ്പോൾ അത് 90,000 ടണ്ണായി വെട്ടിക്കുറച്ചു. പ്രക്ഷോഭമുണ്ടായപ്പോൾ മാത്രമാണ് പിന്നീട് അയ്യായിരം ടൺ കൂടി വർദ്ധിപ്പിച്ചത്. എന്നാലിപ്പോൾ പറയുന്നു, 1,40,000 ടൺ തരുന്നു എന്ന്. മറ്റു സംസ്ഥാനങ്ങളിൽ പോയി വാങ്ങാനുള്ള അവകാശം നിഷേധിക്കുകയും ചെയ്തു.

തമിഴ്നാട്ടിലെയും ആന്ധ്രയിലെയും ജനങ്ങളോട് കാണിച്ച നീതി പോലും ശ്രീമതി ഇന്ദിരാഗാന്ധി കേരളത്തോട് കാണിച്ചില്ല. കേന്ദ്രത്തിന്റെ നയം മാറ്റുന്നതിനായി പ്രതിപക്ഷ എം പിമാർക്ക് സമരം ചെയ്യേണ്ടി വന്നു. കേരള നിയമസഭയിൽ പ്രതിപക്ഷ എം എൽ എമാരുടെ രക്തം വാർ ന്നൊഴുകി. ഭക്ഷ്യപ്രശ്നത്തിന്റെ പേരിൽ ഈ നിയമസഭയിൽ നടത്തിയ സമരത്തിൽ ഞങ്ങളെ ഇടിക്കട്ട ഇട്ട് ഇടിക്കാൻപോലും പോലീസിനെ ചുമതലപ്പെടുത്തിയവരാണ് ഈ സംസ്ഥാനം ഭരിക്കുന്നത്. കേരളത്തി ലെ രണ്ടേമുക്കാൽ കോടി ജനത്തെ അടിമകളായി കരുതുന്ന കേന്ദ്രനയ ത്തിനെതിരായി കേരളം ഒന്നാകെ ഉയിർത്തെഴുന്നേൽക്കണം. പ്രതിപ ക്ഷവും ഭരണപക്ഷവും ഒത്തുച്ചേർന്നുള്ള സമരമാണ് വേണ്ടത്. ജനത്തെ പട്ടിണിക്കിടുന്ന നയത്തിനെതിരായ ഒത്തൊരുമിച്ചുള്ള ഒരു സമരത്തിന് നിങ്ങൾ തയാറുണ്ടോ എന്നാണ് ജനങ്ങൾക്ക് അറിയേണ്ടത്. അപ്പുറത്തു നിന്ന് പ്രസംഗിച്ചവർ ഇവിടെ കുറെ കണക്കുകൾ നിരത്തി. കണക്കു കൊണ്ട് കസർത്തുകളിച്ചാൽ വയറുനിറയുമോ സർ.

പരസ്യമാർക്കറ്റിൽ അരിയുടെ വില പിടിച്ചുനിർത്തി എന്നാണ് പറ
യുന്നത്. എന്താണ് പിടിച്ചുനിർത്തിയത്. നായനാർ അധികാരത്തിൽനിന്ന്
ഇറങ്ങുമ്പോൾ 2.90 രൂപയായിരുന്നു അരിവില. ഇന്ന് പരസ്യമാർക്കറ്റിൽ
5.50 രൂപ മുതൽ 6 രൂപ വരെ കൊടുക്കണം. മാവേലി സ്റ്റോറിൽ 2.60 രൂപ
യിൽനിന്ന് മൂന്ന് രൂപയായി വില കൂടി. അവിടെ നിന്നാണെങ്കിൽ ആവ
ശ്യത്തിന് അരികിട്ടുന്നുമില്ല. ഇവിടെ നേരത്തെയാരോ പറഞ്ഞു സാധന
ങ്ങളുടെ വില റോക്കറ്റ് വേഗത്തിലാണ് കുതിച്ചുകയറുന്നത് എന്ന്.

റോക്കറ്റിന്റെ വേഗത്തിലല്ല, കരുണാകരൻ ഭരിക്കുമ്പോൾ സാധന
ങ്ങളുടെ വില കയറുന്നത് അണ്ണാൻ മരത്തിൽ കയറുന്നതുപോലെയാണ്.
അണ്ണാൻ മരത്തിൽ കയറുമ്പോൾ ഒരു പടി ഇറങ്ങും. എന്നിട്ട് പിന്നെയും
ചാടിക്കയറുമ്പോൾ അതിന്റെ ഇരട്ടിപടി കയറും.അതുപോലെ സാധനവില
യുടെ കാര്യത്തിലും ഇതാവർത്തിച്ചുകൊണ്ടെയിരിക്കുകയാണ്. ഒരു രൂപ
സാധനത്തിന്റെ വില രണ്ടുരൂപയായി വർദ്ധിപ്പിക്കും. എന്നിട്ട് 20 പൈസ
കുറയ്ക്കും. എന്നിട്ടോ, വിലക്കയറ്റം നിയന്ത്രിച്ചില്ലേ എന്ന് പെരുമ്പറയടി
ക്കും. അതാണ് സർ കരുണാകരൻ ഗവൺമെന്റ്.

ഈ ഗവൺമെന്റ് അധികാരത്തിൽ വന്നതിനുശേഷം ഏതെങ്കിലും
ഒരു സാധനത്തിന്റെ വില കുറഞ്ഞിട്ടുണ്ടോ മി. ബീരാൻ സാഹിബേ. ഒ
രുസാധനത്തിന്റെ വില പോലും കുറഞ്ഞിട്ടില്ല. നാം ശ്വസിക്കുന്ന വായു
വിന്റെയൊഴിച്ച് ബാക്കിയെല്ലാത്തിന്റെയും നികുതി കൂട്ടിക്കൊണ്ടിരിക്കു
ന്ന കേന്ദ്രനയത്തിന്റെ ഫലമായാണീ വിലക്കയറ്റം.

വിലക്കയറ്റം തടഞ്ഞുനിർത്താൻ കൂടുതൽ റേഷൻ ഷാപ്പുകൾ തുട
ങ്ങിയെന്നാണ് പറയുന്നത്. ഇരുപതിന പരിപാടിയിൽ അങ്ങനെ പറ
യുന്നുണ്ട്. അതായത് 2,000 പേർക്ക് ഒരു റേഷൻ ഷാപ്പ് എന്ന്. എന്നാൽ
നമ്മുടെ കേരളത്തിൽ 1600 പേർക്ക് ഒന്ന് വീതം ഇപ്പോൾത്തന്നെ പ്രവർ
ത്തിക്കുന്നുണ്ട്. യഥാർത്ഥത്തിൽ ഈ ഇരുപതിനപരിപാടി നടപ്പാക്കുന്നു
എന്ന് പറഞ്ഞ് പെരുമ്പറയടിക്കുന്നത് തന്നെ ഒരു തട്ടിപ്പല്ലേ.

ഭക്ഷ്യരംഗത്തുണ്ടാകുന്ന കുഴപ്പത്തിന്റെ ഫലമായി കേരളവും പട്ടിണി
മരണത്തിലേക്ക് നീങ്ങാൻ പോവുകയാണ്. ഏഴ് പേർ പട്ടിണികൊണ്ട്
മരിച്ചു. മുതലമടയിൽ മാത്രമല്ല പള്ളിച്ചലിലും മൂന്ന് പേർ മരിച്ചു. സാ
ധാരണക്കാരന്റെ ജീവിതം വീർപ്പുമുട്ടിയിരിക്കുകയാണ്. രണ്ടുകുട്ടികളും
ഭാര്യയുമുള്ള ഒരു കുടുംബത്തിന് ജീവിക്കണമെങ്കിൽ ഇന്ന് 859 രൂപ 50
പൈസ വേണമെന്നാണ് കണക്ക്. ഇവിടത്തെ ഒരു ക്ലാസ് ഫോർ ജീവന
ക്കാരന് കിട്ടുന്ന ശമ്പളം 474 രൂപയാണ്. 474 രൂപ ശമ്പളം പറ്റുന്ന സാധാ
രണക്കാരൻ അവന്റെ വരുമാനംകൊണ്ട് ജീവിക്കാൻ കഴിയാത്ത അവ
സ്ഥയിലാണ്. വിലക്കയറ്റം തടഞ്ഞുനിർത്താതെ അതിന്റെയെല്ലാം മുന്നിൽ
ബധ്ധായി പ്രസംഗം അടിച്ച് കണക്കുകൾകൊണ്ട് കസർത്ത് കാണിച്ചു
കൊണ്ടിരിക്കുകയാണ് ഈ ഗവൺമെന്റ്. കഴിഞ്ഞ തിരഞ്ഞെടുപ്പ് കാല
ത്ത് ഉയർത്തിയ മുദ്രാവാക്യങ്ങളെല്ലാം പൊളിഞ്ഞ് പാളീസായിരിക്കുക
യാണ്. അതുകൊണ്ട് ഇവിടെ അവതരിപ്പിച്ച ധനാഭ്യർത്ഥനകളെ ഞാൻ
എതിർക്കുകയാണ്.

മുസ്തഫ ബില്ലും
എം എം ഹസ്സന്റെ ഭാര്യാപിതാവും

(കെ കരുണാകരൻ സർക്കാർ അധികാരമേറ്റ് ഒരുവർഷത്തിനകം കൊണ്ടുവന്ന ബില്ലുകളിൽ ഏറ്റവും കൂടുതൽ ചർച്ചചെയ്യപ്പെട്ട ബില്ലാണ് 1983 ലെ കേരള നിയമസഭ (അയോഗ്യതകൾ നീക്കം ചെയ്യൽ)) ഭേദഗതി ബിൽ. നിയമസഭയ്ക്ക് പുറത്ത് ഔദ്യോഗിക സ്ഥാനങ്ങൾ വഹിച്ചാൽ എം എൽ എമാരെ അയോഗ്യരാക്കുന്ന നടപടി നീക്കം ചെയ്യുന്നതിനു ള്ള ബില്ലാണിത്. കോൺഗ്രസ്സിന്റെ മുതിർന്ന നേതാവായിട്ടും ആവശ്യമായ പരിഗണന നൽകാത്തതിൽ അതൃപ്തനായ ടി എച്ച് മുസ്തഫയെ ഖാ ദി ബോർഡ് വൈസ് ചെയർമാനാക്കുന്നതിനുവേണ്ടിയുള്ള ഭേദഗതിയാണ് ഇത് എന്ന ആരോപണമാണ് ബില്ലുമായി ബന്ധപ്പെട്ട് പ്രതിപക്ഷം ഉയർ ത്തിയത്. ഡിസംബർ അഞ്ചിന് മുഖ്യമന്ത്രി കെ കരുണാകരൻ ബിൽ അംഗീ കാരത്തിനായി വച്ചു. കെ കരുണാകരനും ആ ചർച്ചയിൽ പങ്കെടുത്തു കൊണ്ട് കോടിയേരിയും നടത്തിയ പ്രസംഗം)

ശ്രീ. കെ കരുണാകരൻ   : ബഹുമാനപ്പെട്ട മുൻമുഖ്യമന്ത്രി ഇ എം ശങ്ക രൻ നമ്പൂതിരിപ്പാടിന്റെ ഭാഷയിൽ പറഞ്ഞാൽ ഇതൊരു സിമ്പിൾ അമെന്റ് മെന്റാണ്. ഇന്ന് പല തസ്തികകളിലേക്കും ചെയർമാൻ, പ്ലാ നിംഗ് ബോർഡ് മെമ്പർ തുടങ്ങി പല കമ്മി റ്റികളിലും ഉത്തരവാദിത്വം വഹിക്കുന്ന ആ ളുകളുടെ അയോഗ്യത നീക്കം ചെയ്തുകൊ ണ്ട് നിയമനിർമാണം ഉണ്ടായിട്ടുണ്ട്. ഖാദി ബോർഡിനെ സംബന്ധിച്ചിടത്തോളം ചെയർ മാൻ എന്നുള്ള തസ്തിക വൈസ് ചെയർമാ നാണുള്ളത്. പക്ഷേ, വൈസ് ചെയർമാൻ

എന്നുള്ളത് ഈ നിയമത്തിൽ ഉൾക്കൊള്ളി ച്ചിട്ടില്ല. അതുകൊണ്ട് വൈസ് ചെയർമാനെ ഉൾക്കൊള്ളിക്കേണ്ടതാണ്. ഇത് വളരെ സിമ്പിളാണ്. അതുകൊണ്ട് അംഗീകരിച്ചുതരണം എന്ന് അഭ്യർത്ഥിക്കുന്നു.

ശ്രീ. കോടിയേരി
ബാലകൃഷ്ണൻ : സർ, ഭേദഗതി അവതരിപ്പിച്ചുകൊണ്ട് ബഹു മാനപ്പെട്ട മുഖ്യമന്ത്രി പറഞ്ഞു, ഇതൊരു സിമ്പിൾ ഭേദഗതിയാണ് എന്ന്. എന്നാലങ്ങ നെയല്ല സർ. ഗവൺമെന്റിന്റെ നിലനിൽപ്പു മായി ബന്ധപ്പെട്ടുള്ള ഒരു ബില്ലാണിത്. കഴി ഞ്ഞ ദിവസം നമ്മുടെ പഞ്ചായത്ത് വകു പ്പുമന്ത്രി പറഞ്ഞു സ്റ്റേ ഈ ഗവൺമെന്റിന്റെ പ്രാണ വായു ആണ് എന്ന്. അതുപോലെ ഈ ബില്ല് ഗവൺമെന്റിന്റെ പ്രാണവായു ആണ്. ഇത്തരത്തിലുള്ള ഒരു ഭേദഗതി നിയമസഭ പാ സ്സാക്കിയെടുക്കുന്നില്ലെങ്കിൽ ശ്രീ. മുസ്തഫ യുടെ ഗതി എന്താണ്.? ഇന്നത്തെ നിയമസ ഭാ നടപടികളിൽ ഭരണകക്ഷിയിലെ കോൺ ഗ്രസ് ഐയിൽനിന്നും ഏറ്റവും സജീവമായി ഇടപെട്ടുകൊണ്ടിരിക്കുന്ന ഒരു മെമ്പറായി ശ്രീ. മുസ്തഫയെ കാണാൻ കഴിയും. കഴി ഞ്ഞ കുറേ ദിവസങ്ങളായി അദ്ദേഹത്തെ കാ ണാനേയില്ലായിരുന്നു. ഇന്ന് വളരെ സജീവ വുമാണ്. അതുകൊണ്ട് ഈ ബില്ലിനെ മുസ് തഫ ബില്ല് എന്നാണ് പൊതുജനങ്ങൾ പേ രിട്ടിരിക്കുന്നത്.

കോൺഗ്രസ് ഐയെ സംബന്ധിച്ചിടത്തോളം ഇത്തരം ഒരു ഭേദഗതി ആവശ്യമാണ്. എന്നാൽ ഇതിന് എന്തിനാണ് ഭരണകക്ഷിയിലെ മറ്റുപാർ ട്ടികൾ കൂട്ടുനിൽക്കുന്നത്. കോൺഗ്രസ് മന്ത്രിമാരെ തീരുമാനിച്ചപ്പോൾ ഉണ്ടായ കുഴപ്പങ്ങൾ ഇവിടെ സൂചിപ്പിച്ചു. എനിക്ക് മന്ത്രിസ്ഥാനം കിട്ടി യില്ലെങ്കിൽ ഞാനിതാ പോകുന്നു എന്ന് ശ്രീ. മുസ്തഫ പറഞ്ഞപ്പോൾ അദ്ദേഹത്തെ പിടിച്ചുനിർത്താൻ ഖാദിബോർഡിന്റെ വൈസ് ചെയർമാൻ സ്ഥാനം കൊടുക്കേണ്ടി വന്നു. മുസ്തഫ ഒരു തീരുമാനമെടുത്താൽ ആ തീരുമാനം നടപ്പാക്കുന്ന ആളാണ്. അതുകൊണ്ട് മുസ്തഫയെ ഭയന്നാണ് ഖാദിബോർഡിന്റെ വൈസ് ചെയർമാൻ സ്ഥാനം കൊടുത്തത്.

ശ്രീ. എം എം ഹസ്സൻ : 'മുമ്പ് ബഹുമാനപ്പെട്ട ഇ എം എസ് നമ്പൂതി രിപ്പാട് മുഖ്യമന്ത്രിയായിരുന്ന കാലത്ത് ശ്രീ. എം കെ എ ഹമീദ് എം എൽ എയായിരുന്നു.

അദ്ദേഹത്തെ പ്ലാനിംഗ് ബോർഡ് വൈസ് ചെയർമാനായി നിയമിക്കുന്നതിന് ഇതു പോലുള്ള ഒരു ഭേദഗതി ഉണ്ടായിട്ടുണ്ട്. അന്ന് അദ്ദേഹത്തിന് മന്ത്രിസ്ഥാനം കൊടുത്തില്ലെങ്കിൽ ചാടിക്കളയുമെന്ന് പേടിച്ചിട്ടാണോ അങ്ങനെ ചെയ്തത്?

ശ്രീ. കോടിയേരി
ബാലകൃഷ്ണൻ   : ശ്രീ. ഹമീദിനെയും മുസ്തഫയെയും ഒരു ത്രാസിലിട്ട് തൂക്കുന്നത് ശരിയാണോ? ഹമീദ് എവിടെ കിടക്കുന്നു മുസ്തഫയെവിടെ കിടക്കുന്നു. ഖാദി ബോർഡിന്റെ വൈസ് ചെയർമാനായി നിയമിക്കാൻ കോൺഗ്രസ്സിൽ മുസ്തഫ മാത്രമേയുള്ളൂ? ഞാൻ ചോദിക്കട്ടെ ഹസ്സൻ, നിങ്ങളുടെ ഭാര്യാപിതാവല്ലേ കൊച്ചുണ്ണിമാസ്റ്റർ? അദ്ദേഹത്തെ വൈസ് ചെയർമാനാക്കിക്കൂടായിരുന്നോ? നമ്മുടെ കെ ജി അടിയോടി മോശക്കാരനാണോ? നമ്മുടെ കോൺഗ്രസ് ഐയുടെ യുവജന പ്രസ്ഥാനത്തിന്റെ നേതാവല്ലേ മുല്ലപ്പള്ളി രാമചന്ദ്രൻ. മുല്ലപ്പള്ളിയാണെങ്കിൽ ഗതികിട്ടാ പ്രേതം പോലെ നടക്കുകയല്ലേ? മുല്ലപ്പള്ളി രാമചന്ദ്രനെ വൈസ് ചെയർമാനാക്കിക്കൂടായിരുന്നോ?

അയോഗ്യത നീക്കം ചെയ്യൽ സംബന്ധിച്ച് ഇവിടെ കൊണ്ടുവന്നിരിക്കുന്ന ഈ ഭേദഗതി കോൺഗ്രസ് ഐയിലെ എം എൽ എമാരെ പ്രീണിപ്പിച്ച് നിർത്തുന്നതിന് വേണ്ടിയുള്ള ഒരു പരിപാടിയാണ്. അവരെ സംബന്ധിച്ച് ഇത്തരത്തിലുള്ള ഭേദഗതികളും നിയമനിർമാണങ്ങളും കൊണ്ടുവന്നില്ലെങ്കിൽ ആ പാർട്ടിക്ക് നിലനിൽപ്പുണ്ടോ. അത്രമാത്രം അധഃപതനത്തിന്റെ നെല്ലിപ്പടിയിൽ എത്തിയിരിക്കുകയാണ് കോൺഗ്രസ്. കോൺഗ്രസ് ഐ ഇന്ന് ഒരു ആൾക്കൂട്ടമാണ്. അങ്ങനെയൊരു ആൾക്കൂട്ടത്തെ നയിച്ചുകൊണ്ടുപോകുമ്പോൾ അതിലാരെങ്കിലും പ്രതിഷേധിച്ചാൽ അവർക്ക് എന്തെങ്കിലും സ്ഥാനം കൊടുത്ത് പിടിച്ചുനിർത്തണം. ഇത് മുസ്തഫയുടെ കാര്യത്തിൽ മാത്രമല്ല.

നിങ്ങൾക്കറിയാമോ കോൺഗ്രസ്സിൽനിന്ന് അഭിമാനമുള്ളവരെല്ലാം രാജിവച്ച് പോകുകയാണ്. ശ്രീ. വരദരാജൻ നായർ നല്ല പാരമ്പര്യമുള്ള കോൺഗ്രസ്സുകാരനായിരുന്നു. സ്വാതന്ത്ര്യസമരസേനാനിയായി ഉയർത്തിക്കാണിക്കാൻ കഴിയുന്ന വരദരാജൻ നായർ പോയി. അദ്ദേഹം രാജിവയ്ക്കുന്നു എന്ന് പറഞ്ഞപ്പോൾ ചാക്കിട്ടുപിടിക്കാനൊരു ശ്രമം നടത്തി. വരദരാജൻ നായർ ധീരനും സത്യസന്ധനുമായതുകൊണ്ട് കരുണാകരന്റെ ചാക്കിൽ കയറിയില്ല.

ഇന്ന് കോൺഗ്രസ് പുതിയൊരു തത്വശാസ്ത്രം അവതരിപ്പിച്ചിരി ക്കുന്നു. ഗവൺമെന്റിനെ നിലനിർത്താൻ എന്തുംചെയ്യാം എന്ന തത്വശാ സ്ത്രം. എ ഐ സി സിയുടെ ജനറൽസെക്രട്ടറിയായി നിയോഗിക്കപ്പെ ട്ടിരിക്കുന്ന സ്റ്റീഫനുണ്ടല്ലോ, അദ്ദേഹം ജനാധിപത്യത്തിന് പുതിയ പരി വേഷം തന്നെ നൽകിയിരിക്കുന്നു. സ്റ്റീഫൻ പറയുന്നു, ന്യൂനപക്ഷപാർ ട്ടികൾ ഭരിക്കുന്ന സംസ്ഥാന ഗവൺമെന്റുകളെ അട്ടിമറിക്കാം. പക്ഷേ, കോൺഗ്രസ് ഐ ഭരിക്കുന്ന സംസ്ഥാന ഗവൺമെന്റുകളെ ഖാദിബോർഡ് വൈസ് ചെയർമാൻ സ്ഥാനവും കോർപ്പറേഷൻ സ്ഥാനവും കൊടുത്ത് നിലനിർത്താം എന്ന്.

കർണാടകത്തിൽ രാമകൃഷ്ണ ഹെഗ്ഡെയുടെ ഗവൺമെന്റിനെ വച്ചുപൊറുപ്പിക്കാൻ പാടില്ല എന്ന് കോൺഗ്രസ്സ് തീരുമാനിച്ചു. അതിനാ യി എത്ര കോടി രൂപയാണ് ചെലവഴിച്ചത്. അവിടെ ഭൈരവ ഗൗഡ എ ന്നു പറയുന്ന എം എൽ എയെ ചാക്കിൽ കയറ്റി. ആ ഭൈരവ ഗൗഡയ് ക്ക് രണ്ടുലക്ഷം രൂപയാണത്രെ കൊടുത്തത്. അങ്ങനെ ജനാധിപത്യത്തി ന് പുതിയ പരിവേഷം നൽകുകയാണ് അവർ. രണ്ടുലക്ഷം രൂപ കൊ ടുത്തത് ഇന്ന് പരസ്യമായിക്കഴിഞ്ഞു. ശ്രീ. വീരപ്പമൊയ്ലി നടത്തിയ സം ഭാഷണം ടാപ്പ് ചെയ്തതിൽനിന്നും ജനത്തിന് അത് മനസ്സിലാക്കാനായി. എന്നിട്ടാണ് ശ്രീ. സ്റ്റീഫൻ പറയുന്നത് അവർക്ക് ആ ഗവൺമെന്റിനെ അ ട്ടിമറിക്കാൻ അവകാശമുണ്ട് എന്ന്. രാമകൃഷ്ണ ഹെഗ്ഡെയുടെ ജന താപാർട്ടി ന്യൂനപക്ഷമാണ് എന്നും ആ ഗവൺമെന്റിനെ താഴത്തിറക്കാ മെന്നുമാണ് സ്റ്റീഫൻ പറയുന്നത്.

സ്റ്റീഫൻ പറഞ്ഞത് കരുണാകരനെ ലക്ഷ്യം വച്ചുകൊണ്ടാണ് എന്ന് എല്ലാവർക്കും അറിയാം. ഇവിടത്തെ ഗവൺമെന്റും ഒരു ന്യൂനപക്ഷമാ ണല്ലോ. വേണമെങ്കിൽ ഇവിടെയും ആ പണി നടന്നുകൊള്ളട്ടെയെന്ന് അദ്ദേഹം കരുതിക്കാണും. എന്നാൽ ഞങ്ങളെ സംബന്ധിച്ചിടത്തോളം ആ നാറ്റപ്പണിക്ക് ഇല്ല. കാലുമാറ്റത്തെ പ്രോത്സാഹിപ്പിക്കാൻ ഞങ്ങളില്ല.

എനിക്ക് മുസ്തഫയോട് ചോദിക്കാനുള്ളത്. എന്തിനാണ് ഈ നാണ ക്കേടിന് നിൽക്കുന്നത്? ഇനി ഒരു കാറുവേണം, എന്തെല്ലാം അധികാര ങ്ങളാണ് നിങ്ങൾക്ക് വേണ്ടത്. എനിക്ക് ബഹുമാനപ്പെട്ട കുട്ട്യാലിയോട് പറയാനുള്ളത് നിങ്ങൾ ധൈര്യമായി നിൽക്കണം. എനിക്ക് ഹസ്സനോട് പറയാനുള്ളത് നിങ്ങളും ധൈര്യമായി നിൽക്കണം. അങ്ങനെയാണെങ്കിൽ നിങ്ങൾക്കും കിട്ടും ഈ സ്ഥാനം. അതുകൊണ്ട് കോൺഗ്രസ്സിന്റെ വൃത്തി കെട്ട രാഷ്ട്രീയം നടപ്പാക്കുന്നതിന് വേണ്ടിയുള്ള ഒരു ബില്ലാണിത്. ചാക്കി ടൽ രാഷ്ട്രീയത്തെയും കാലുമാറ്റരാഷ്ട്രീയത്തെയും പ്രോൽസാഹി പ്പിക്കുന്ന ബില്ല്. ഈ ബിൽ നിയമസഭ പാസ്സാക്കാൻ പാടില്ല. അവരുടെ ഗ്രൂപ്പ് വഴക്ക് അവസാനിപ്പിക്കാനും പാർട്ടിയിൽനിന്ന് ആരും പോകാതി രിക്കാനുമാണ് ഈ ബില്ല് കൊണ്ടുവന്നത്. നിയമസഭയിൽ കാലുമാറ്റ ത്തിന് അയോഗ്യത ഏർപ്പെടുത്തിക്കൊണ്ടുള്ള എന്റെ ഭേദഗതി കൂടി ഉൾ പ്പെടുത്താൻ തയ്യാറാകണമെന്ന് പറഞ്ഞുകൊണ്ട് നിർത്തുന്നു.

വയലാർ രവിയുടെ കൊച്ചുമകളും മന്ത്രിപദമോഹങ്ങളും

(**കോ**ൺഗ്രസ്സിലെ ഗ്രൂപ്പുവഴക്കുകൾ കേരളം കേന്ദ്രം എന്നൊന്നും വ്യത്യാസമില്ലാതെ എക്കാലത്തും സജീവമായിരുന്നു. അഴിമതി ആരോപണങ്ങൾ ഉയർന്നുവരുമ്പോഴും പാർട്ടിക്കകത്തെ എതിരാളികൾ അത് വേണ്ട പോലെ ഉപയോഗിക്കാറുണ്ട്. നെഹ്രുവിന്റെ കാലം എന്നോ കരുണാകരന്റെ കാലമെന്നോ അതിൽ വ്യത്യാസമുണ്ടായിട്ടില്ലത്രെ. കോൺഗ്രസ്സിലെ ആഭ്യന്തരതർക്കങ്ങളെക്കുറിച്ചുള്ള ആരോപണങ്ങളാണ് ഈ പ്രസംഗത്തിലെ പ്രധാനഭാഗം. 1984 മാർച്ച് 8 ന് ഉപധനാഭ്യർത്ഥനയ്ക്ക് മേൽ നടന്ന ചർച്ചയിൽ നടത്തിയ പ്രസംഗം)

സർ, അഴിമതിയും ധൂർത്തും ലോക്കപ്പ് മർദ്ദനങ്ങളും ബലാൽസംഗങ്ങളും കൊലപാതകങ്ങളും മാത്രമേ ഇവിടെ ഭരണം എന്ന് പറഞ്ഞ് നടക്കുന്നുള്ളൂ. അധ്വാനിക്കുന്ന ജനവിഭാഗങ്ങൾ നടത്തുന്ന അവകാശസമരങ്ങൾ അടിച്ചമർത്തുക എന്നതാണ് ഈ ഗവൺമെന്റിന്റെ ഇപ്പോഴത്തെ നയം. അതിനുവേണ്ടിയാണ് വലിയ തുകകൾ ചെലവഴിച്ചുകൊണ്ടിരിക്കുന്നത്. ഈ ഗവൺമെന്റ് സർക്കാർ ജീവനക്കാർക്കെതിരാണ്, ഈ ഗവൺമെന്റ് വിദ്യാർത്ഥികൾക്കെതിരാണ്. കൃഷിക്കാർക്കെതിരാണ്. കർഷക തൊഴിലാളികൾക്കെതിരാണ്.

സർക്കാർ ജീവനക്കാർക്ക് ശമ്പളം ഒഴികെ പ്രൊവിഡന്റ് ഫണ്ട് ഉൾപ്പെടെ എല്ലാ പേയ്മെന്റുകളും നിർത്തിവയ്ക്കണമെന്നാണ് ഇപ്പോൾ ട്രഷറി ഉദ്യോഗസ്ഥർക്ക് നൽകിയിരിക്കുന്ന നിർദ്ദേശം. പ്രൊവിഡന്റ് ഫണ്ട് പോലും കൊടുക്കാൻ കഴിയാത്ത ഈ ഗവൺമെന്റ് എന്തിനാണ് ഈ ഉപധനാഭ്യർത്ഥനയുമായി വന്നിട്ടുള്ളത്. നമ്മുടെ സുന്ദരൻ നാടാർ എന്ന് പറയുന്ന മന്ത്രിക്ക് വീട്ടുവാടക 6,500 രൂപ കൊടുക്കണം സർ. അങ്ങനെ അഴിമതിയും ധൂർത്തും നടത്തുന്നതിന് വേണ്ടിയാണ് ഉപധനാഭ്യർത്ഥന

യുമായി വന്നിട്ടുള്ളത്. ഇവിടെ പോലീസുകാർക്ക് എന്തും ചെയ്യാനുള്ള ലൈസൻസ് കൊടുത്തിരിക്കുകയാണ് ആഭ്യന്തരമന്ത്രി.

നിരവധി കൊലപാതകങ്ങളെക്കുറിച്ച് വിവരിക്കുകയുണ്ടായി. കോട്ടയം ജില്ലയിലെ സാലിവധത്തിന്റെ ഉത്തരവാദികളെ കണ്ടെത്തണ മെന്നാവശ്യപ്പെട്ട് കാനം രാജേന്ദ്രൻ നിരാഹാരസത്യഗ്രഹം നടത്തി. ഇപ്പോൾ എന്താണിവിടെ നടക്കുന്നത്. കറുകച്ചാൽ പോലീസ് സ്റ്റേഷൻ അതിർത്തിയിൽ ധാരാളം കള്ളക്കേസുകൾ ഉണ്ടാക്കി വീടുകൾ തോറും പോലീസ് കയറിയിറങ്ങി നാട്ടുകാരെ മർദ്ദിക്കുകയാണ്. കോട്ടയത്തെ കുറു ച്ചിയിലെ ഹരിജൻ വിദ്യാർത്ഥിയായ അമ്മിണിയെ ബലാൽസംഗം ചെയ്ത് കെട്ടിത്തൂക്കി സർ. കോട്ടയത്തെ ടാക്സി ഡ്രൈവർ മോഹനൻ, ചങ്ങ നാശ്ശേരിയിലെ ബീന, റാവുത്തർ, മൂവാറ്റുപുഴയിലെ ഹോട്ടൽ തൊഴിലാ ളി ഷാജി എന്നിവരുടെ മരണത്തിന് ഉത്തരവാദികളെ കണ്ടുപിടിക്കാൻ ഇതുവരെ കഴിഞ്ഞിട്ടില്ല. എന്നിട്ടാണ് ക്രമസമാധാനത്തിന്റെ പേരിൽ അഭി മാനം കൊള്ളുന്നത്.

വിദ്യാഭ്യാസരംഗം സംഘർഷകലുഷിതമാണ്. കഴിഞ്ഞ ആറുമാസ ക്കാലത്തിനിടയിൽ രണ്ടുവിദ്യാർത്ഥികൾ കൊല്ലപ്പെട്ടു. കോഴിക്കോട് ഗുരു വായൂരപ്പൻ കോളേജിൽ ഒരു സംഘം കെ എസ് യുക്കാരെ കോളേജ് പ്രിൻസിപ്പാൾ പുറത്താക്കി. ആ പ്രിൻസിപ്പാളിനെ വിളിച്ച് നമ്മുടെ ആ ഭ്യന്തരമന്ത്രി വയലാർ രവി ആവശ്യപ്പെട്ടു, മുഴുവൻ കെ എസ് യുക്കാ രെയും തിരിച്ചെടുക്കാൻ. ആ കോളേജിലെ അധ്യാപകർ പറഞ്ഞു, പാ ടില്ല എന്ന്. അധ്യാപകർ അതിനെതിരായി പോസ്റ്ററുകൾ ഒട്ടിച്ചു. അതി ന്റെ പടമെടുക്കാൻ പോയ *ഇന്ത്യൻ എക്സ്പ്രസിന്റെ* ഫോട്ടോഗ്രാഫറു ടെ കൈയിൽനിന്ന് ഫോട്ടോ തട്ടിപ്പറിച്ചു കെ എസ് യുക്കാർ. അവർക്ക് സൈ്വരവിഹാരം നടത്തുന്നതിന് എല്ലാവിധ അനുവാദവും നൽകിയിരി ക്കുന്നു. നിരവധി വിദ്യാർത്ഥികൾക്കെതിരെ കള്ളക്കേസുകൾ ഉണ്ടാ ക്കുന്നു. ബസ്സിന് കല്ലെറിഞ്ഞ് വിദ്യാർത്ഥി പ്രവർത്തനം നടത്തി കേരള ത്തിന്റെ രാഷ്ട്രീയനേതാവായി വളർന്ന ആഭ്യന്തരവകുപ്പ് മന്ത്രി വയലാർ രവിയുടെ ഭരണത്തിൽ കേരളത്തിലെ സ്കൂളിനകത്ത് വിദ്യാർത്ഥികൾ ക്ക് മുദ്രാവാക്യം വിളിച്ചുകൂടാ. അത്തരം കുട്ടികൾക്കെതിരെ കള്ളക്കേ സുകളുണ്ടാക്കുന്നു.

തിരുവനന്തപുരത്താണെങ്കിൽ വിദ്യാർത്ഥികൾക്ക് പോലീസിന്റെ മർദ്ദനം മാത്രം സഹിച്ചാൽ പോര. ഇവിടത്തെ ഫസ്റ്റ്ക്ലാസ് മജിസ്ട്രേറ്റ് സുരേന്ദ്രനാഥപ്പണിക്കരുടെ ഭീഷണിയും അദ്ദേഹത്തിന്റെ കോടതിയിൽ നിന്നുള്ള ആക്രോശങ്ങളും കേൾക്കേണ്ടി വരുന്നു. ഇവിടെ എത്രയെത്ര വിദ്യാഭ്യാസസ്ഥാപനങ്ങൾ അടച്ചുപൂട്ടിയിരിക്കുന്നു. എന്നിട്ട് വിദ്യാഭ്യാസ രംഗത്ത് അച്ചടക്കമുണ്ടാക്കിയെന്ന് അവകാശപ്പെടുന്നു.

ഒരു സന്ദർഭത്തിൽ ഞങ്ങൾ നിലയ്ക്കൽ പ്രശ്നം പരിഹരിച്ചുവെന്ന് അവകാശപ്പെട്ടു. എങ്ങനെയാണ് നിലയ്ക്കൽ പ്രശ്നം പരിഹരിച്ചത്. അവിടെ പള്ളി പണിയുന്നതിന് വേണ്ടി ആദ്യം പള്ളി സ്ഥാപിച്ച പള്ളി

മാറ്റിപ്പണിയാൻ മറ്റൊരിടത്ത് സ്ഥലം കൊടുത്തു. എന്നിട്ട് ക്രിസ്ത്യാനി കളോട് പറഞ്ഞു, ഞങ്ങൾ ഇതാ നിങ്ങൾക്ക് പള്ളി പണിയാൻ സ്ഥലം തന്നിരിക്കുകയാണ് എന്ന്. ഞാൻ ചോദിക്കുകയാണ്, ഇപ്പോൾ പള്ളി അവിടെയുണ്ടോ. ആ പള്ളി ഫോറസ്റ്റുദ്യോഗസ്ഥർ പൊളിച്ചുമാറ്റിയെന്ന താണ് വസ്തുത.

ഇന്ന് കേരളത്തിലെ ജനങ്ങൾ മുഴുവൻ കരുതുന്നത് മുഖ്യമന്ത്രി കരുണാകരൻ അഴിമതിക്കാരനാണ് എന്നാണ്. നെഹ്രുവിന്റെ ക്യാബിന റ്റിൽ മന്ത്രിയായിരുന്ന ടി ടി കൃഷ്ണമാചാരിക്കെതിരെ ഇന്നത്തെ രാജീവ് ഗാന്ധിയുടെ അച്ഛനും ഇന്ദിരാഗാന്ധിയുടെ ഭർത്താവുമായ സാക്ഷാൽ ഫിറോസ് ഗാന്ധി അഴിമതിയാരോപണം ഉന്നയിച്ചപ്പോൾ കൃഷ്ണമാചാ രിയെ മന്ത്രിസഭയിൽ നിന്നൊഴിവാക്കിയത് പഴയ കോൺഗ്രസ്സ് പാരമ്പ ര്യമാണ്. കെ ഡി മാളവ്യ മന്ത്രിസ്ഥാനം ഉപയോഗിച്ച് ഫണ്ട് പിരിച്ചു വെന്ന് കേട്ടപ്പോൾ മന്ത്രിസ്ഥാനം രാജിവെച്ചുപോയത് കോൺഗ്രസ്സിന്റെ പാരമ്പര്യമാണ്.

ഇന്ന് 85 കോടിയുടെ സിമന്റ് കുംഭകോണത്തിൽ പ്രതിയാണ് ആന്തു ലെയുടെ പാർട്ടി. പാറ്റ്നയിലെ റെയിൽവേ സ്റ്റേഷൻ ഫ്ലാറ്റ് ഫോം പോലും പണയം വച്ച് പണം വാങ്ങിയ മിശ്രയുടെ പാർട്ടി. കോടിക്കണ ക്കിന് രൂപയുടെ എണ്ണക്കേസിലെ പ്രതിയായ പി സി സേത്തിയുടെ പാർട്ടി. ആ പാർട്ടിയിൽ സ്ഥാനവും മാനവും വേണമെങ്കിൽ അഴിമതി നടത്തണം എന്നുള്ളതുകൊണ്ടായിരിക്കാം കരുണാകരൻ തനിക്കെതിരെ ഉയർന്ന ആരോപണം അന്വേഷിക്കാൻ ഒരു കമ്മീഷനെപ്പോലും നിശ്ചയിക്കാത്തത്. അവസാനമായി ഞാൻ ഒരുകാര്യം കൂടി പറയുകയാണ്. ഈ വർഷം ഇന്ത്യാടുഡേയുടെ പുരസ്കാരം നേടിയ തിരുവനന്തപുരത്തുകാരിയായ പന്ത്രണ്ടുവയസ്സുകാരി ലിസ രേഖപ്പെടുത്തിയ അഭിപ്രായം ഞാൻ ഇവിടെ വായിക്കുകയാണ്.

"ഇന്ദിരാകോൺഗ്രസ്സിലെ എല്ലാ എം എൽ എമാരും മന്ത്രിമാരാകാൻ വെമ്പൽ കാണിക്കുന്നു. എന്റെ അച്ഛനുൾപ്പെടെ എല്ലാ മന്ത്രിമാരും മുഖ്യ മന്ത്രിയാകാൻ കൊതിക്കുന്നു. ഇവരാരും രാജ്യത്തിന് ഗുണകരമായി ഒരു ചുക്കും ചെയ്തിട്ടില്ല. തന്നത്താൻ കേമരാകാൻ രാപ്പകൽ പരസ്പരം വേല വയ്ക്കുകയാണ്."

ഇതുപറഞ്ഞത് മലയാള ചലചിത്ര ബാലനടികൂടിയായ ചക്കിയെന്ന് വിളിക്കുന്ന നമ്മുടെ ബഹുമാനപ്പെട്ട ആഭ്യന്തരമന്ത്രി വയലാർ രവിയു ടെ കൊച്ചുമകളാണ്. ആ കൊച്ചുമകളുടെ അഭിപ്രായമെങ്കിലും ശ്രദ്ധി ക്കാൻ നിങ്ങൾക്കുകഴിയണം. ഈ ഗവൺമെന്റ് നിലനിൽക്കുന്നത് ഡെ യ്‌ലി വേജസിന് വോട്ട് ചെയ്യാനെത്തുന്ന കുറെ എം എൽ എമാരുള്ളതു കൊണ്ടാണ്. ജനവിധി നഷ്ടപ്പെട്ട ഗവൺമെന്റിന്റെ ഈ ധനാഭ്യർത്ഥഥ ളെ ഞാൻ എതിർക്കുന്നു.

കാട്ടിലെ തടി, സീതിഹാജിയുടെ ആന, വലിയെടാ വലി

(വനംകൊള്ളയെക്കുറിച്ചുള്ള ആരോപണങ്ങൾകൊണ്ട് കടുത്ത പ്രതിരോധത്തിലായ വനംവകുപ്പാണ് കെ കരുണാകരൻ മന്ത്രിസഭയുടെ കാലത്തുണ്ടായിരുന്നത്. സർക്കാർ വനത്തിൽനിന്ന് അനധികൃത വനം കൊള്ള നടക്കുന്നത് രേഖകളും ദൃശ്യങ്ങളും സഹിതം വാർത്തകളും ആരോപണങ്ങളും പുറത്തുവന്നു. സർക്കാർ പലപ്പോഴും പ്രതിരോധത്തി ലായി വനംമന്ത്രി കെ പി നൂറുദ്ദീൻ പ്രതിക്കൂട്ടിലായി. ഇക്കാലത്ത് വൃ ക്ഷങ്ങളുടെ സംരക്ഷണം മുൻനിർത്തി 1984 ൽ കൊണ്ടുവന്ന ബില്ലിന്മേലു ള്ള ചർച്ചയിൽ പങ്കെടുത്തുകൊണ്ട് കോടിയേരി നടത്തിയ പ്രസംഗത്തിൽ നിന്ന്.)

സർ,

സംഘടിതമായി വനംകൊള്ളയും മരംമുറിക്കലും നടത്തിവരുന്ന ഈ വൃക്ഷങ്ങളുടെ സംരക്ഷണത്തിനായി ഇങ്ങനെയൊരു ബിൽ സഭയുടെ മുമ്പാകെ കൊണ്ടുവന്നിരിക്കുന്നത്. എന്നാൽ ഈ ബില്ല് നിലവിലെ വനം കൊള്ള തടയാൻ പര്യാപ്തമല്ല.

പത്തിനം മരങ്ങൾ മുറിക്കുന്നത് നിരോധിച്ചുകൊണ്ടുള്ള ഒരുനിയമ നിർമാണമാണ് നടത്താനുദ്ദേശിക്കുന്നത്. ഈ മരങ്ങൾ മുറിക്കുമ്പോൾ ഉദ്യോഗസ്ഥരുടെ സമ്മതം വേണം എന്ന തരത്തിലുള്ള നടപടികളാണ് സ്വീകരിക്കാൻ പോകുന്നത്.

അങ്ങനെ വന്നാൽ വനംകൊള്ളക്കാർ രക്ഷപ്പെടുകയും ചെറിയ വീടു കളിലും പറമ്പുകളിലും വച്ചുപിടിപ്പിച്ചിട്ടുള്ള മരംമുറിക്കുന്നവനെ പിടിച്ചു കൊണ്ടുപോയി ശിക്ഷിക്കുന്നതുമായ കാഴ്ച കാണേണ്ടി വരും.

ഈ ബില്ലിലെ 11-ാം വകുപ്പനുസരിച്ച് ഈ ഓഫീസർക്ക് സിവിൽ കോടതിക്കുള്ള എല്ലാ അധികാരങ്ങളും ലഭിക്കും. ഒപ്പം വ്യക്തിയെ

സമൻസ് അയച്ചുവിളിക്കാനും ഹാജരാക്കാൻ ഉത്തരവിടാനും പ്രമാണം കണ്ടുപിടിക്കുന്നതിനും ഒക്കെയുള്ള അധികാരം ഫോറസ്റ്റ് ഓഫീസർ മാർക്ക് നൽകണമെന്ന നിർദ്ദേശവും ഈ ബില്ലിലുണ്ട്. ഈ ബില്ലിനക ത്ത് മാത്രമല്ല നമ്മുടെ സംസ്ഥാന സർക്കാർ ഇപ്പോൾ തയാറാക്കിക്കൊ ണ്ടിരിക്കുന്ന എല്ലാ നിയമനിർമാണങ്ങളിലും എക്സിക്യൂട്ടീവിന് കൂടു തൽ അധികാരങ്ങൾ നൽകി ജുഡീഷ്യറിയുടെ അധികാരം പരിമിതപ്പെ ടുത്താനുള്ള നീക്കമാണ് കാണാൻ കഴിയുന്നത്. അത്രമാത്രം ദുരവ്യാപ കപ്രത്യാഘാതം ഉണ്ടാക്കാനിടയുള്ള ഒന്നാണ് ഈ ബില്ലിലെ 11-ാംവ കുപ്പ്. ഇപ്പോൾ സി ആർ പി സിയിലെ 151-ാംവകുപ്പനുസരിച്ച് അല്ലെ ങ്കിൽ 107-ാംവകുപ്പനുസരിച്ചും 110-ാംവകുപ്പനുസരിച്ചുമള്ള കേസുക ളെല്ലാം വിചാരണ ചെയ്ത് തീരുമാനമെടുക്കാനുള്ള അധികാരം റവന്യൂ ഡിസ്ട്രിക്റ്റ് മജിസ്ട്രേറ്റുമാർക്ക് ആണെങ്കിൽ ഇനി മുതൽ ആ അധികാ രം കൂടി പോലീസുകാർക്ക് കൊടുക്കാനാലോചിക്കുന്ന ഒരു സ്ഥിതിവ രാൻ പോകുന്നു. സമാനമാണ് ഈ ബില്ലിലെ 11-ാംവകുപ്പും. നമ്മുടെ സംസ്ഥാനത്ത് എല്ലാം എക്സിക്യൂട്ടീവിനെ ഏൽപ്പിച്ചുകൊടുത്താൽ എ ന്താണിവിടെ നടക്കുക. ഇന്നുള്ള നിയമങ്ങൾ തന്നെ എങ്ങനെയാണ് കൈ കാര്യം ചെയ്യുന്നത്. പോലീസുകാർ നിയമമുണ്ടായിട്ടാണോ മീശ പിരി ക്കുന്നത്. നിയമം അനുശാസിക്കുന്നതുകൊണ്ടാണോ ബലാത്സംഗം ചെ യ്യുന്നത്.

പാവപ്പെട്ടവന് നിയമത്തിന്റെ നൂലാമാലകളൊന്നും അറിയില്ല. അതൊന്നും മറികടക്കാൻ അവന് സാധിക്കുകയുമില്ല. കാട്ടിലെ തടി സീതി ഹാജിയുടെ ആന, വലിയെടാ വലി എന്നതാണ് നമ്മുടെ ഗവൺമെന്റിന്റെ ഇപ്പോഴത്തെ നയം തന്നെ. ഫോറസ്റ്റ് ഓഫീസർമാരധികവും വനംകൊള്ള ക്കാരുമായി നല്ല അടുപ്പമുള്ളവരാണ്. അത്തരക്കാരെ ഈ അധികാരം കൂടി ഏൽപ്പിച്ചാൽ എന്താകും സ്ഥിതി.

കണ്ണൂർജില്ലയിലെ കോലയാർ പഞ്ചായത്തിൽ കണ്ണവം ഫോറസ്റ്റ് കോളനിയിൽ വർഷങ്ങളായി കുറിച്ചികൾ താമസിച്ച് കൃഷിചെയ്തുകൊ ണ്ടിരിക്കുന്ന സ്ഥലത്ത് അവർ അധ്വാനിച്ച് വൃക്ഷങ്ങൾ നട്ടുപിടിപ്പിച്ചു. ആ സ്ഥലമാണിപ്പോൾ ഫോറസ്റ്റ് ഉദ്യോഗസ്ഥർ കടന്നുകയറി അത് നിങ്ങ ളുടെ സ്ഥലമല്ലെന്നും പറഞ്ഞ് ഭീഷണിപ്പെടുത്തുന്നത്. വനംകൊള്ളക്കാർ ക്കുവേണ്ടി നിലകൊള്ളുകയും പാവപ്പെട്ട ഹരിജനങ്ങളെ ദ്രോഹിക്കുകയും ചെയ്യുകയാണ്.

വനംകൊള്ളയ്ക്കെതിരായി ഫലപ്രദമായ നടപടികളൊന്നും സ്വീക രിക്കാൻ ഈ സർക്കാരിനാകില്ല. കാരണം സർക്കാർ കാട്ടുകൊള്ളക്കാ രുടെ കൂടെയാണ്. അതുകൊണ്ട് ഈ നിയമത്തിലും കാതലായ മാറ്റ ങ്ങൾ വേണമെന്ന് നിർദ്ദേശിക്കുന്നു.

മുസ്ലിംലീഗും മിന്നാമിനുങ്ങും പിന്നെ വയലാർ രവിയും

(ക്രമസമാധാനപ്രശ്നങ്ങൾ ചൂണ്ടിക്കാട്ടി ആഭ്യന്തരവകുപ്പ് മന്ത്രി വയലാർ രവിയെ പ്രതിക്കൂട്ടിലാക്കുന്ന ആരോപണങ്ങൾ പ്രതിപക്ഷം നിരന്തരം ഉന്നയിച്ചുപോന്നിരുന്നു. അക്കൂട്ടത്തിലൊന്നാണ് 1984 ജൂൺ 19 ന് ധനാഭ്യർത്ഥനാചർച്ചയിൽ പങ്കെടുത്തുകൊണ്ട് കോടിയേരി നടത്തിയ പ്രസംഗം.)

സർ, ഇവിടെ ആഭ്യന്തരവകുപ്പുമന്ത്രി അവതരിപ്പിച്ച ധനാഭ്യർത്ഥ നകളെ ഞാൻ എതിർക്കുകയാണ്. ആഭ്യന്തരവകുപ്പ് ഈ ഗവൺമെന്റു മായി ബന്ധപ്പെട്ട് ഏറ്റവുമധികം ചർച്ച ചെയ്യപ്പെടുന്ന വിഷയമാണ്. 'മനു ഷ്യന്റെ തലയ്ക്ക് രക്ഷ, തെങ്ങിന്റെ കുലയ്ക്ക് രക്ഷ' എന്ന മുദ്രാവാക്യം ഉയർത്തിക്കൊണ്ടാണ് ഈ സർക്കാർ അധികാരത്തിൽ വന്നതുതന്നെ. രണ്ടുകൊല്ലക്കാലം ശ്രീ. കരുണാകരനും ശ്രീ. വയലാർ രവിയും കൂടി ഭരിച്ചപ്പോൾ മനുഷ്യന്റെ തലയ്ക്ക് രക്ഷയുമില്ല, തെങ്ങിന് കുലയുമില്ല എന്നായി സ്ഥിതി.

ഗവൺമെന്റ് അധികാരത്തിൽ വന്ന് രണ്ട് കൊല്ലക്കാലത്തിനിടയിൽ പല ആഴ്ചകളിലും റേഷൻ മുടങ്ങി. പക്ഷേ, ഒരാഴ്ചപോലും കൊല പാതകം മുടങ്ങിയില്ല. കോൺഗ്രസ് ഐ ഭരിക്കുന്ന എല്ലാ സംസ്ഥാനത്തും ക്രമസമാധാനം തകർന്നിരിക്കുകയാണ്. ശ്രീമതി ഇന്ദിരാഗാന്ധിയുടെ മൂക്കിന് താഴെ അങ്ങ് ഡൽഹിയിൽ സ്ത്രീകൾക്ക് പട്ടാപ്പകൽ പോലും വഴി നടക്കാൻ കഴിയില്ല. എന്തിനധികം പറയുന്നു. ഇന്ത്യയ്ക്ക് സ്വാതന്ത്ര്യം കിട്ടി 37 കൊല്ലക്കാലം കഴിഞ്ഞപ്പോൾ കോൺഗ്രസ് ഐയുടെ ഹിന്ദു വർഗ്ഗീയ വാദികളെ പ്രീണിപ്പിക്കുന്ന നയത്തിന്റെ ഫലമായി പഞ്ചാബ് സംസ്ഥാനം പട്ടാളത്തിന് വിട്ടുകൊടുക്കേണ്ടി വന്നു. ബോംബെയിൽ വർഗ്ഗീയ ലഹളകൾ നടന്നു. ഹിന്ദുവർഗ്ഗീയ വാദികളുടെ രണ്ട് വോട്ട്

കിട്ടാൻ ശിവസേനക്കാരുടെ തോളിൽ കൈയിട്ടുകൊണ്ട് പാവപ്പെട്ട മുസൽ മാന്റെ രക്തം ഊറ്റിക്കുടിക്കുകയാണ് അവിടെ ചെയ്യുന്നത്. എന്നിട്ടിപ്പോൾ കുഞ്ഞാലിക്കുട്ടി പറയുന്നു, ഞങ്ങൾ പോയി ഞങ്ങൾ വന്നു, ഞങ്ങളുടെ അഹമ്മദ് സാഹിബ് പോയി വസന്ത് ദാസ് പാട്ടീലിനോട് പറഞ്ഞത് 2,000 രൂപ മരിച്ചയാൾക്ക് കൊടുത്തു എന്നൊക്കെ.

സർ, മിന്നാമിനുങ്ങിന്റെ വിചാരം അതിന്റെ മിന്നൽകൊണ്ടാണ് രാജ്യ ത്ത് വെളിച്ചമുണ്ടാകുന്നത് എന്നാണ്. ഇന്ത്യൻ യൂണിയൻ മുസ്ലിംലീഗു കാരുടെ ഇപ്പോഴത്തെ ധാരണ ശ്രീ. അഹമ്മദ് പോയി പറഞ്ഞതുകൊ ണ്ടാണ് 2,000 രൂപ കൊടുത്തത് എന്നാണ്. കേരളത്തിൽ രണ്ടു മന്ത്രി സ്ഥാനത്തിന് വേണ്ടി കോൺഗ്രസ് ഐക്ക് വേണ്ടി വിടുപണി ചെയ്യുന്ന ഇന്ത്യൻ യൂണിയൻ മുസ്ലിംലീഗിന്റെ നയത്തിനെതിരായാണ് ശ്രീമാൻ ഇ ബ്രാഹിം സുലൈമാൻ സേട്ടിന് ഒരു മുസ്ലിം മുന്നണിയുണ്ടാക്കി കോൺ ഗ്രസ് ഐക്കെതിരെ പൊരുതേണ്ടി വന്നതെന്ന കാര്യം നമുക്കറിയാം. കേരളത്തിലും വർഗ്ഗീയ ലഹളകൾ നടന്നു. തിരുവനന്തപുരം പട്ടണം ക ത്തിച്ചാമ്പലായി. ആ വർഗ്ഗീയ ലഹളയിൽ ഒരു വിഭാഗത്തിന് നേതൃത്വം കൊടുത്ത യൂണിയൻ മുസ്ലിംലീഗ് നേതാവായ റഷീദ് ഇപ്പോൾ ഖദർധാ രിയായി ഇന്ദിരാകോൺഗ്രസ്സുകാരനായി മാറിയിരിക്കുകയാണ്. നമ്മുടെ രാജ്യത്തെ വർഗ്ഗീയ വാദികളുമായി കൂട്ടുകൂടുന്ന ഇന്ദിരാകോൺഗ്രസ്സിന്റെ നയമാണ് ഇന്ത്യാരാജ്യത്തെ ക്രമസമാധാനത്തകർച്ചയിലേക്ക് എത്തിച്ചു കൊണ്ടിരിക്കുന്നത്. കേരളത്തിലെ സ്ഥിതിതന്നെ എടുക്കണമെന്നാണല്ലോ നിങ്ങൾ പറയുന്നത്. കേരളത്തിലെ സ്ഥിതി എന്താണ്. ഇന്നലേയും ഇന്നു മായി നടന്ന ചർച്ചകളിൽക്കൂടി പുറത്തുവന്ന കേരളത്തിൽ നടന്ന കൊ ലപാതകങ്ങളുടെ എണ്ണം എത്രയാണ്. 21 മാസക്കാലത്തിനിടയിൽ 886 കൊലപാതകങ്ങൾ നടന്നു.

കൊലക്കേസുകൾ തെളിയിക്കാൻ കഴിയാത്ത ഒരു സ്ഥിതി ഈ കേര ളത്തിൽ ഉണ്ടായിരിക്കുകയാണ്. കൊലക്കേസുകളെ ആത്മഹത്യകളാക്കി മാറ്റുന്ന ഒരു ഗവൺമെന്റാണിത്. പക്ഷേ, ശ്രീമാൻ പി സി ജോർജ് പറഞ്ഞത് മരിച്ചവരെല്ലാം തിരിച്ചുവരുമെന്നാണ്. സ്ത്രീകൾക്ക് പ്രാണഭയം കൂടാതെ സഞ്ചരിക്കാൻ കഴിയാത്ത ഒരു സ്ഥിതി ഈ സംസ്ഥാനത്ത് ഉണ്ടായിരിക്കുന്നുവെന്ന് ക്രൈസ്തവ സഭാ മേലദ്ധ്യക്ഷൻമാർ പറഞ്ഞ കാര്യം ഈയവസരത്തിൽ ചിന്തിക്കണമെന്ന് ഞാൻ പറയുകയാണ്. ഈ ഗവൺമെന്റിന്റെ പോലീസ് നയത്തെ എതിർക്കാത്ത ഏതെങ്കിലും പത്രം ഉണ്ടോ. *മാതൃഭൂമി* എതിർത്തു, *മലയാള മനോരമ* എതിർത്തു. *ദീപിക* വരെ എതിർത്തു. നിങ്ങളെ പിന്താങ്ങുന്നവർക്കുപോലും എതിർക്കേണ്ടി വന്നു.

ക്രമസമാധാനം തകർന്നുപോയി എന്ന് ഇവിടെ പറഞ്ഞു. ഇടതു പക്ഷ ജനാധിപത്യമുന്നണിയിൽനിന്ന് വിട്ടുപോയ ശ്രീമാൻ ഉമ്മൻചാണ്ടി യുടെ മണ്ഡലമായ പുതുപ്പള്ളിയിൽപ്പെട്ട ജോളി എന്ന പാവപ്പെട്ട പെൺ കുട്ടി ഒന്നാംവർഷ ബി എ പരീക്ഷയുടെ ഹാൾ ടിക്കറ്റ് വാങ്ങാൻ കോളേ

ജിൽ പോയതിൽപ്പിന്നെ തിരിച്ചുവന്നിട്ടില്ല. ആ പെൺകുട്ടിയുടെ ജഡം ക്രമസമാധാനം ഭദ്രമാക്കാൻ പോയ സി എഫ് തോമസിന്റെ നിയോജക മണ്ഡലമായ ചങ്ങനാശ്ശേരിയിലെ ഒരു കിണറ്റിൽനിന്നാണ് കിട്ടിയത്. ആ കേസ് അന്വേഷണത്തിന്റെ കഥ ഇവിടെ വിശദമായി പറഞ്ഞതാണ്. ഞാൻ അതിനെപ്പറ്റി പറയാൻ ആഗ്രഹിക്കുന്നില്ല. ആത്മഹത്യകളെ കൊലപാ തകമാക്കി മാറ്റുന്നു എന്ന കാര്യം ഇവിടെ പറഞ്ഞതാണ്.

ഞാൻ ശ്രീമാൻ വയലാർ രവിയോട് ചോദിക്കുകയാണ്. കഴക്കൂട്ടം നിയോജക മണ്ഡലത്തിൽപ്പെട്ട കണിയാപുരം മുസ്ലിംസ്കൂളിൽ ഒമ്പതാം ക്ലാസിൽ പഠിക്കുന്ന 15 വയസ്സായ പ്രേമൻ എന്ന വിദ്യാർത്ഥി മരിച്ചിട്ട് അത് കൊലപാതകമാണെന്ന് പോസ്റ്റ്മോർട്ടം റിപ്പോർട്ട് 22.08.92 ന് ഗവൺ മെന്റിന് സമർപ്പിച്ചിട്ട് നിങ്ങൾക്ക് എന്തെങ്കിലും നടപടി സ്വീകരിക്കാൻ കഴിഞ്ഞോ. കേരളത്തിലെ ക്രമസമാധാന നില തൃപ്തികരമാണെന്ന് ആഭ്യ ന്തരമന്ത്രിക്ക് പോലും അഭിപ്രായമുണ്ട് എന്ന് തോന്നുന്നില്ല. ആഭ്യന്തര മന്ത്രിപോലും അക്കാര്യത്തിൽ അസന്തുഷ്ടനാണെന്നാണ് എനിക്ക് തോന്നുന്നത്.

ഇവിടെ ചാക്കോ വധക്കേസ് വലിയ വിവാദവിഷയമായ ഒരു സംഭ വമാണ്. കേരളത്തിലെ പോലീസ് സേനയ്ക്ക് അപമാനമാണ് ആ ചാക്കോ വധക്കേസ് ഉണ്ടാക്കിവച്ചിരിക്കുന്നത്. പ്രധാനപ്രതിയായ സുകുമാരക്കു റുപ്പിനെ ഇതുവരെ പിടിച്ചിട്ടില്ല. സുകുമാരക്കുറുപ്പിനെ ഇതുവരെ പിടി ക്കാൻ കഴിയാത്തത് നമ്മുടെ പോലീസ് സേനയുടെ കഴിവുകേട് കൊണ്ടാണ് എന്ന അഭിപ്രായം ഞങ്ങളെ സംബന്ധിച്ചില്ല. പോലീസ് സേന യിൽ കഴിവുറ്റ ഉദ്യോഗസ്ഥന്മാർ ഉള്ള സംസ്ഥാനമാണിത്. സഖാവ് ടി കെ രാമകൃഷ്ണൻ ആഭ്യന്തരവകുപ്പുമന്ത്രിയായിരുന്നപ്പോൾ ഏറ്റുമാനൂ രപ്പന്റെ വിഗ്രഹം കളവുചെയ്യപ്പെട്ടപ്പോൾ വിഗ്രഹമോഷ്ടാവായ നമ്മുടെ സുന്ദരൻനാടാരുടെ സന്തത സഹചാരിയായ സ്റ്റീഫനെ തൊണ്ടിസഹിതം പോലീസ് പിടിച്ചെടുത്ത് നമുക്കറിയാം. ഏഴ് ദിവസത്തിനുള്ളിൽ പോലീ സിന് ആ കേസ് തെളിയിക്കാൻ കഴിഞ്ഞത് ഒരു തുണ്ടുകടലാസിന്മേൽ നടത്തിയ അന്വേഷണത്തിന്റെ ഫലമായിട്ടായിരുന്നു. ഇന്ന് ചാക്കോ വ ധക്കേസിൽ ജീവനോടെ മൂന്ന് പ്രതികളെ പിടിച്ചിട്ടും സുകുമാരക്കുറുപ്പി നെ പിടിക്കാൻ കഴിയുന്നില്ല.

ആ കേസിലെ പ്രതികൾക്ക് ജാമ്യത്തിന് കോടതിയിൽ പോയത് എ ഐ സി സി ജോയിന്റ് സെക്രട്ടറി വാസുദേവപ്പണിക്കരുടെ അനു ജൻ ആണ് സർ. ഞാൻ ഇവിടെ പറയാൻ ഉദ്ദേശിക്കുന്ന കാര്യം അതല്ല. ആ കേസിലെ മൂന്ന് പ്രതികൾക്ക് എങ്ങനെ ജാമ്യം കിട്ടി. സി ആർ പി 167-2-ാം എ വകുപ്പനുസരിച്ച് ഒരു പ്രതിയെ അറസ്റ്റുചെയ്തു കഴിഞ്ഞാൽ 90 ദിവസത്തിനകം ചാർജ്ജ് ഷീറ്റ് കൊടുക്കണം എന്നാണ്. ചാക്കോ വ ധക്കേസിൽ അറസ്റ്റുചെയ്യപ്പെട്ട പ്രതികളുടെ പേരിൽ ചാർജ്ജ് ഷീറ്റ് കൊടുത്തിട്ടില്ല. ബോധപൂർവ്വമാണ് കൊടുക്കാത്തത്. ഒരു ഇന്റെറിംഗ് സ്റ്റേ റ്റ്മെന്റുപോലും കൊടുക്കാത്തതിന്റെ ഫലമായി ഒരു ഫസ്റ്റ്ക്ലാസ് മജിസ്

ട്രേറ്റ് കോടതിയിൽനിന്നും ആ ചാക്കോവധക്കേസിലെ മൂന്ന് പ്രതികൾ രക്ഷപ്പെട്ടു. ഇത്ര വിചിത്രമായ നീതി നിർവ്വഹണമാണ് നമ്മുടെ നാട്ടിൽ നടക്കുന്നത്. മാർക്സിസ്റ്റുകാർ പ്രതിയായ കേസ് ആയിരുന്നുവെങ്കിൽ ഇത് നടക്കുമായിരുന്നോ. സി ആർ പി സി 82-ാം വകുപ്പനുസരിച്ച് ഒരു പ്രതിയെ പിടികിട്ടാപ്പുള്ളിയായി പ്രഖ്യാപിക്കാം. സുകുമാരക്കുറുപ്പിന്റെ കാര്യത്തിൽ അത് ചെയ്തോ. 83-ാം വകുപ്പനുസരിച്ചുകൊണ്ട് ഒരാളുടെ സ്വത്ത് കണ്ടുകെട്ടാം. എന്നാൽ ഈ സുകുമാരക്കുറുപ്പിന്റെ കാര്യത്തിൽ അത് ചെയ്യാൻ കേരളത്തിന്റെ ആഭ്യന്തരമന്ത്രി എന്തുകൊണ്ട് തയാറാ യില്ല. ഇവിടത്തെ പോലീസ് സേനയിൽ കഴിവുള്ളവർ ഉണ്ട്. പക്ഷേ, അ വരുടെ കൈക്കും കാലിനും ആഭ്യന്തരമന്ത്രി പ്രത്യേകിച്ച് മുഖ്യമന്ത്രി ച ങ്ങലയിട്ടിരിക്കുകയാണ്. നമ്മുടെ പോലീസ് സേനയിൽ പ്രോത്സാഹിപ്പി ക്കപ്പെടുന്ന ഒരു വിഭാഗമുണ്ട്. അതാണ് മധുസൂദനപ്പുലിക്കോടനാരായ ണാദികൾ. ഇവർക്കാണ് ഈ സംസ്ഥാനത്തെ പോലീസ് സേനയിൽ മേ ധാവിത്വം.

നമ്മുടെ കേരളത്തിലെ പോലീസിനാകെ അപമാനമല്ലേ. ഈ സംസ്ഥാനത്തിന്റെ പുറത്തുപോയി, ഗൂഡല്ലൂരിലെ പന്തന്നൂരിൽ പോയി തലശ്ശേരിക്കാരനായ ഒരു ജയരാജനെ പിടിച്ച് 25 പവൻ സ്വർണം തട്ടി യെടുത്തു. ഒരു ലക്ഷം രൂപയുടെ ചെക്കിൽ ഒപ്പിട്ടുവാങ്ങി. അവരെ ജന ങ്ങൾ തല്ലി. പോലീസ് ഉദ്യോഗസ്ഥരെ തല്ലി. അത്രമാത്രം അപമാനം ഈ സംസ്ഥാനത്തെ പോലീസ് സേനയ്ക്കുണ്ടായി. ആ പോലീസുകാർക്ക് കേരളത്തിലേക്ക് വരാൻ സൗകര്യം ചെയ്തുകൊടുത്ത ഗൂഡല്ലൂരിലെ ചേര മ്പാടി എസ് ഐ ഇന്ന് തമിഴ്നാട് പോലീസ് സേനയിൽ ഇല്ല എന്നുള്ള താണ് ആ സംസ്ഥാനത്തിന്റെ സ്ഥിതി. അവർക്ക് ആംബുലൻസ് വാൻ കൊടുത്ത ഫയർസർവ്വീസുകാരെ പോലും തമിഴ്നാട് ഗവൺമെന്റ് സസ് പെന്റ് ചെയ്തു. എന്നാൽ നമ്മുടെ പുലിക്കോടൻ നാരായണന് പ്രമോ ഷൻ ആണ്. ഇതാണ് ഈ സംസ്ഥാനത്തെ പോലീസ് സേനയുടെ സ്ഥിതി.

ഞാൻ മറ്റൊരുകാര്യം കൂടി പറയാൻ ആഗ്രഹിക്കുന്നു. 1984 മെയ് മാസം 10 ന് *മാതൃഭൂമി* എഴുതിയ മുഖപ്രസംഗം എല്ലാവരും വായിച്ചു കാണും. വയനാടിലെ കുമ്പളക്കാട് പോലീസ് സ്റ്റേഷനിൽ നടന്ന ഒരു കോഴിമോഷണവുമായി ബന്ധപ്പെട്ട മുഖപ്രസംഗമാണത്. ആ പോലീ സ് സ്റ്റേഷനിലെ പോലീസുകാർ വീട്ടിൽ പോയിട്ട് ചോദിച്ചത് എന്താ ണെന്നറിയുമോ, നാണം കെട്ടവരെ? നിങ്ങളുടെ വീട്ടിലെ പ്രായമായ സ് ത്രീകളെ സ്റ്റേഷനിൽ അയച്ചുതരണം എന്നാണ്.

ഭർത്താവിനോട് പറയുകയാണ് നിന്റെ ഭാര്യയെ ഞങ്ങൾക്ക് വേ ണം എന്ന്. അങ്ങനെ പറയുന്ന ഒരു പോലീസ് സ്റ്റേഷൻ സംസ്ഥാന ത്തുണ്ടെങ്കിൽ എത്രമാത്രം അപമാനകരമാണ് എന്ന് നമ്മൾ ആലോചി ക്കേണ്ടിയിരിക്കുന്നു. അതിന് പിന്തുണ കൊടുക്കുന്ന ഒരു നയം സം സ്ഥാനത്ത് സ്വീകരിക്കുന്നത് ആർക്കെങ്കിലും നല്ലതാണോ?

ഇവിടെ മാർക്സിസ്റ്റുകാരാണ് അക്രമം നടത്തുന്നത് എന്നാണ് പറ

യുന്നത്. എല്ലാകേസിലും പ്രതി മാർക്സിസ്റ്റുകാർ, അല്ലെങ്കിൽ ആക്രമി ക്കപ്പെടുന്നവർ മാർക്സിസ്റ്റുകാർ ഈ സിദ്ധാന്തംതന്നെ ആവർത്തിച്ചു പ്രചരിപ്പിക്കുന്നു. യഥാർത്ഥ വസ്തുത അങ്ങനെയാണോ?

കാഞ്ഞാവെളിയിലെ പഞ്ചായത്ത് പ്രസിഡന്റ് സഖാവ് രാമാനന്ദപ്പ ണിക്കരുടെ വീട്ടിൽ അർദ്ധരാത്രി കാക്കിട്രൗസറിട്ട് എഴുപത്തഞ്ചോളം ആർ എസ് എസുകാർ കത്തുന്ന പന്തങ്ങളുമായി കടന്നുചെന്ന് 60 വയ സ്സു കഴിഞ്ഞ രാമാനന്ദപ്പണിക്കരെ പൊക്കിയെടുത്ത് താഴത്തിട്ട് വെട്ടി ക്കൊല്ലാൻ ശ്രമിച്ചു. അതുകണ്ട് രാമാനന്ദപ്പണിക്കരുടെ ജ്യേഷ്ഠൻ ഹൃദയം പൊട്ടി മരിച്ചു. ഇങ്ങനെ ഒരുപാട് സംഭവങ്ങൾ എനിക്ക് ഈ സഭയ്ക്ക് മുമ്പാകെ അവതരിപ്പിക്കുവാൻ കഴിയും. വഴിയേ പോകുന്ന പാവപ്പെട്ടവനെ വെട്ടിയിട്ട നിങ്ങൾ പറയുന്നു മാർക്സിസ്റ്റുകാർ ഇവിടെ അക്രമം കാണി ക്കുന്നു എന്നത്.

കേരളത്തിലെ മാർക്സിസ്റ്റുപാർട്ടിയുടെ നേതാക്കളെ കൊലപ്പെടു ത്താൻ ആഭ്യന്തരവകുപ്പ് ആർ എസ് എസുമായി ഗൂഢാലോചന നടത്തി ക്കൊണ്ടിരിക്കുകയാണ് എന്ന ഗുരുതരമായ ആരോപണം ഞാൻ ഉന്നയി ക്കുകയാണ്. കൊടുങ്ങല്ലൂരിൽ ഒരു കൊലപാതകം നടന്നപ്പോൾ അതി ലൂടെ സഞ്ചരിച്ചവരെയെല്ലാം പ്രതിചേർക്കാൻ ശ്രമം നടന്നു. പിടിക്കപ്പെട്ട വരോട് ചോദിച്ച ചോദ്യങ്ങളുടെ കൂട്ടത്തിൽ എം വി രാഘവനെ പ്രതി യാക്കാനുള്ള ചോദ്യങ്ങൾ ചോദിച്ചുകൊണ്ടുള്ള ഒരു ഹീനനീക്കവും ഉണ്ടായി. സഖാവ് എം വി രാഘവന് നിരവധി കത്തുകൾ വന്നുകൊണ്ടി രിക്കുന്നു. അഴീക്കോടൻ രാഘവന്റെ അനുഭവമുണ്ടാകുമെന്നാണ് കത്തു കളിൽ പറയുന്നത്.

ശ്രീ. ജി കാർത്തികേയൻ : കേരളത്തിലെ ആഭ്യന്തരവകുപ്പുമന്ത്രി പ്ര ബല രാഷ്ട്രീയപാർട്ടിയുടെ നേതാക്കന്മാരെ വധിക്കാൻ ഗൂഢാലോചന നടത്തി എന്ന് എ ഴുതിക്കൊടുക്കാതെ ഉന്നയിക്കുന്നത് ഓർഡ റിലാണോ?

സ്പീക്കർ : നിയമപ്രകാരം ഇത്തരം ആരോപണം എഴു തിക്കൊടുത്തിട്ടേ ഉന്നയിക്കാവൂ. ആരോ പണം വയ്ക്കുന്നു എന്നാണ് ബഹുമാനപ്പെട്ട മെമ്പർ പറഞ്ഞതുതന്നെ. അതുകൊണ്ട് എഴു തിക്കൊടുത്തിട്ടേ ചെയ്യാവൂ.

ശ്രീ. കോടിയേരി
ബാലകൃഷ്ണൻ : ഞാൻ വ്യക്തമായ ഒരു ചാർജ് ഈ സഭയ്ക്ക് മുന്നിൽ വയ്ക്കുകയാണ്.

സ്പീക്കർ : ബഹുമാനപ്പെട്ട മെമ്പർ എഴുതിത്തന്നിട്ടേ ചെയ്യാവൂ.

കോടിയേരി   : കഴിഞ്ഞ സമ്മേളനത്തിൽ ആഭ്യന്തരവകുപ്പ്
മന്ത്രി പറഞ്ഞു, തലശ്ശേരിയിൽ എനിക്ക് വഴി
നടക്കാൻ കഴിയുന്നത് പോലീസിന്റെ കാരു
ണ്യം കൊണ്ടാണ് എന്ന്. അതിന്റെ അർത്ഥം
എന്താണ്. ഇത്തരം കൊലപാതകങ്ങളെ
പ്രോത്സാഹിപ്പിക്കാൻ ആഭ്യന്തരവകുപ്പുമന്ത്രി
ശ്രമിക്കുന്നു എന്ന് തന്നെയല്ലേ. ആർ എസ്
എസും പോലീസും ചേർന്നുകൊണ്ടാണ്
ഇത്തരം ഗൂഢാലോചനകൾ നടത്തുന്നത്.

ഈ സംസ്ഥാനത്തിന്റെ ക്രമസമാധാന നിലയാകെ തകർന്നിരിക്കു
കയാണ് സർ. ഭരണകക്ഷിക്കാർക്ക് പോലും മറിച്ചൊരഭിപ്രായമുണ്ടാകു
മെന്ന് തോന്നുന്നില്ല. ശ്രീ. പി സി ജോർജ് പോലീസ് ഉദ്യോഗസ്ഥരെ ഇറ
ക്കിവിട്ടതിനെക്കുറിച്ച് പറഞ്ഞു. പോലീസ് ഉദ്യോഗസ്ഥർ അന്യായമായി
പാർട്ടി ഓഫീസിൽ റെയ്ഡിന് വന്നാൽ ഇറക്കിവിടും. അതിന് ഒരു സംശ
യവും വേണ്ട. പോലീസിനെ ഉപയോഗിച്ച് ഞങ്ങളെ അടിച്ചമർത്താമെ
ന്നാണ് കരുതുന്നതെങ്കിൽ പാർട്ടിക്ക് പ്രവർത്തകരെ സംരക്ഷിക്കേണ്ടി
വരും. അതുകൊണ്ട് ഗുണ്ടകളെയും പോലീസിനെയുംകൊണ്ട് ഞങ്ങളെ
വിരട്ടാൻ നോക്കണ്ട എന്ന് മാത്രം പറഞ്ഞുകൊണ്ട് ഞാൻ അവസാനിപ്പി
ക്കുന്നു.

പി സി ജോർജ്ജും ജയറാംപടിക്കലും പിന്നെ കെ എസ് ആർ ടി സിയും

(**വി**ദ്യാർത്ഥികൾക്ക് കെ എസ് ആർ ടി സി ബസ്സിൽ കൺസെഷ നോടു കൂടിയുള്ള യാത്ര സർക്കാർ നടപ്പാക്കിയിട്ടും മലബാർ പ്രദേശത്ത് അത് പ്രാവർത്തികമായിരുന്നില്ല. മലബാർ പ്രദേശത്തെ വിദ്യാർത്ഥി കൾക്കും യാത്രാനുകൂല്യം നൽകണമന്നാവശ്യപ്പെട്ട് ഭരണകക്ഷി അംഗ മായ മണിമംഗലത്തുകുട്ട്യാലി 1984 ജൂലൈ 6 ന് നിയമസഭയിൽ ഒരു പ്രമേയം അവതരിപ്പിച്ചു. പിന്നീട് ചർച്ചകൾക്കുശേഷം സർക്കാർ ഈ തീരുമാനം നടപ്പാക്കി. കുട്ട്യാലിയുടെ പ്രമേയത്തിന്മേൽ നടന്ന ചർച്ച യിൽ പങ്കെടുത്തുകൊണ്ട് കോടിയേരി ബാലകൃഷ്ണൻ നടത്തിയ പ്ര സംഗം. മുഖ്യമന്ത്രി കെ കരുണാകരന്റെ അടുത്ത അനുയായിയും കോൺ ഗ്രസിലെ കടുത്ത ഐ ഗ്രൂപ്പുകാരനുമായിരുന്ന എൻ സുന്ദരൻ നാടാരാ യിരുന്നു ഗതാഗതമന്ത്രി)

സർ,

ഇവിടെ അവതരിപ്പിച്ച പ്രമേയത്തെ അനുകൂലിക്കുന്നു. കേരളത്തി ലെ വിദ്യാർത്ഥികളുടെ ഒരു ചിരകാല അഭിലാഷമാണ് ഇവിടെ ചർച്ച ചെയ്തുകൊണ്ടിരിക്കുന്നത്. കൺസെഷൻ കാർഡുകൾ കോളേജ് ഓ ഫീസുകൾ വഴി വിതരണം ചെയ്യണമെന്ന് ആവശ്യപ്പെട്ടിരിക്കുന്നതിന് പകരം വിദ്യാഭ്യാസസ്ഥാപനങ്ങൾ വഴി വിതരണം ചെയ്യണമെന്ന് ഞാൻ ആവശ്യപ്പെടുന്നു.

ശ്രീ. കുട്ട്യാലി ഉദ്ദേശ്യ ശുദ്ധിയോടുകൂടിയാണ് ഇവിടെ പ്രമേയം അവതരിപ്പിച്ചിട്ടുള്ളതെങ്കിൽ അത് പിൻവലിച്ചുപോകരുതെന്നാണ് എനിക്ക് പറയാനുള്ളത്. നേരത്തെ അവതരിപ്പിച്ച പ്രമേയത്തിനുണ്ടായ ഗതികേട് ഇതിനുണ്ടാകാതെ പോകട്ടെ. ആത്മാർത്ഥമായും ഈ രീതി നടപ്പിലാക്ക ണമെന്ന് നിങ്ങൾക്ക് ആഗ്രഹമുണ്ടെങ്കിൽ ഒരു പ്രമേയത്തിന്റെ തന്നെ

ആവശ്യമില്ല. ഗവൺമെന്റ് ഒരു ഓർഡറിട്ടാൽ മാത്രം മതി. ഭരിക്കുന്ന സർക്കാർ നടപ്പാക്കാൻ വിചാരിച്ച് ഒരുത്തരവിറക്കിയാൽ തീരുന്ന കാര്യമാണിത്. പിന്നെന്തിന് ഒരു പ്രമേയം. ഒരു പ്രചാരണത്തിന് വേണ്ടിയാണോ ഈ പ്രമേയം കൊണ്ടുവന്നത് എന്ന് എനിക്ക് സംശയമുണ്ട്.

കേരളത്തിലെ വിദ്യാർത്ഥികൾ കാലാകാലമായി ഉയർത്തുന്ന ഒരു ആവശ്യമാണ് യാത്രാക്ലേശം പരിഹരിക്കുക എന്നത്. ഇന്ന് പല റൂട്ടുകളിലും കോളേജുകളിലേക്കും സ്കൂളുകളിലേക്കും പോകുന്ന ബസ്സുകളിൽ നല്ല തിക്കും തിരക്കുമാണ്. നാഴിയുരിപ്പാലുകൊണ്ട് നാടാകെ കല്യാണം എന്നുപറയുന്നതുപോലെ ഒരു റൂട്ടിൽ രണ്ട് ബസ്സും ആയിരക്കണക്കിന് വിദ്യാർത്ഥികളും എന്നാണ് സ്ഥിതി. പല ബസ്സുകളിലും വിദ്യാർത്ഥികൾക്ക് സ്റ്റെപ്പിൽ നിന്നുപോലും പോകാൻ കഴിയാത്ത അവസ്ഥയുണ്ട്.

അവർക്കാവശ്യമായ സൗകര്യങ്ങൾ ചെയ്തുകൊടുക്കാത്തതുകൊണ്ടാണ് പലപ്പോഴും ട്രാൻസ്പോർട്ട് തൊഴിലാളികളും വിദ്യാർത്ഥികളും തമ്മിൽ സംഘർഷവും സംഘട്ടനങ്ങളും ഉണ്ടാകുന്നത്.

ഇന്ന് ബസ്സുകളിൽ വിദ്യാർത്ഥികൾക്ക് ചാർജ്ജിന്റെ 35 ശതമാനം കൊടുത്താൽ മതി. പാരലൽ കോളേജുകളിലെ വിദ്യാർത്ഥികൾക്ക് 50 ശതമാനവും കൊടുക്കണം. പാരലൽ കോളേജുകളിലെ വിദ്യാർത്ഥികളോട് കാണിക്കുന്ന ഈ വിവേചനം അവസാനിപ്പിക്കണം. അവർക്കും ചാർജ്ജ് 35 ശതമാനം എന്നാക്കണം.

മലബാറിലെ വിദ്യാർത്ഥികളോട് മാത്രമായി വിവേചനം കാണിക്കുന്ന ഇന്നത്തെ രീതിക്ക് മാറ്റമുണ്ടാകണം. മലബാറിൽ പ്രൈവറ്റ് ബസ്സുകളെയാണ് കൂടുതലും ആശ്രയിക്കുന്നത്. പ്രൈവറ്റ് ബസ്സുകളിൽ ഈടാക്കിക്കൊണ്ടിരിക്കുന്ന ചാർജ്ജ് 1962 ൽ നിശ്ചയിച്ചിരിക്കുന്ന ചാർജ്ജിന്റെ പകുതിയാണ്. മലബാർ പ്രദേശത്തെ വിദ്യാർത്ഥികൾക്ക് ഗവൺമെന്റ് കൊടുക്കുന്ന നിരക്കെങ്കിലും അനുവദിച്ചുകൊടുക്കാൻ നടപടിയെടുക്കണം. സ്കൂൾ തുറന്നുകഴിഞ്ഞാൽ എല്ലാ മാസവും കെ എസ് ആർ ടി സി ഓഫീസുകളുടെ മുന്നിൽ കുട്ടികൾ ക്യൂ നിൽക്കുന്ന കാഴ്ചയാണ് കാണാൻ കഴിയുന്നത്. ഇതിന്റെ ഫലമായി എന്തൊക്കെ പ്രയാസങ്ങൾ കുട്ടികൾക്കുണ്ടാകുന്നു.

ശ്രീ. പി സി ജോർജ്ജ് : സ്കൂളുകളിലേയും കോളേജുകളിലേയും ഭരണാധികാരികളായ പ്രിൻസിപ്പൽമാരും ഹെഡ്മാസ്റ്റർമാരും സമ്മതിക്കാത്തതുകൊണ്ടാണ് ആ നടപടി സ്വീകരിക്കാതിരിക്കുന്നത് എന്ന് അറിയാമായിരുന്നിട്ടും ഇങ്ങനെ പ്രസംഗിക്കുന്നത് ശരിയാണോ?

ശ്രീ. കോടിയേരി
ബാലകൃഷ്ണൻ : ജോർജ്ജ് പറഞ്ഞത് ഗൗരവമുള്ള വിഷയമാണ്. കേരളഗവൺമെന്റ് തീരുമാനിച്ചാൽ പരിഹരിക്കാൻ കഴിയാത്ത പ്രശ്നമായി ഞാ

നിതിനെ കാണുന്നില്ല. ശ്രീജോർജ്ജും ഞാനും വിദ്യാർത്ഥി നേതാവായിരുന്ന സമയം നിരവധി ചർച്ചകൾ ഇതിന്റെ പേരിൽ അധികാരികളുമായി നടത്തിയിട്ടുണ്ട്. കോളേജ് അധികൃതർ ഇക്കാര്യത്തിൽ വൈമനസ്യം കാണിക്കുന്നുണ്ട്. എന്നാൽ വിദ്യാഭ്യാസ വകുപ്പും കെ എസ് ആർ ടി സിയും യോജിച്ച് പ്രവർത്തിച്ചാൽ പരിഹരിക്കാൻ കഴിയും. കോളേജ്, സ്കൂൾ ഓഫീസുകളിൽ ഒരാളെ ഇതിന് വേണ്ടി ഉത്തരവാദിത്വം ഏൽപ്പിക്കണം. കെ എസ് ആർ ടി സി നഷ്ടത്തിലാകുന്നതിന്റെ കാരണമായി ചിലർ ഇതിനെ ചിത്രീകരിക്കുന്നുണ്ട്. എന്നാൽ ഇതൊരു നഷ്ടമായി കണക്കാക്കാൻ കഴിയുകയില്ല. വിദ്യാഭ്യാസത്തിന് വേണ്ടി നാം ചെലവഴിക്കുന്ന കോടിക്കണക്കിന് രൂപയുടെ കൂട്ടത്തിൽ അതുകൂടി പെടുത്തണം. ഇതൊരു സേവനമാണ് എന്ന് കണക്കാക്കി വിദ്യാർത്ഥികളുടെ ഈയാവശ്യം നടപ്പിലാക്കിക്കൊടുക്കണം.

മലബാറിലെ വിദ്യാർത്ഥികളോട് മാത്രമായി കാണിക്കുന്ന ഈ അവഗണന അവസാനിപ്പിക്കണമെന്ന് കാലാകാലമായി ആവശ്യപ്പെട്ടുകൊണ്ടിരിക്കുകയാണ്. അതിനായി നിരവധി സമരങ്ങളുണ്ടായിട്ടുണ്ട്. വിദ്യാർത്ഥികളുടെ ഈ ക്ലേശം പരിഹരിക്കാനുള്ള ബാധ്യത ഗവൺമെന്റിനുണ്ട്.

മലബാറിനെ സംബന്ധിച്ചിടത്തോളം കണ്ണൂർ മുതൽ പാലക്കാട് വരെയുള്ള ജില്ലകളിൽ കൺസെഷൻ അനുവദിക്കപ്പെട്ടിട്ടില്ല. അവിടെ കൂടി കൺസെഷൻ കൊടുക്കാൻ തയാറാകണം. ഇടുക്കിയിലും ഈ ആനുകൂല്യം ലഭിക്കുന്നില്ലെന്ന് ഇവിടെ പരാതിയുയർന്നു. അവിടെയും കൊടുക്കണം. എത്രയും വേഗം നടപടിയെടുക്കാതെ നീട്ടിക്കൊണ്ടുപോകുന്നത് സർക്കാരിന് ഭൂഷണമല്ല. കെ എസ് ആർ ടി സിയിൽ ഇത് നടപ്പാക്കുന്നതിന് ശ്രീ. സുന്ദരൻ നാടാർ പ്രത്യേകം താൽപര്യമെടുക്കണം. കെ എസ് ആർ ടി സി ഇന്ന് ഭരിക്കുന്നത് മന്ത്രിയല്ല. ജയറാം പടിക്കൽ എന്നുപറയുന്ന പോലീസ് ഉദ്യോഗസ്ഥനാണ്. വിദ്യാർത്ഥിയെ ഉരുട്ടിക്കൊന്ന ആ വിദ്വാന്റെ കൈകളിൽ കെ എസ് ആർ ടി സിയെ ഏൽപ്പിക്കരുത് എന്നാണ് എനിക്ക് പറയാനുള്ളത്. വിദ്യാർത്ഥികളോട് കെ എസ് ആർ ടി സി കാണിക്കുന്ന വിവേചനം ഇതുപോലുള്ള ഉദ്യോഗസ്ഥന്മാർ കൂടിയാകുമ്പോൾ എങ്ങനെയായി പരിണമിക്കുമെന്ന് തലപ്പത്തുള്ളവർ ചിന്തിക്കേണ്ടതാണ്. അടിയന്തിരമായി ഈ വിവേചനം അവസാനിപ്പിക്കണമെന്നാവശ്യപ്പെട്ടുകൊണ്ട് ഈ പ്രമേയത്തെ ഞാൻ അനുകൂലിക്കുന്നു.

ഡെന്മാർക്കിൽ എന്തോ ചീഞ്ഞുനാറുന്നു; എം പി ഗംഗാധരൻ വാഴ വെട്ടുന്നു

(ഇന്നും പരിഹരിക്കപ്പെടാത്ത പ്രശ്നമാണ് കേരളത്തിൽ ജലസേ ചന പദ്ധതികളെച്ചൊല്ലിയുള്ള ആവശ്യങ്ങൾ. 1984 ജൂലൈ 11 ന് കൃഷി വ്യവസായം, ക്ഷീരം, ജലസേചനം എന്നീ വകുപ്പുകളുടെ ധനാഭ്യർത്ഥ ന ചർച്ചയിൽ പങ്കെടുത്ത് നടത്തിയ പ്രസംഗത്തിൽ കോടിയേരി ബാല കൃഷ്ണൻ ജലസേചന പദ്ധതികളുടെ ശോചനീയമായ നിലയും പുതി യ പദ്ധതികളില്ലാത്തതിന്റെ ഭവിഷ്യത്തുകളും ചൂണ്ടിക്കാണിച്ചു. ജലസേ ചനമന്ത്രി - എം പി ഗംഗാധരൻ, കൃഷി, ക്ഷീരവികസന മന്ത്രി - എ എൽ ജേക്കബ്)

സർ, കൃഷി, ക്ഷീരവ്യവസായം, പി എച്ച് ഇ, ഇറിഗേഷൻ വകുപ്പുക ളിലേക്ക് അവതരിപ്പിച്ചിട്ടുള്ള ധനാഭ്യർത്ഥനകളെ ഞാൻ എതിർക്കുക യാണ് കൃഷിവകുപ്പിന്റെ ചുമതല ശ്രീ. ജേക്കബിനെയാണ് ഏൽപ്പിച്ചിരി ക്കുന്നത്. കെ പി സി സിയുടെ പ്രസിഡന്റായിരുന്ന അദ്ദേഹത്തെ ഒരു വിശ്രമ ജീവിതമെന്ന നിലയിലാണ് കൃഷിവകുപ്പ് കോൺഗ്രസ് പാർട്ടി ഏൽപ്പിച്ചുകൊടുത്തത്. ഇപ്പോൾ അദ്ദേഹത്തിന് വിശ്രമമില്ലാതായിരിക്കു കയാണ്. ഈ ദയനീയ സ്ഥിതി കോൺഗ്രസ് പാർട്ടി ഒന്ന് പരിശോധിക്ക ണമെന്നാണ് എനിക്ക് പറയാനുള്ളത്. അദ്ദേഹത്തെ ഒരു വകുപ്പില്ലാ മ ന്ത്രിയെങ്കിലും ആക്കി വച്ച് രക്ഷിക്കണം. ഈ നില നീണ്ടുപോയാൽ കൃ ഷി വകുപ്പിനെയാകെ മുഞ്ഞ ബാധിക്കും. അതിൽനിന്ന് വകുപ്പിനെ ര ക്ഷിക്കണം. ഞാൻ പ്രധാനമായും ഇറിഗേഷൻ വകുപ്പിനെക്കുറിച്ചും പൊ തുജനാരോഗ്യ എഞ്ചിനീയറിംഗ് വകുപ്പിനെക്കുറിച്ചും സംസാരിക്കാനാ ണ് ഉദ്ദേശിക്കുന്നത്.

നമ്മുടെ കേരളത്തിലെ കാർഷിക സമ്പദ്ഘടന അഭിവൃദ്ധിപ്പെടു ത്തണമെങ്കിൽ ജലസേചന പദ്ധതികൾ നടത്തിക്കൊണ്ടുപോകാൻ കഴി യണം. കേരളത്തിലെ ജലസേചന പദ്ധതികളിൽ ഒമ്പത് എണ്ണം ഇതുവ

രെ പൂർത്തിയാകാനുണ്ട്. ഇതെല്ലാം പൂർത്തിയാക്കിക്കഴിഞ്ഞാൽ നാലര ലക്ഷത്തോളം ഹെക്ടർ സ്ഥലത്ത് വെള്ളം എത്തിക്കാൻ കഴിയും. കല്ലട, പമ്പ, പെരിയാർവാലി, ചിറ്റൂർപ്പുഴ, കാഞ്ഞിരപ്പുഴ, കുറ്റ്യാടി, പഴശ്ശി എന്നി വ ഭാഗികമായി പൂർത്തിയായി എന്നും ആറായിരത്തി നാനൂറ്റിമൂന്ന് ഹെ ക്ടർ സ്ഥലത്തേക്ക് ജലസേചന സൗകര്യം ഉണ്ടായിട്ടുണ്ട് എന്നും അവ കാശപ്പെടുന്നു. അത് യാഥാർത്ഥ്യമാണോ എന്ന് പരിശോധിക്കണം. ഇ വിടെ പൂർത്തിയാക്കപ്പെട്ട പദ്ധതികൾക്ക് വേണ്ടി ചെലവഴിച്ച പണത്തി ന്റെ ഒരു ചെറിയ ശതമാനം മാത്രമേ ഇന്ന് കേരളത്തിലെ കൃഷിക്കാർക്ക് ഉപയോഗിക്കാൻ കഴിയുന്നുള്ളൂ. ഇവിടെ ജലസേചന പദ്ധതികൾ പുതു തായി ആവിഷ്കരിക്കേണ്ടതായിട്ടുണ്ട്. കണ്ണൂർ ജില്ലയുടെയും, കാസർ കോട് ജില്ലയുടെയും മുഖച്ഛായ മാറ്റാൻ പര്യാപ്തമായ പദ്ധതിയാണ് കാക്കടവ് ജലസേചന പദ്ധതി. നിങ്ങൾ ഈ കാക്കടവ് പദ്ധതി നടപ്പാക്കു മോ. കാക്കടവ് പദ്ധതിയെ സംബന്ധിച്ച് വാട്ടർ കമ്മീഷൻ റിപ്പോർട്ട് ഗ വൺമെന്റിന് കൊടുത്തിട്ട് കേന്ദ്രത്തോട് പ്രതികരണം അറിയിക്കാത്ത തിനാലാണ് പദ്ധതി നടപ്പാക്കാൻ കഴിയാത്തത്. കണ്ണൂർ ജില്ലയിലെ ജന ങ്ങൾക്ക് പ്രത്യേകിച്ച് ഏഴിമല നാവിക അക്കാദമി വരുന്നതോടുകൂടി അ വിടത്തേക്ക് വെള്ളംകൊടുക്കാൻ കഴിയുന്ന ഒരു പദ്ധതി എന്ന നിലയിൽ കാക്കടവ് ജലസേചന പദ്ധതിക്ക് പ്രത്യേക പ്രാധാന്യം കൊടുക്കാൻ നി ങ്ങൾ തയാറാകുമോ? നിങ്ങൾ ആ പദ്ധതി നടപ്പാക്കുകയില്ല, സ്ഥാപിത താൽപര്യമാണ് അല്ലാതെ രാജ്യതാൽപര്യമല്ല നിങ്ങളുടെ ലക്ഷ്യം. എ ങ്ങനെയെങ്കിലും ഭരണം നിലനിർത്തണം. അതിന് വേണ്ടി സമ്മർദ്ദത്തി ന് വഴങ്ങി കാക്കടവ് ജലസേചന പദ്ധതിപോലും ഉപേക്ഷിക്കാൻ തയാ റാകുന്ന ഒരു ഗവൺമെന്റാണിത്.

പാലക്കാട് ജില്ലയുടെ ജലസേചനത്തിന് അത്യന്താപേക്ഷിതമാണ് കുരിയാർകുട്ടി-കാരപ്പാറപദ്ധതി. ആ പദ്ധതിക്ക് വേണ്ടി മൂന്ന് കോടിയി ലേറെ രൂപ നാം ചെലവിട്ടുകഴിഞ്ഞു. ആ കുരിയാർകുട്ടി-കാരപ്പാറ പദ്ധതി നടപ്പിലാക്കിയാൽ മൃഗസങ്കേതകേന്ദ്രങ്ങൾ മുങ്ങിപ്പോകുമെന്ന് എൻവ യോൺമെന്റൽ ഡിപ്പാർട്ട്മെന്റ് പറഞ്ഞിരിക്കുന്നുപോലും. അതിന്റെ പേരിൽ ആ പദ്ധതി ഉപേക്ഷിക്കാനാണ് പോകുന്നത്. കുരിയാർകുട്ടി-കാരപ്പാറ പദ്ധതി നടപ്പിലാക്കേണ്ടത് പാലക്കാട് ജില്ലയിലെ ജനങ്ങൾക്ക് അത്യന്താപേക്ഷിതമാണ്.

ഇവിടെ പരിസ്ഥിതി വകുപ്പ് നശിച്ചുപോകും, മുങ്ങിപ്പോകും എന്നെല്ലാം പറഞ്ഞ പ്രദേശങ്ങളിൽ ഫോറസ്റ്റ് ഡിപ്പാർട്ട്മെന്റിന്റേതായി കുറച്ചുസ്ഥലം മാത്രമേയുള്ളൂ. ഭൂരിപക്ഷവും എസ്റ്റേറ്റുകളാണ് വെള്ള ത്തിൽ മുങ്ങിപ്പോകുക. ആ എസ്റ്റേറ്റ് ഉടമസ്ഥർക്ക് ഈ ഗവൺമെന്റിൽ ഉള്ള സ്വാധീനത്തിന്റെ ഫലമായാണ് ഈ കുരിയാർകുട്ടി-കാരപ്പാറ പദ്ധതി നിങ്ങൾ ഉപേക്ഷിക്കാൻ പോകുന്നത്.

പുറത്ത് പല വാർത്തകളും പ്രചരിക്കുന്നുണ്ട്. ശ്രീമതി ഇന്ദിരാഗാ ന്ധിയുടെ പ്രൈവറ്റ് സെക്രട്ടറി ശ്രീ. പി സി അലക്സാണ്ടറുടെ ബന്ധു ക്കളാണ് ആ എസ്റ്റേറ്റിന്റെ ഉടമകൾ എന്നതുകൊണ്ടാണ് ആ പദ്ധതി ഉപേ

ക്ഷിക്കാൻ പോകുന്നത്. വീക്ഷണം പത്രത്തിന് 25 ലക്ഷം രൂപകൊടുത്തു എന്നുള്ളതുകൊണ്ടാണ് ആ പദ്ധതി ഉപേക്ഷിക്കാൻ കാരണം എന്നും ഒരു പ്രചാരണമുണ്ട്. ഈ സാഹചര്യത്തിൽ നിങ്ങൾ ആ പദ്ധതി നടപ്പാ ക്കുമോ എന്നാണ് ഞാൻ ചോദിക്കുന്നത്.

ഇവിടെ വാട്ടർ ആന്റ് വേസ്റ്റ് വാട്ടർ അതോറിറ്റിയെക്കുറിച്ച് പറഞ്ഞു. നമ്മുടെ ബഹുമാനപ്പെട്ട ശ്രീ. എം പി ഗംഗാധരൻ ആ വകുപ്പിന്റെ ചുമ തല ഏറ്റെടുത്തതോടുകൂടി ആ വകുപ്പിപ്പോൾ സജീവമായിരിക്കുകയാണ്. ഒരുതുള്ളി വെള്ളം പോലും പാഴാക്കാത്ത മന്ത്രിയാണ് എം പി ഗംഗാ ധരൻ. ഇപ്പോൾ വാട്ടറും വേസ്റ്റ് വാട്ടറും ചേർത്ത് ഒരു അതോറിറ്റിയു ണ്ടാക്കിയിരിക്കുകയാണ്. ഏപ്രിൽ ഒന്നാംതീയതി വാട്ടർ ആന്റ് വേസ്റ്റ് വാട്ടർ അതോറിറ്റി നിലവിൽ വന്നു. ഈ അതോറിറ്റി അഴിമതിയിൽ ജനിച്ച് അഴിമതിയിൽ ജീവിക്കുന്ന അതോറിറ്റിയാണ്. നിയമസഭയെ മറികടന്നു കൊണ്ടാണ് ഇതിന്റെ ഓർഡിനൻസ് കൊണ്ടുവന്നത്. എല്ലാ നിയമ ങ്ങൾക്കും കീഴ് വഴക്കങ്ങൾക്കും എതിരായി ആണ് ഈ ഓർഡിനൻസ് കൊണ്ടുവന്നത്. ഇത് ബഹുമാനപ്പെട്ട മന്ത്രി എം പി ഗംഗാധരൻ ഒരു പേഴ്സണൽ അതോറിറ്റിയാക്കി മാറ്റിയിരിക്കുകയാണ്. ഈ ബോർഡിന്റെ പേര് മലിന ജല അതോറിറ്റി എന്നാണ്. അത് യഥാർത്ഥത്തിൽ ഒരു മലിന അതോറിറ്റിയായി മാറിയിരിക്കുന്നു.

അവിടത്തെ നിയമനങ്ങളെ സംബന്ധിച്ച് രസകരമായ വാർത്തക ളാണ് പുറത്തുകേൾക്കുന്നത്. അതോറിറ്റിയുടെ തലപ്പത്തെല്ലാം മന്ത്രി യുടെ പേഴ്സണൽ സ്റ്റാഫിൽ പെട്ടവരെയാണ് നിയമിച്ചിരിക്കുന്നത്. പെൻ ഷൻ പറ്റിയ ശേഷം രണ്ടുവർഷക്കാലത്തേക്ക് സർവ്വീസ് നീട്ടിക്കൊടു ത്ത മുൻ ചീഫ് എഞ്ചിനീയർ ശ്രീ. ഭൈരവൻ കാലാവധി മാർച്ച് 31 ന് സ്വ യം അവസാനിപ്പിച്ചു. മാനേജിംഗ് ഡയറക്ടറായി മൂന്ന് വർഷത്തേക്ക് നി യമിച്ചിരുന്നതാണ്. പബ്ലിക് റിലേഷൻസ് ഓഫീസറായി നിയമിച്ച മന്ത്രി യുടെ പേഴ്സണൽ സ്റ്റാഫിലുണ്ടായിരുന്ന റവന്യൂവകുപ്പിലെ ഒരു എൽ ഡി ക്ലർക്കിനെയാണ് ഇപ്പോൾ അതിന്റെ ചുമതല ഏൽപ്പിച്ചിരിക്കുന്നത്. മന്ത്രിയുടെ അഡീഷണൽ പ്രൈവറ്റ് സെക്രട്ടറിയും ബധിരമൂക വിദ്യാല യത്തിലെ അധ്യാപകനുമായ നാരായണൻനായരെ അതിന്റെ സെക്രട്ടറി ആക്കാൻ ശ്രമിച്ചു.

സർ, കോടതി വിലക്കിയപ്പോൾ അദ്ദേഹത്തിനെ ചെയർമാന്റെ പി എ ആക്കിയിരിക്കുകയാണ്. ചെയർമാനോ മന്ത്രി തന്നെ. മന്ത്രിക്കെന്തി നാണ് ഇത്രയും പി എമാർ. ഇപ്പോൾത്തന്നെ ആറ് പി എമാരുണ്ട്. ഇതിന്റെ കൂട്ടത്തിലാണ് ഒരു അതോറിറ്റിയുടെ പേരിൽ ഒരു പി എ കൂടി. എംപ്ലോ യ്മെന്റ് എക്സ്ചേഞ്ചുവഴിയാണോ ഇതിന്റെ നിയമനം എന്ന് ചോദി ച്ചാൽ മന്ത്രിപറയും അതെ എന്ന്. എങ്ങനെയാണ് എംപ്ലോയ്മെന്റ് എക് സ്ചേഞ്ച് വഴി നിയമിച്ചത്. 25 പേരെ നിയമിച്ചു എന്ന് ഒരു ചോദ്യത്തിന്റെ മറുപടിയായി പറഞ്ഞുകണ്ടു. ആറ് ലോവർ ഡിവിഷൻ ക്ലർക്ക്, ഏഴ് പ്യൂൺ, നാല് ടൈപ്പിസ്റ്റ് ഇവരെയെല്ലാം നിയമിച്ചത് ഒരു ഇന്റർവ്യൂവും കൂടാതെയാണ്. മാത്രമല്ല ലോവർ ഡിവിഷൻ ക്ലർക്കുമാരായി നിയമിച്ച

പി ടി രാമദാസ്, വി ടി മുരളീധരൻ എന്നിവർ എം പി ഗംഗാധരന്റെ പേ ഴ്സണൽ സ്റ്റാഫിൽ പെട്ടവരല്ലേ. അരുൺകുമാർ മുഖ്യമന്ത്രി കരുണാ കരന്റെ പേഴ്സണൽ സ്റ്റാഫിൽ പെട്ടയാളല്ലേ. എ ടി രാജലക്ഷ്മി, കോഴി ക്കോട് ഡി സി സി നേതാവിന്റെ ബന്ധുവല്ലേ? കെ കെ മുകുന്ദൻ നായർ കെ പി സി സി എക്സിക്യൂട്ടീവ് അംഗത്തിന്റെ ബന്ധുവല്ലേ. ലോവർ ഡിവിഷൻ ടൈപ്പിസ്റ്റ് സീതാലക്ഷ്മി എം ഡി ഭൈരവന്റെ കാർഡ്രൈവ റുടെ ഭാര്യയാണ്. ടൈപ്പിസ്റ്റ് മന്ത്രിയുടെ പേഴ്സണൽ സ്റ്റാഫിൽപ്പെട്ടയാ ളും.

കോൺഫിഡൻഷ്യൽ അസിസ്റ്റന്റുമാരായി നിയമിച്ചവരെല്ലാം മ ന്ത്രിക്ക് വേണ്ടപ്പെട്ടവരാണ്. ഏഴ് പ്യൂൺമാരെ നിയമിച്ചു. അവരെല്ലാം സ്വ ന്തക്കാർ. എന്നിട്ടു പറയുന്നു, ഇവരെയൊക്കെ എംപ്ലോയ്മെന്റ് എകസ ചേഞ്ച് വഴി നിയമിച്ചതാണെന്ന്.

ഇനി നിയമനം എങ്ങനെയാണ്. ജൂൺ 16 ന് ഇന്റർവ്യൂ വച്ചു. ജൂൺ പതിനാറാംതീയതി കാർഡയക്കുന്നു ജൂൺ എട്ടാംതീയതി കാർഡയച്ച തായി റെക്കോർഡ് ചെയ്യുന്നു. ഇന്റർവ്യൂവിന് വിളിച്ച ആർക്കും 14-ാം തീയതി കാർഡുകിട്ടിയില്ല. സമർത്ഥമായി കാര്യങ്ങൾ നടത്താൻ കഴിവു ള്ളയാളാണ് എം പി ഗംഗാധരൻ എന്ന് നേരത്തെ പ്രഖ്യാപിക്കപ്പെട്ടിട്ടു മുണ്ട്. ഈ നിയമനങ്ങൾക്കായി പരസ്യം കൊടുത്തോ എന്ന് ചോദിച്ചു, കൊടുത്തു എന്നുത്തരം പറഞ്ഞു. എങ്ങനെയാണ് പരസ്യം കൊടുത്ത തെന്നോ? പോസ്റ്റ് ബോക്സ് പരസ്യം. ഏതെങ്കിലും ഒരു ബോർഡിലോ അതോറിറ്റിയിലോ പോസ്റ്റ് ബോക്സ് പരസ്യം കൊടുത്തിട്ട് ആളെ നിയ മിക്കുന്നതായി കേട്ടിട്ടുണ്ടോ.

ഈ വർഷം 151 കോടിരൂപയുടെ പദ്ധതികളാണ് നടപ്പിലാക്കാൻ പോകുന്നത്. വേൾഡ് ബാങ്ക് 94 കോടി, നെതർലാന്റ് ഗവൺമെന്റ് 30 കോടി, സ്പാനിഷ് ഗവൺമെന്റ് 8 കോടി, കേന്ദ്രഗവൺമെന്റ് 12 കോടി കേരള ഗവൺമെന്റ് 7 കോടി ഇങ്ങനെ ആകെ 151 കോടി. ഈ 151 കോ ടി രൂപ എം പി ഗംഗാധരന്റെ കൈയിൽ കിട്ടിയാൽ എന്താകും സ്ഥിതി. കഴിഞ്ഞ വരൾച്ചക്കാലത്ത് കിട്ടിയ 56 കോടി രൂപയിൽനിന്ന് 10 കോടി അദ്ദേഹം തട്ടിയെടുത്തു എന്നാണ് മലപ്പുറത്തുള്ള ലീഗുകാരുപോലും പറയുന്നത്. മുഖ്യമന്ത്രി എപ്പോഴും പറയുന്നത് അതൊന്നും ചോദിക്കേ ണ്ടതില്ല എന്നാണ്. അതിനൊക്കെ ക്യാബിനറ്റ് തീരുമാനമുണ്ട് പോലും. ക്യാബിനറ്റ് ഒരു തീരുമാനമെടുത്താൽ അഴിമതി, അഴിമതിയല്ലാതാകു മോ. സ്വജനപക്ഷപാതം അല്ലാതായിത്തീരുമോ. ക്യാബിനറ്റ് എന്നു പറ ഞ്ഞ് രക്ഷപ്പെടുന്ന ഈ വിചിത്രമായ സ്ഥിതിയെന്താണ്.

ഈ ഡിപ്പാർട്ട്മെന്റിന് ഒരു പർച്ചേസ് വിഭാഗം ഇതുവരെ ഉണ്ടായി ട്ടില്ല. ഇവിടെ അക്കൗണ്ടന്റ് ജനറലിന്റെ ഓഡിറ്റല്ല, ലോക്കൽ ഫണ്ട് ഓഡി റ്റാണ് നടത്തുന്നത്. ഇവിടെ ചാർട്ടേർഡ് അക്കൗണ്ടിനെ നിയമിച്ചിട്ടില്ല. പറ്റിയ ഒരാളെ ചാർട്ടേർഡ് അക്കൗണ്ടന്റായി അന്വേഷിച്ചുകൊണ്ടിരിക്കു കയാണ്. പാരിതോഷികം കൊടുക്കാൻ തയാറുള്ള ഏതൊരാൾക്കും ആ പോസ്റ്റ് പ്രതീക്ഷിക്കാം. പണം ശേഖരിക്കുന്നതിന് വേണ്ടി എം ഡിയും

മന്ത്രിയും കൂടി വാഷിംഗ്ടൺ, പോളണ്ട്, ഡെൻമാർക്ക്, കാനഡാ തുടങ്ങിയ രാജ്യങ്ങളിലേക്ക് പോകുകയാണ്. ഡെൻമാർക്കിൽ എന്തോ ചീഞ്ഞുനാറുന്നു എന്ന് കേട്ടിട്ടേയുള്ളൂ. യഥാർത്ഥ നാറ്റം വരാനിരിക്കു കയാണ്.

മന്ത്രി ഗംഗാധരൻ ശുദ്ധജല വിതരണ പദ്ധതി രാജ്യമാകെ നടപ്പി ലാക്കിയെന്ന് പറഞ്ഞാണ് അദ്ദേഹത്തിന്റെ കക്ഷിക്കാർ അഭിമാനം കൊള്ളുന്നത്. 1990 ആകുമ്പോൾ കേരളത്തിലാകെ വെള്ളത്തിന്റെ പ്രള യം ഉണ്ടാകുമെന്നാണ് അദ്ദേഹം പറയുന്നത്. മന്ത്രി പ്രളയം സൃഷ്ടിക്കു ന്നയാളാണെന്ന് ഇപ്പോൾ കേരളത്തിലെ ജനങ്ങൾക്കറിയാം. പുരകത്തു മ്പോൾ വാഴവെട്ടുന്നവൻ എന്ന് കേട്ടിട്ടുണ്ട്. പുരകത്തുമ്പോൾ വാഴവെ ട്ടുന്നവനെയാണ് മന്ത്രിയിപ്പോൾ ഓർമ്മിപ്പിക്കുന്നത്. ശുദ്ധജലത്തിന്റെ പേ രിൽ വെട്ടിപ്പ് നടത്തുന്നത് എന്തുമാത്രം ന്യായമാണ്.

1164 പ്രശ്ന വില്ലേജുകളുണ്ടെന്നാണ് പ്രഖ്യാപിച്ചിട്ടുള്ളത്. അതിൽ 962 വില്ലേജുകളിലേ ശുദ്ധജലം എത്തിയിട്ടുള്ളൂ. ബാക്കി വില്ലേജുകളിൽ എപ്പോൾ ശുദ്ധജലം എത്തിക്കാൻ കഴിയുമെന്നാണ് പറയുന്നത്. ഈ വകുപ്പിന് അത് സാധ്യമല്ല. കണ്ണൂർ – തലശ്ശേരി ഭാഗങ്ങളിൽ ശുദ്ധജല വിതരണം താറുമാറായിക്കിടക്കുകയാണ്. അവിടെ മയിലാടും കു ന്നിൽനിന്ന് അഞ്ചരക്കണ്ടി ജംഗ്ഷൻ വരെ ഇരട്ടി പൈപ്പ് ലൈൻ സ്ഥാ പിക്കുകയും പമ്പിംഗ് സ്റ്റേഷൻ മുതൽ തലശ്ശേരി വരെ കാസ്റ്റിംഗ് അ യൺ പൈപ്പ് ഇടുകയും ചെയ്യണമെന്ന് വർഷങ്ങളായി ആവശ്യപ്പെടുക യാണ്. ഈ വാട്ടർ ആന്റ് വേസ്റ്റ് വാട്ടർ അതോറിറ്റി വലിയ പദ്ധതികൾ നടപ്പിലാക്കാൻ പോകുന്ന ഒരു അതോറിറ്റി ആയതുകൊണ്ട് ഇക്കാര്യ ത്തിൽ എന്തു നടപടിയാണ് എടുക്കാൻ പോകുന്നത് എന്ന് വ്യക്തമാ ക്കണം.

തിരഞ്ഞെടുപ്പിൽ വോട്ട് പിടിക്കാൻ ഗവൺമെന്റ് ചില പരിപാടി കൾ ആവിഷ്കരിച്ചു. പുനലൂരിലെ തിരഞ്ഞെടുപ്പുകാലത്ത് ഒരു മന്ത്രി ഉദ്ഘാടനം നടത്തിയതാണ് ശാസ്താംകോട്ട വള്ളക്കടവ് ഭാഗത്തെ ശു ദ്ധജലവിതരണ പരിപാടി. ശ്രീ. എം പി ഗംഗാധരൻ വഴി നീളെ ഇട്ട കല്ലു കൊണ്ട് ഈ രാജ്യത്തുകൂടെ നടക്കാൻ കഴിയാത്ത അവസ്ഥയാണ്. കാ ണുന്ന സ്ഥലത്തുമുഴുവൻ കല്ലിടലാണ്. ഇങ്ങനെ കല്ലിട്ടാൽ എന്താണ് സ്ഥിതി. ഈ കല്ലുകൾക്കെല്ലാം നാഥനുണ്ടാകണം. നടപ്പിലാക്കാൻ സാ ധിക്കുന്ന പദ്ധതിക്ക് വേണ്ടി മാത്രം കല്ലിടണം. ഇപ്പോൾ നമ്മുടെ സം സ്ഥാനത്തിന്റെ അതിർത്തിയിൽ കല്ലിടാൻ പോകുകയാണ്. ആ വകുപ്പി ന്റെ മന്ത്രി തന്നെ എം പി ഗംഗാധരനല്ല എന്നാണ് അറിയുന്നത്. അന്തർ സംസ്ഥാന നദീജലം നമ്മുടെ വീരശൂരപരാക്രമി ആർ ബാലകൃഷ്ണപി ള്ളയുടെ കൈയിലാണ്. ആ ബാലകൃഷ്ണപിള്ളയ്ക്ക് വരെ പാരവയ് ക്കാൻ പോയാൽ എന്താകും സ്ഥിതി. ഇതിൽനിന്ന് ഞങ്ങളെ രക്ഷിക്കണം എന്നു മാത്രം അഭ്യർത്ഥിച്ചുകൊണ്ട് നിർത്തുന്നു.

അവനവനാത്മ സുഖത്തിനാചരിക്കുന്നത് അവനവന് ഗുണത്തിനായ് വരേണം

(മദ്യനയം എക്കാലത്തെയും സർക്കാരുകളെ കുഴപ്പത്തിലാക്കിയി ട്ടുണ്ട്. പതിവുപോലെ കെ കരുണാകരൻ സർക്കാരിനെതിരെയും മദ്യന യത്തിന്റെ ഭാഗമായി ആ ആരോപണം കേൾക്കേണ്ടി വന്നു. അന്നത്തെ എക്സൈസ് മന്ത്രിയായിരുന്ന എൻ ശ്രീനിവാസനാണെങ്കിൽ എസ് ആർ പിയുടെ നേതാവുമായിരുന്നു. എക്സൈസ് വകുപ്പിനെ പ്രതിക്കൂട്ടിൽ നിർത്തിക്കൊണ്ട് അബ്കാരി ഭേദഗതി ബില്ലിൻമേൽ സ്വന്തം ഭേദഗതി അവതരിപ്പിച്ചുകൊണ്ട് 1984 ഒക്ടോബർ 30 ന് കോടിയേരി നടത്തിയ പ്ര സംഗം. ബ്രിട്ടീഷുകാർ നടപ്പാക്കിയ അബ്കാരി നിയമം മുതൽ കേരള ത്തിലെ രാഷ്ട്രീയസാഹചര്യം വരെ പ്രസംഗമായും ഇടയ്ക്കുള്ള ചോ ദ്യോത്തരങ്ങളായും കയറിവന്നു. ഐക്യജനാധിപത്യമുന്നണിയിലെ ഘ ടകകക്ഷികളുടെ പിളർപ്പിന്റെ കാലമായതിനാൽ രാഷ്ട്രീയ ആരോപണ ങ്ങളിൽ അതും കടന്നുവന്നിട്ടുണ്ട്. അന്നത്തെ തദ്ദേശസ്വയംഭരണ മന്ത്രിയാ യ
സി എം സുന്ദരത്തിന്റെ പ്രജാ സോഷ്യലിസ്റ്റ് പാർട്ടിയെക്കുറിച്ചും ചർച്ച ചെയ്യുന്നു.)

സർ,

സ്വാതന്ത്ര്യം ലഭിച്ചിട്ട് ദശകങ്ങൾ പിന്നിട്ടെങ്കിലും ബ്രിട്ടീഷുകാർ ഉണ്ടാക്കിയ അബ്കാരി നയം തന്നെയാണ് ഇന്നും നാം പിന്തുടരുന്നത്. ബ്രിട്ടീഷുകാരൻ രൂപംകൊടുത്ത മൂലനിയമത്തിൽ സമൂലമായ മാറ്റം വരു ത്താൻ നമുക്കിതേവരെ കഴിഞ്ഞിട്ടില്ല.

മദ്യം ഉപയോഗിക്കരുത്, കള്ള് ചെത്തരുത്, കള്ള് കുടിക്കരുത് എന്ന പ്രമാണം നിലനിൽക്കുന്ന ഒരുകാലത്താണ് ഈ അബ്കാരി നിയമത്തിന് ബ്രിട്ടീഷുകാർ രൂപംനൽകിയത്. ഇന്ന് കള്ള് വളരെയധികം പേരുടെ ഒരു

ഭക്ഷണ പാനീയമായിത്തീർന്നിരിക്കുന്നു. ബഹുമാനപ്പെട്ട മന്ത്രിക്ക് പോലും അക്കാര്യം അറിയാം. അദ്ദേഹത്തിന് കള്ളിനോട് വിരോധമാ ണെങ്കിലും വിദേശമദ്യത്തോട് വലിയ താൽപര്യമാണ് എന്നാണ് കേൾ ക്കുന്നത്. മദ്യം ഉപയോഗിക്കുന്നവർക്ക് നല്ല മദ്യം കിട്ടണം. ആ മദ്യം ഉ പയോഗിച്ചതുകൊണ്ട് ആരും മരിക്കാൻ പാടില്ല. അങ്ങനെ മരണത്തിന് ഇടയാക്കുന്ന ലികർ വിതരണം ചെയ്യുന്ന കോൺട്രാക്ടർമാരുടെ പേരിൽ മരണശിക്ഷവരെ വിധിക്കാൻ അധികാരം നൽകുന്ന ഒരു നിയമ നിർമാ ണമാണ് ഇപ്പോൾ ചർച്ച ചെയ്യുന്നത്.

ഞങ്ങളുടെ പാർട്ടി മദ്യപാനത്തെ പ്രോത്സാഹിപ്പിക്കുന്ന പാർട്ടിയല്ല. മദ്യം ഉപയോഗിക്കുന്നവർക്ക് മെമ്പർഷിപ്പ് കൊടുക്കില്ല എന്ന് ഭരണഘ ടനയിൽ എഴുതി വച്ച ഇന്ത്യയിലെ ഒരേയൊരു പാർട്ടി കമ്യൂണിസ്റ്റ് മാർ ക്സിസ്റ്റ് പാർട്ടി മാത്രമാണ്. അക്കാര്യത്തിൽ എനിക്കഭിമാനമുണ്ട്. ഈ നിയമം ഇവിടെ പാസ്സായതുകൊണ്ട് വലിയ കാര്യമൊന്നും നടക്കാൻ പോകുന്നില്ല. കാരണം, നിലനിൽക്കുന്ന സമ്പ്രദായം അതിന് പര്യാപ് തമായ രീതിയിലുള്ളതല്ല. ഒന്ന് രണ്ട് ഉദാഹരണങ്ങൾ ഇവിടെ ചൂണ്ടി ക്കാണിക്കുകയാണ്.

1965 ൽ വൈക്കം കടുത്തുരുത്തി റേഞ്ചിൽ ചാരായഷാപ്പുകൾ ലേ ലത്തിന് പോയത് 60,000 രൂപയ്ക്കായിരുന്നു. ഇന്ന് ആ ഷാപ്പുകളെല്ലാം ലേലത്തിൽ എടുത്തിട്ടുള്ളത് 75 ലക്ഷം രൂപയ്ക്കാണ്. അവിടെയുള്ള ചാരായക്വാട്ട 1200 ലിറ്ററാണ്. ചങ്ങനാശ്ശേരി റേഞ്ചിലുള്ള ചാരായക്വാട്ട 1200 ലിറ്ററാണ്. അവിടെയുള്ള ഷാപ്പുകൾ ലേലത്തിന് പോയത് 65 ലക്ഷം രൂപയ്ക്കാണ്. ഇത് വിറ്റ് അവർക്ക് അത്രയും പണമുണ്ടാക്കാൻ കഴിയ ണമെങ്കിൽ ഒരു ലിറ്റർ ചാരായത്തിന് 500 രൂപയെങ്കിലും അവർക്ക് കി ട്ടണം. യഥാർത്ഥത്തിൽ 40 രൂപയിൽ കൂടുതൽ ഒരുലിറ്റർ ചാരായത്തിന് ഈടാക്കാൻ പാടില്ല എന്നാണ് സംസ്ഥാനസർക്കാർ അനുശാസിച്ചിട്ടു ള്ളത്. ഇവർക്ക് കൂടുതൽ ചാരായം വിൽക്കണമെങ്കിൽ അഡീഷണൽ ക്വാട്ട കിട്ടണം. അഡീഷണൽ ക്വാട്ട കൊടുക്കാൻ ഇന്ന് എന്തെങ്കിലും സംവിധാനമുണ്ടോ. അത് കിട്ടണമെങ്കിൽ പമ്പാ ഷുഗർമില്ലിൽ പോണം. മുമ്പ് എക്സൈസ് ഡിപ്പാർട്ടുമെന്റുകാരാണ് അഡീഷണൽ ക്വാട്ട വിതര ണം ചെയ്തിരുന്നത്. ഇന്ന് പമ്പാഷുഗർമില്ലിന്റെ മാനേജിംഗ് ഡയറക്ടർ ക്ക് അതിന്റെ അധികാരം കൊടുത്തിരിക്കുകയാണ്. ആ വകുപ്പ് എസ് ആർ പിയുടെ വകുപ്പല്ല. അഹമ്മദ് സാഹിബിന്റെ വകുപ്പാണ്. മുസ്ലിംലീ ഗിന്റെ ഫണ്ടിൽ സംഭാവന കൊടുത്താൽ പമ്പാഷുഗർമില്ലിൽനിന്നും അ ഡീഷണൽ ക്വാട്ട ചാരായം അനുവദിച്ചുകൊടുക്കുന്നു എന്ന് ധാരാളം ആക്ഷേപങ്ങൾ സംസ്ഥാനത്ത് ഉയർന്നുവന്നിരിക്കുകയാണ്. ഈ ഒരു സംവിധാനം നിലനിൽക്കുമ്പോൾ അവിഹിതമായ രീതിയിൽ ചാരായം ഉണ്ടാക്കി വിറ്റാൽ മാത്രമേ അവർക്ക് കച്ചവടം വിളിച്ചെടുത്ത തുകയ്ക്ക് ഒത്തുപോകുകയുള്ളൂ. ഈ സ്ഥിതി നിലനിൽക്കുന്നിടത്തോളം കാലം ഈ നിയമം പാസ്സാക്കിയാലും ഫലപ്രദമായി നടപ്പാക്കാൻ കഴിയുമോ

എന്ന് ചിന്തിക്കണം.

ഇവിടെ ഇങ്ങനെയൊരു നിയമം ഉണ്ടാക്കാൻ ഇടയാക്കിയത് വൈ പ്പിൻ മദ്യദുരന്തമാണ്. ആ വൈപ്പിൻ മദ്യദുരന്തക്കേസിലെ പ്രതി ആരാണ്. ചന്ദ്രസേനൻ. ആ ചന്ദ്രസേനനെ ഇപ്പോഴും പാലൂട്ടുന്ന ഒരു ഗവൺമെന്റാ ണിത്. തിരുവനന്തപുരം റേഞ്ചിലെ ചാരായഷാപ്പുകൾ ആരാണ് ലേല ത്തിൽ എടുത്തത്. ചന്ദ്രസേനൻ. എറണാകുളം റേഞ്ചിലെ ചാരായ ഷോ പ്പുകൾ ആരാണ് ലേലത്തിൽ എടുത്തത്. ചന്ദ്രസേനൻ. ആ ചന്ദ്രസേനനെ ബ്ലാക് ലിസ്റ്റിൽപ്പെടുത്താൻ സർക്കാർ തയാറുണ്ടോ. നിരവധി പേരുടെ കൊലപാതകത്തിന് ഉത്തരവാദിയായ ആ കൊലയാളിയായ കോൺ ട്രാക്റ്ററെ കൈയാമം വെക്കേണ്ടതിന് പകരം അയാളെ വിളിച്ച് ചാരായ ഷോപ്പുകൾ വിളിച്ചെടുക്കാൻ ഇടയാക്കിയ ഈ സംസ്ഥാന സർക്കാർ എങ്ങനെയാണ് ഈ നിയമം ഫലപ്രദമായി നടപ്പാക്കുക എന്നാണ് എനിക്ക് ചോദിക്കാനുള്ളത്.

ഇവിടെ ബിവറേജസ് കോർപ്പറേഷൻ മദ്യം വിതരണം ചെയ്യുന്നുണ്ട്. ആ കോർപ്പറേഷൻ വിതരണം ചെയ്യുന്ന മദ്യം തല്ലിപ്പൊളി മദ്യമാണെ ന്നാണ് മദ്യപാനികൾ പറയുന്നത്. മുമ്പ് മക് ഡവൽ, മോഹൻ മിക്കിൻസ് തുടങ്ങിയ പ്രസിദ്ധമായ കമ്പനികളാണ് മദ്യം വിതരണം ചെയ്തിരുന്ന തെങ്കിൽ ഇന്ന് വെള്ളത്തിൽ എന്തെങ്കിലും ചില മണവും നിറവുമുള്ള സാധനങ്ങൾ കലർത്തി വിദേശമദ്യമായി കുപ്പികളിൽ നിറച്ച് ബ്രാണ്ടി ഷോപ്പുകളിൽ വിൽക്കുന്ന ഒരു സ്ഥിതിയാണ്. ഇവിടെ വിദേശമദ്യഷോ പ്പുകൾ തുടങ്ങാൻ പുതിയ ലൈസൻസ് ധാരാളം ആളുകൾക്ക് നൽകി ക്കൊണ്ടിരിക്കുകയാണ്. പുതിയ ലൈസൻസ് അനുവദിക്കുന്നതിന്റെ പേരിൽ നല്ലൊരു തുക നമ്മുടെ മന്ത്രിക്കും മന്ത്രിയുടെ പാർട്ടിക്കാർക്കും എന്നുള്ളതാണ് ഇപ്പോഴത്തെ സ്ഥിതി. മഹാനായ ശ്രീനാരായണ ഗുരു വിന്റെ പേരിലാണ് അദ്ദേഹം മന്ത്രിയായത്.

ശ്രീനാരായണ ഗുരുദേവൻ പറഞ്ഞിട്ടുള്ളത്:

"അവനവനാത്മസുഖത്തിനാചരിക്കു-
നവയപരന്നു സുഖത്തിനായ് വരേണം"
എന്നാണ്. എന്നാൽ നമ്മുടെ ബഹുമാനപ്പെട്ട നമ്മുടെ ശ്രീനിവാ സനും എസ് ആർ പിക്കാരും
"അവനവനാത്മസുഖത്തിനാചരിക്കു-
നതവനവന് ഗുണത്തിനായ് വരേണം"
എന്ന് തിരുത്തിയെഴുതിയിരിക്കുകയാണ്.

സർ, ഐക്യജനാധിപത്യമുന്നണി അധികാരത്തിൽ വരുമ്പോൾ മുന്ന ണിയിലെ പാർട്ടികളുടെ എണ്ണം 13 ആയിരുന്നു. ഞാൻ കഴിഞ്ഞ ദിവസം എണ്ണിനോക്കിയപ്പോൾ 20 പാർട്ടികൾ കണ്ടു. ഇംഗ്ലീഷ് അക്ഷരമാലാക്ര മത്തിലെ ഓരോ അക്ഷരവും ഓരോ പാർട്ടികളുടെ നേരെ ഉപയോഗിച്ചു കൊണ്ടിരിക്കുകയല്ലേ. ഇന്ത്യയിൽ ഏറ്റവും കൂടുതൽ പിളർപ്പുള്ള പാർ

ട്ടിയേതാണ് എന്ന ചോദ്യത്തിന് പഠിക്കുന്ന കുട്ടികൾ പോലും എസ് ആർ പി എന്നാണ് ഉത്തരം പറയുന്നത്. എസ് ആർ പിയിൽ ആദ്യം എം എൽ എ മാരായി രണ്ട് പേരാണുണ്ടായിരുന്നത്. ശ്രീനിവാസനും വിജയരാജനും. ഒരു ദിവസം സിജി ജനാർദ്ദനൻ എസ് ആർ പിയിൽ ചേർന്നു. കുറച്ചു ദിവസങ്ങൾ കഴിഞ്ഞപ്പോൾ ശ്രീനിവാസനെ വിജയരാജൻ പുറത്താക്കി. പിറ്റേദിവസത്തെ പത്രത്തിൽ കണ്ടു വിജയരാജനെ ശ്രീനിവാസൻ പുറ ത്താക്കിയെന്ന്. അവസാനം ശ്രീനിവാസനെയും വിജയരാജനെയും സിജി ജനാർദ്ദനൻ പുറത്താക്കി. തൊട്ടുപിന്നാലെ ഈ മൂന്നാളുകളെയും ബാബു വിജയനാഥ് എന്ന് പറയുന്ന മറ്റൊരാളും പുറത്താക്കി. യഥാർത്ഥത്തിൽ ആര് ആരെയാണ് പുറത്താക്കിയത്. ഈ നാലുപേരും ഇപ്പോഴും പറ യുന്നു, ഞങ്ങൾ ഐക്യജനാധിപത്യമുന്നണിയാണ് എന്ന്. ഏത് മുന്ന ണിയാണത്.

പാർട്ടികളുടെ പിളർപ്പ് മാത്രമല്ല അതിന്റെ പേരിൽ ഈ മുന്നണി യിൽ കൊലപാതകവും നടക്കുന്നു. യഥാർത്ഥത്തിൽ ഇതെല്ലാം ഈ ബില്ലിന്റെ പരിധിയിൽ വരുന്ന കാര്യങ്ങളാണ്. കാരണം ഈ ക്ലോസ് ഫ ലപ്രദമായി നടപ്പാക്കാൻ കഴിഞ്ഞില്ലെങ്കിലുണ്ടാകുന്ന ആപത്തിനെക്കു റിച്ചാണ് ഞാൻ ചൂണ്ടിക്കാണിക്കുന്നത്. പിരിച്ച പണത്തിന്മേലുള്ള തർക്കവും അടിപിടിയും കൊലപാതകവുമാണ് കണ്ണൂരിൽ നടന്നത്. അ വിടെ ഈസ്റ്റ് ഏളേരിക്കടുത്ത് കമ്പല്ലൂർ എന്ന സ്ഥലത്ത് ത്യാഗരാജൻ എന്ന ഒരാളെ എസ് ആർ പി ജില്ലാ പ്രസിഡന്റ് പ്രഭാകരൻ മാസ്റ്റർ കൊന്നു. എന്തിനാണെന്നോ. പിരിച്ച പണത്തിന്റെ പേരിൽ തർക്കം അടി പിടിയിലേക്കും കൊലപാതകത്തിലേക്കും എത്തി.. ഇത്ര പിരിച്ചില്ലേ ഇ ത്ര തന്നൂടെ എന്ന് അവർ ചോദിക്കുന്നു.

കേരളം കണ്ട എക്സൈസ് മന്ത്രിമാരിൽ ഏറ്റവും വലിയ വിവാദ പുരുഷനാണ് ശ്രീ. ശ്രീനിവാസൻ. അദ്ദേഹത്തിന്റെ പാർട്ടി തന്നെ അദ്ദേ ഹത്തിനെതിരെ അഴിമതിയാരോപണം ഉന്നയിച്ചു. ഈ ബില്ലിന്റെ പരി ധിയിൽ വരാത്തതുകൊണ്ട് അതിലേക്ക് കടക്കുന്നില്ല.

ചെത്തുതൊഴിലാളികളെ എങ്ങനെയാണ് ഈ ഗവൺമെന്റ് കൈ കാര്യം ചെയ്യുന്നത്. അബ്കാരി നിയമത്തിൽ നിങ്ങൾക്ക് ഒരു നയമുണ്ടോ. ചെത്തുതൊഴിലാളികളുടെ പേരു പറഞ്ഞ്, വോട്ടും വാങ്ങി, നിങ്ങൾക്ക് പെൻഷൻ തരാമെന്ന് മുദ്രാവാക്യവും ഉയർത്തി അധികാരത്തിലെത്തി യ ശ്രീനിവാസൻ ഇപ്പോൾ ചെത്തുതൊഴിലാളികളെ ചെത്തുതൊഴിലാ ളിയെന്ന് വിളിക്കില്ല. അദ്ദേഹം ചെത്താളിയെന്നാണ് വിളിക്കുന്നത്. ഇനി എന്നെങ്കിലും അങ്ങനെ വിളിച്ചാൽ ചെത്തുതൊഴിലാളികളുടെ കൈ കൊണ്ട് അടികിട്ടുമെന്ന് മാത്രമേ എനിക്ക് പറയാനുള്ളൂ.

ശ്രീ. എൻ ശ്രീനിവാസൻ : ചെത്തുന്നവൻ ചെത്താളിയാണ്. നെയ്യുന്ന
വൻ നെയ്ത്താളിയാണ്.

ശ്രീ. കോടിയേരി
ബാലകൃഷ്ണൻ   : കേരളത്തിലെ ചെത്തുതൊഴിലാളികളെ അ

പരിഹസിക്കാൻ ശ്രമിക്കുന്നത് ആരായാലും അതനുവദിച്ചുകൊടുക്കാൻ ചെത്തുതൊഴിലാളി പ്രസ്ഥാനം തയാറാകില്ല. ഈ ബില്ലിലും കള്ളിനും ചെത്തുതൊഴിലാളികൾക്കും ഉപകാരപ്രദമായ ഒന്നുമില്ല. മാത്രമല്ല ഉപദ്രവകരമായ ഡ്രഗ്സ് ഏതൊക്കെയാണ് എന്ന് ഈ ബില്ലിൽ സ്പെസിഫൈ ചെയ്തിട്ടില്ല. ആ ഭേദഗതിയാണ് എനിക്ക് മുന്നോട്ട് വയ്ക്കാനുള്ളത്. എന്നാൽ അങ്ങനെയുള്ള ഭേദഗതിയൊന്നും നിങ്ങൾ അനുവദിക്കില്ല. കാരണം നിങ്ങൾക്ക് അഴിമതി നടത്തണം. എന്നാലേ മുന്നണിയുള്ളൂ. പാർട്ടികളുടെ എണ്ണം വർദ്ധിച്ചുവന്നാലും മുന്നണി നിലനിൽക്കുന്നതിന്റെ രഹസ്യം അതാണ്. കരുണാകരൻ ഗവൺമെന്റിലെ ഏത് പാർട്ടിയാണ് പിളരാതിരുന്നിട്ടുള്ളത്. എസ് ആർ പി പിളർന്നില്ലേ. എൻ ഡി പി പിളർന്നില്ലേ. എൻ ഡി പിയിലെ കർത്താ ഒരു ദിവസം തേൻമ്പിലിനെ പുറത്താക്കി. കമലേട്ടത്തിയുടെ പാർട്ടിവരെ പിളർന്നു. കമലേട്ടത്തിയുടെ ഗോപാലേട്ടന്റെ താക്കോൽ വളരെ പ്രസിദ്ധമായ താക്കോലായിരുന്നു. ഇപ്പോൾ ആ താക്കോലിന്റെ സ്ഥിതിയെന്താണ്. താക്കോൽ ഗോപാലേട്ടന്റെ കൈയിലായിപ്പോയി. കമലേട്ടത്തിയും ഗോപാലേട്ടനും രണ്ടായി നിൽക്കുന്നു.

കാനം രാജേന്ദ്രൻ : ബഹുമാനപ്പെട്ട സുന്ദരം സ്വാമിയുടെ പാർട്ടി (പ്രജാസോഷ്യലിസ്റ്റ് പാർട്ടി) ഒരുപിളർപ്പു മില്ലാതെ നിൽക്കുമ്പോൾ എല്ലാപാർട്ടിയും പിളർന്നുവെന്ന് പറയുന്നത് ഓർഡറിലാണോ?

കോടിയേരി : സുന്ദരംസ്വാമിയുടെ പാർട്ടി പിളരുന്നതിന് ഒരു ചാൻസുമില്ല. ആ പാർട്ടിയുടെ പ്രസിഡന്റ് സുന്ദരമാണ്. സെക്രട്ടറി സുന്ദരമാണ്. പാർലമെന്ററി പാർട്ടി ലീഡറും ചീഫ് വിപ്പും എല്ലാം സുന്ദരമാണ്. പിളരാൻ ഒരു നിവൃത്തിയുമില്ല.

ശ്രീ. സി എം സുന്ദരം : ആവശ്യമില്ലാതെ എന്റെ പേര് എന്തിനാണിവിടെ വലിച്ചിഴയ്ക്കുന്നത്. നിങ്ങൾക്കെന്താ, അസൂയയയാണോ.

കോടിയേരി
ബാലകൃഷ്ണൻ : പിളരാത്ത ഒരു പാർട്ടി കൂടിയുണ്ട്. ശിവ
സാദന്റെ പാർട്ടി. അതിന് പിളരാൻ നിവൃത്തി
യില്ല. പക്ഷേ, ഏത് പാർട്ടി പിളർന്നാലും മുന്ന
ണിയിൽ കാണും. അങ്ങനെ എല്ലാവരെയും
ഒരുമിപ്പിച്ചുനിർത്തുന്ന കേന്ദ്രബിന്ദുവാണ്
എക്സൈസ് വകുപ്പ്.

സ്പീക്കർ : അബ്കാരി നിയമം പിളർന്നിട്ടുണ്ടോയെന്ന
കാര്യം പറയണം.

കോടിയേരി : ഇതൊരു പ്രധാനമായ പ്രശ്നമാണ്. ഈ നിയ
മത്തിൽ ഭേദഗതി വരുത്തിയാൽ പിന്നെ തട്ടി
പ്പിനും അഴിമതിക്കും ചാൻസില്ല. ഇപ്പോഴത്തെ
അബ്കാരി നിയമത്തിലും ഈ ബില്ലിലും
കാര്യമായ മാറ്റങ്ങൾ അനിവാര്യമാണ്.
അങ്ങനെ മാറ്റത്തോടെയുള്ള ഒരു നിയമം ഈ
ഗവൺമെന്റിന് കൊണ്ടുവരാൻ സാധ്യതയി
ല്ലെങ്കിലും ഞാൻ എന്റെ ഭേദഗതി അവതരി
പ്പിച്ചുകൊണ്ട് നിർത്തുന്നു.

മനുഷ്യന്റെ തലയ്ക്ക് ശിക്ഷ,
തെങ്ങിന്റെ കുലയ്ക്കും ശിക്ഷ

(**ആ**യിരത്തി തൊള്ളായിരത്തി എണ്‍പത്തിരണ്ടില്‍ നടന്ന പൊതു തിരഞ്ഞെടുപ്പില്‍ ഐക്യമുന്നണി ഉയര്‍ത്തിയ മുദ്രാവാക്യങ്ങളില്‍ ഒന്ന് മനുഷ്യന്റെ തലയ്ക്ക് രക്ഷ, തെങ്ങിന്റെ കുലയ്ക്ക് രക്ഷ എന്നതായിരുന്നു. മനുഷ്യനും കാര്‍ഷിക മേഖലയ്ക്കും രക്ഷയേകുന്ന ഒരു സര്‍ക്കാരിനെ അധികാരത്തിലേറ്റുന്നതിന് വേണ്ടി വോട്ട് ചെയ്യുക എന്നായിരുന്നു ആഹ്വാനം. തേങ്ങയടക്കമുള്ള കാര്‍ഷിക വിളകള്‍ക്ക് വില ലഭിക്കുകയും കര്‍ഷകര്‍ക്ക് രക്ഷയേകുകയും ചെയ്യും, അങ്ങനെ മനുഷ്യനെ രക്ഷിക്കും എന്നതായിരുന്നു സാരം. എന്നാല്‍ തിരിച്ച് സംഭവിച്ചു എന്നായിരുന്നു പ്രതിപക്ഷത്തിന്റെ ആക്ഷേപം. 1985 മാര്‍ച്ച് ആറിന് ഗവര്‍ണര്‍ നടത്തിയ പ്രസംഗത്തിന്‍മേലുള്ള നന്ദിപ്രമേയ ചര്‍ച്ചയില്‍ പങ്കെടുത്തുകൊണ്ട് കോടിയേരി ബാലകൃഷ്ണന്‍ ഈ വിമര്‍ശനം ഉന്നയിച്ചു. മുസ്ലിംലീഗി ലെ പി സീതിഹാജി അവതരിപ്പിച്ച നന്ദി പ്രമേയത്തിന്‍മേലുള്ള ചര്‍ച്ച യില്‍നിന്ന്)

സര്‍,

എന്തുകൊണ്ടാണ് സീതിഹാജിയെ തന്നെ ഈ നന്ദിപ്രമേയം അവത രിപ്പിക്കാന്‍ നിയോഗിച്ചത് എന്നതായിരുന്നു എന്റെ പ്രധാന സംശയം. എന്നാല്‍ രാഘവന്‍ മാസ്റ്ററുടെ പ്രസംഗത്തോടെ അത് തീര്‍ന്നുകിട്ടി. കാസര്‍കോട് പാര്‍ലമെന്റ് സീറ്റിന്റെ പേരിലാണ്. ലീഗിന് കൊടുത്ത സീറ്റ് കോണ്‍ഗ്രസ് ഐയ്ക്ക് വിട്ടുകൊടുത്തതിന്റെ പ്രത്യുപകാരമായാണ് നന്ദി പ്രമേയം അവതരിപ്പിക്കാന്‍ സീതിഹാജിക്ക് ചാന്‍സ് കൊടുത്തത് എന്നാണ് മനസ്സിലായത്. ഒരു നന്ദിപ്രമേയത്തിന് വേണ്ടി സീതിഹാജി, നിങ്ങള്‍ ആ സീറ്റ് വിട്ടുകൊടുക്കേണ്ട ആവശ്യമുണ്ടായിരുന്നോ. സീതി ഹാജി മുതല്‍ രാഘവന്‍ മാസ്റ്റര്‍ വരെ പ്രസംഗിച്ചിട്ടും ഈ സര്‍ക്കാ രിന്റെ നേട്ടങ്ങളൊന്നും പറയാന്‍ കഴിഞ്ഞില്ല. കഴിഞ്ഞ പാര്‍ലമെന്റ് തിര ഞ്ഞെടുപ്പിലെ വിജയത്തിന്റെ പേരിലാണ് അവര്‍ ഇപ്പോള്‍ പ്രസംഗിക്കു

ന്നത്. എന്നാൽ അതിന്റെ പേരിൽ അഹങ്കരിക്കണ്ട. കാരണം ഇപ്പോൾ കുട്ട്യാലി പറയുന്നത് അത് കോൺഗ്രസ്സിന് കിട്ടിയ വോട്ടാണ് എന്നാണ്. അതുസമ്മതിച്ചാൽ തന്നെ 50 ശതമാനം വോട്ടല്ലേ കിട്ടിയുള്ളൂ. 50 ശത മാനം പ്രതിപക്ഷത്തിനും കിട്ടി. നിങ്ങൾക്ക് ഒരു വോട്ട് കിട്ടിയപ്പോൾ ഞങ്ങൾക്കും ഒരുവോട്ട് കിട്ടി. പക്ഷേ, നിങ്ങൾക്ക് 50 ശതമാനം വോട്ടും 80 ശതമാനം സീറ്റും കിട്ടി. പ്രതിപക്ഷത്തിന് 50 ശതമാനം വോട്ടും 20 ശ തമാനം സീറ്റും കിട്ടി. അത്രയേ ഉള്ളൂ. എന്നാൽ ഉത്തരേന്ത്യയാകെ കോൺ ഗ്രസ്സിനെ എഴുതിത്തള്ളിയില്ലേ. കരുണാകരൻ 11 പാർട്ടികളെ കൂട്ടുപിടി ച്ചിട്ടാണ് കേരളത്തിൽ മുഖ്യമന്ത്രിയായിരിക്കുന്നത്.

കരുണാകരൻ ഒറ്റയ്ക്ക് മൽസരിച്ചാൽ കേരളത്തിൽ എത്ര മണ്ഡല ത്തിൽ കെട്ടിവച്ച കാശ് കിട്ടും. കേരളത്തിലെ ഈ തരംഗമൊന്നും നില നിൽക്കാൻ പോകുന്നില്ല. മൂന്ന് നിയോജകമണ്ഡലങ്ങളിൽ നടന്ന ഉപതി രഞ്ഞെടുപ്പുകൾ നിങ്ങൾക്ക് ഒരു ചൂണ്ടുപലകയാണ്. കേരളത്തിലെ മൂന്ന് യൂണിവേഴ്‌സിറ്റി യൂണിയനുകളിലും കോൺഗ്രസ് ഐയും വിദ്യാർത്ഥി സംഘടനയായ കെ എസ് യു തോറ്റിരിക്കുകയാണ്.

ഇവിടെ ഭരണം നടക്കുന്നില്ല. ഇപ്പോൾ കോൺഗ്രസ് ഐക്കാരും യൂത്ത് കോൺഗ്രസ്സുകാരും മലർപ്പൊടി ബ്രാഹ്മണനെപ്പോലെ ഏകകക്ഷി ഭരണത്തെക്കുറിച്ച് സ്വപ്നം കാണുകയാണ്. ഏകകക്ഷിഭരണം കേരള ത്തിൽ വരണമെങ്കിൽ 71 സീറ്റെങ്കിലും വേണം. ഒരു നൂറുസീറ്റിലെങ്കിലും മൽസരിക്കണം. അതിന് വേണ്ടി ഒരു തിരഞ്ഞെടുപ്പ് നടത്താൻ കരുണാ കരന് ധൈര്യമുണ്ടോ.

എന്നാൽ ഭരണം നിർത്തിക്കൊണ്ട് ഏകകക്ഷി വിദ്യ പ്രയോഗിക്കാ നാണ് കരുണാകരന്റെ പരിപാടി. പി ഡബ്ല്യൂ ഡി വകുപ്പിനെ രണ്ടായി വിഭജിക്കാൻ തീരുമാനിച്ചിരിക്കുന്നു. പാവം ആ നഹാസാഹിബിന്റെ കൈ യിൽനിന്ന് ഒരുവകുപ്പ് തട്ടിയെടുത്ത് എം പി ഗംഗാധരനെ ഏൽപ്പിക്കാൻ പോകുന്നു. എന്നുപറഞ്ഞാൽ കോൺഗ്രസ് ഐയുടെ കൈയിൽ ആ വകുപ്പ് കിട്ടാൻ പോകുന്നു. ശ്രീമാൻ ഗംഗാധരന്റെ കൈയിൽ ആ വകു പ്പ് കൂടി കിട്ടിയാൽ എന്താകും എന്ന് നമുക്കെല്ലാവർക്കും അറിയാം. അ തുമാത്രമല്ല, പാവം രാമചന്ദ്രൻ നായരും കഷ്ടത്തിലായി. അദ്ദേഹത്തി ന്റെ കൈയിൽനിന്ന് ഇപ്പോൾ മെഡിക്കൽ വകുപ്പും വാങ്ങാൻ പോകുന്നു. അങ്ങനെ എല്ലാവകുപ്പും വാങ്ങിവാങ്ങി കോൺഗ്രസ് ഏകകക്ഷിഭരണം നടപ്പാക്കും. എല്ലാവരും കൈയടിച്ചോ. ജോറാകുന്നുണ്ട്.

പാർലമെന്റ് തിരഞ്ഞെടുപ്പിൽ 20 ൽ 18 സീറ്റും നേടിയില്ലേ. എന്നിട്ട് കേന്ദ്രത്തിൽനിന്ന് കിട്ടിയ സമ്മാനം എന്താണ്. പാലക്കാട് റെയിൽവേ കോച്ചുനിർമാണശാല ഹരിയാനയിലേക്ക് കടത്തിക്കൊണ്ടുപോയത് മിച്ചം. ഞാൻ കരുണാകരനോട് ചോദിക്കുകയാണ്. കരുണാകരന് രക്തം തിള യ്ക്കുന്നില്ലെങ്കിൽ മൂത്രമെങ്കിലും ഒന്ന് തിളയ്ക്കണ്ടേ സർ. ഒരക്ഷരം പോലും മുഖ്യമന്ത്രി അതേപ്പറ്റി സംസാരിക്കുന്നില്ല. സാധനങ്ങളുടെ വില യാണെങ്കിൽ കുതിച്ചുകയറുകയാണ്. മനുഷ്യന്റെ ജീവന് മാത്രം വില യില്ല. ബാക്കി എല്ലാസാധനത്തിനും വില കുതിച്ചുകയറുന്നു. റേഷനരി, മണ്ണെണ്ണ, ഇലക്ട്രിസിറ്റി, വെള്ളം.. വിലകയറാത്ത ഒരു സാധനവുമില്ലെന്ന്

പറഞ്ഞാൽ രമേശ് ചെന്നിത്തല സമ്മതിച്ചുതരില്ല. വിലകയറാത്ത ഒരു സാധനമുണ്ട് സർ. അത് കുടുംബാസൂത്രണത്തിന് ഉപയോഗിക്കുന്ന ആ സാധനമുണ്ടല്ലോ, 25 നയാപൈസയ്ക്ക് മൂന്നെണ്ണം കിട്ടുന്ന സാധനം. അതിന്റെ പേര് ഇപ്പോൾ ഇവിടെ പറയാൻ എനിക്ക് കുറച്ച് വിഷമമുണ്ട്. രമേശ് ചെന്നിത്തലയ്ക്ക് അതറിയാം. കാരണം നാഗ്പൂരിലേക്ക് പോകുമ്പോൾ കെട്ടുകണക്കിനാണല്ലോ സർ കൊണ്ടുപോയത്.

സ്പീക്കർ: കുടുംബാസൂത്രണത്തിന് ഉപയോഗിക്കുന്ന സാധനത്തിന്റെ പേര് പറയുന്നതിൽ കുഴപ്പമൊന്നുമില്ല, അത് നല്ല പ്രചാരണമാണ്.

കോടിയേരി: സർ ഇവിടെ ബസ് ചാർജ്ജ് വർദ്ധിപ്പിച്ചു. പാർലമെന്റ് തിരഞ്ഞെടുപ്പ് കാലത്ത് കോൺഗ്രസ് ഐയുടെ ഫണ്ടിലേക്ക് 12 ലക്ഷം രൂപ സംഭാവന നൽകിയതിന്റെ പേരിൽ. നിങ്ങൾക്ക് 12 ലക്ഷം കിട്ടിയതിന് പാവപ്പെട്ടവൻ എന്തുപിഴച്ചു.

ഈ സാമ്പത്തികാവസ്ഥയ്ക്ക് ആരാണുത്തരവാദി. കോൺഗ്രസ്സുകാർ പറയുന്നു ധനമന്ത്രി കെ എം മാണിയാണ് ഉത്തരവാദി എന്ന്. മാണിപറയുന്നു, കേന്ദ്രവും ധനകാര്യകമ്മീഷനുമാണ് ഉത്തരവാദി എന്ന്. യഥാർത്ഥത്തിൽ സാമ്പത്തിക പ്രശ്നം മറച്ചുപിടിക്കാനുള്ള ചക്കളത്തിപ്പോരാട്ടത്തിലാണ് നിങ്ങളെല്ലാവരും. ഒന്നിനും പണമില്ലെന്ന് പറയുകയും മന്ത്രിമാർ പണം ചെലവഴിച്ച് വിദേശയാത്ര നടത്തുകയും ചെയ്യുന്നു. 19 മന്ത്രിമാർ. 10 പേരും വിദേശത്തേക്ക് പോയിരിക്കുകയാണ്. എന്തുചെയ്യും. മൽസരമാണ് വിദേശയാത്രയ്ക്കായി. കെ എം മാണി, പോയാൽ പി ജെ ജോസഫിന് പോകാതിരിക്കാനാകുമോ. അപ്പോ പിന്നെ ഇ അഹമ്മദ് പോയില്ലെങ്കിൽ മുസ്ലിംസമുദായത്തിന് അപവാദമല്ലേ. രാമചന്ദ്രൻ നായർ പോയില്ലെങ്കിൽ കേരളത്തിലെ നായന്മാർക്ക് അപമാനമല്ലേ. രാമചന്ദ്രൻ നായർ വരെ വിദേശത്തേക്ക് പോയി.

ഫോറിൻകാർ വാങ്ങുന്ന കാര്യത്തിലും മൽസരമാണ്. മന്ത്രിമാരുടെ കുട്ടികൾക്കും മരുമക്കൾക്കും വേലക്കാർക്കും വിദേശകാറുകളാണ്. എന്തിന് ഡ്രൈവിംഗ് പഠനം പോലും വിദേശകാറുകളിലാണ്.

നിങ്ങൾ വെള്ളം കൊടുത്തു എന്ന് പറഞ്ഞഭിമാനിക്കുകയാണ്. കേരളത്തിൽ മുഴുവൻ ഗംഗാധരൻ കുഴലിറക്കിയിട്ടുണ്ട്. പക്ഷേ, എവിടെയും വെള്ളമില്ല. നാടുമുഴുവൻ കുഴലിറക്കി കോടികൾ ധൂർത്തടിക്കുന്ന മന്ത്രി ഒരുഭാഗത്ത്, ഒരുതുള്ളി വെള്ളത്തിന് വേണ്ടി കേഴുന്ന ജനം മറുഭാഗത്ത്. ഇതാണ് ഇന്നത്തെ കേരളത്തിന്റെ ചിത്രം. കണ്ണൂരിലും തലശ്ശേരിയിലും ഒരുതുള്ളി വെള്ളമില്ല. ഒരുദിവസം നമ്മുടെ മുഖ്യമന്ത്രി കണ്ണൂരിൽ വന്നിട്ട് വെള്ളമില്ലാത്തതിനാൽ കുളിക്കാതെ പോയി എന്നാണ് എനിക്ക് മനസ്സിലാക്കാൻ കഴിഞ്ഞത്. അത്രമാത്രം വിഷമകരമാണ് സ്ഥിതിഗതികൾ. ഇത് പരിഹരിക്കാൻ ഗംഗാധരന്റെ ഖജനാവിൽ പണമില്ല. പക്ഷേ, മന്ത്രിക്ക് വിദേശനിർമിത കാർ വാങ്ങാൻ ആറുലക്ഷം രൂപയുണ്ട്. ഇവിടെ പൈപ്പ് നന്നാക്കാൻ പണമില്ല.

സർ ഈ ഗവൺമെന്റിന്റെ പോലീസ് വകുപ്പിനെക്കുറിച്ച് എത്രപറഞ്ഞാലും അധികമാവുകയില്ല. തലശ്ശേരി താലൂക്കിൽ പെട്ട കൂട്ടപ്പുഴ ഇപ്പുറത്തുള്ള വള്ളിത്തോട് എന്ന് പറയുന്ന സ്ഥലത്ത് കുറച്ചുദിവസങ്ങൾക്ക്

മുമ്പ് രണ്ടുലോഡ് കശുവണ്ടി പിടിച്ചു. ഒരു എസ് ഐ കശുവണ്ടി പിടി
ച്ചപ്പോൾ ആ എസ് ഐയോട് പറഞ്ഞത് ഞാൻ വേണ്ടപ്പെട്ടവരെയെല്ലാം
കണ്ടിട്ടാണ് കശുവണ്ടിയുമായി വന്നതെന്നാണ്. അദ്ദേഹം ഇടുക്കി സി
ഐ പൊന്നൻ ഭാസ്കരന്റെ അടുത്തുപോയപ്പോൾ പൊന്നൻ പറഞ്ഞു.
ആ ലോഡ് അങ്ങ് വിട്ടേക്കാൻ. അങ്ങനെ ലോഡ് വിട്ടു. വാർത്ത പത്ര
ത്തിൽ വന്നു. തലശ്ശേരി ഡി വൈ എസ് പി പട്രോളിങ് ശക്തമാക്കി.
അങ്ങനെ ഒരു കശുവണ്ടി കള്ളക്കടത്തുകാരൻ പണവുമായി ഡി വൈ
എസ് പിയുടെ അടുത്തുപോയി. ഡി വൈ എസ് പി ആ കള്ളക്കടത്തു
കാരായ മുഹമ്മദ്, അഷ്റഫ് എന്നിവരെ വിജിലൻസിനെക്കൊണ്ട് പിടി
പ്പിച്ചു. കള്ളക്കടത്തുകാരെ പിടിച്ച ഉടനെ ആ ഡി വൈ എസ് പിക്ക്
സ്ഥലം മാറ്റമായി. അവരാരാണെന്ന് നൂറുദ്ദീൻ നന്നായിട്ടറിയാം.

ശ്രീ. വയലാർ രവി:

(ആഭ്യന്തരമന്ത്രി) : സർ, ആ ട്രാൻസ്ഫർ കള്ളക്കടത്ത് പിടിക്കു
ന്നതിന് നാലുദിവസം മുമ്പുള്ളതാണ്. ഐ
പി എസ് ഓഫീസർ പോസ്റ്റിൽ അയച്ചതാണ്.

കോടിയേരി
ബാലകൃഷ്ണൻ : കോൺഗ്രസ് ഐയുടെ ഡി സി സി സെക്രട്ടറി
പ്രഭാകരനാണ് അതിന്റെ പിന്നിൽ പ്രവർത്തി
ച്ചത്. മന്ത്രി നൂറുദ്ദീൻ ബന്ധമുള്ള സംഭവങ്ങ
ളാണിതെല്ലാം. ഇവിടെ മനുഷ്യന്റെ തലയ്ക്ക്
രക്ഷ, തെങ്ങിന്റെ കുലയ്ക്ക് രക്ഷ എന്നമു
ദ്രാവാക്യമുയർത്തിയാണ് കഴിഞ്ഞ നിയമസഭാ
തിരഞ്ഞെടുപ്പിൽ നിങ്ങൾ വോട്ട് വാങ്ങിയത്.
എന്നിട്ടെന്തായി. ഇപ്പോൾ ഭരണമുന്നണിക്കാർ
തമ്മിലടിക്കുന്നു. മുസ്ലിംലീഗും കോൺഗ്രസ്സും
കേരളകോൺഗ്രസ്സും മത്സരിച്ചടിയാണ്. മനു
ഷ്യന്റെ തലയ്ക്ക് രക്ഷയെന്ന മുദ്രാവാക്യം
ഏറ്റവും അധികം മുഴക്കിയത് എന്റെ സുഹൃ
ത്ത് സി എച്ച് മുഹമ്മദ് കോയയാണ്. ഇപ്പോൾ
കൊല്ലം ജില്ലയിലെ തേവലക്കരയിൽ 72 വയ
സ്സുകഴിഞ്ഞ അലവിക്കുഞ്ഞുമൗലവിയുടെ
കഴുത്തിൽ തലയില്ല. ആലപ്പുഴയിലെ കേരള
കോൺഗ്രസ് ജില്ലാ സെക്രട്ടറി എബ്രഹാം
ടൈറ്റസ്സിനെ ആർ എസ് എസുകാർ പരസ്യ
മായി കുത്തിക്കൊന്നു. കേരളകോൺഗ്രസ്
ജില്ലാസെക്രട്ടറിയുടെ കഴുത്തിൽ തലയില്ല.
ഇതാണ് മനുഷ്യന്റെ തലയ്ക്ക് രക്ഷ. ഇതിപ്പോ
മനുഷ്യന്റെ തലയ്ക്കും രക്ഷയില്ല, തെങ്ങിന്റെ
കുലയ്ക്കും രക്ഷയില്ല എന്നായിക്കഴിഞ്ഞു.
ഇങ്ങനെ എല്ലാതലത്തിലും പരാജയപ്പെട്ട
സർക്കാരിന് വേണ്ടി അവതരിപ്പിച്ച നന്ദിപ്രമേ
യത്തെ ഞാൻ എതിർക്കുന്നു.

കെ ആർ ഗൗരിയമ്മയുടെ പ്രായവും എം എം ഹസ്സന്റെ ചെറുപ്പവും സീതിഹാജിയുടെ ഡോക്ടറേറ്റും

(സമീപകാലം വരെ സർക്കാരുകളെ പ്രതിരോധത്തിലാക്കിയിരുന്ന ഒരു പ്രധാനവകുപ്പ് വിദ്യാഭ്യാസവകുപ്പായിരുന്നു. ഓരോകാലത്തും വിദ്യാ ഭ്യാസപരിഷ്കരണവുമായി ബന്ധപ്പെട്ട പ്രശ്നങ്ങളിൽ കുരുങ്ങി സർക്കാർ അന്ധാളിച്ച് നിൽക്കേണ്ടി വരാറുണ്ട്. അക്കൂട്ടത്തിൽ അതത് കാലത്തെ വിദ്യാർത്ഥി സംഘടനകൾക്കും മുഖ്യപങ്കുണ്ടായിരുന്നു. എന്നാൽ കെ കരുണാകരൻ സർക്കാരിന്റെ കാലത്ത് കെ എസ് യു പല വിഷയങ്ങ ളിലും പ്രതിക്കൂട്ടിലായി. സർക്കാരിന്റെ വിദ്യാഭ്യാസനയത്തോടുള്ള സമീ പനംകൊണ്ട് മാത്രമല്ല വാർത്തകളിൽ നിറഞ്ഞുനിന്ന മറ്റു ചില സംഭവ ങ്ങൾ കൂടി സജീവ ചർച്ചയായി. ഗാന്ധിജി യൂണിവേഴ്സിറ്റി ബിൽ 1984 മേലുള്ള ചർച്ചയിൽ പങ്കെടുത്തുകൊണ്ട് അത്തരം ആരോപണങ്ങൾ കോ ടിയേരി നിയമസഭയിലും ഉന്നയിച്ചു. 1985 ഏപ്രിൽ 10 ന് ഗാന്ധി യൂണി വേഴ്സിറ്റി ബില്ലിന്മേലുള്ള ചർച്ചയിൽ പങ്കെടുത്തുകൊണ്ട് നടത്തിയ പ്ര സംഗത്തിൽനിന്ന്)

സർ,

ഗാന്ധിജി യൂണിവേഴ്സിറ്റി ബില്ലിൽ ധാരാളം ഭേദഗതികൾ വരു ത്തിക്കൊണ്ടാണ് സബ്ജക്ട് കമ്മിറ്റി ഇവിടെ അവതരിപ്പിച്ചിട്ടുള്ളത്. അ ത് ഒരു നല്ല കാര്യമായിട്ടാണ് എനിക്ക് തോന്നുന്നത്. പക്ഷേ, ഈ നിയ മം പുരോഗമനപരമായ ഒരു യൂണിവേഴ്സിറ്റി നിയമം ആക്കണമെന്നാ ണ് ഞങ്ങൾ ആഗ്രഹിക്കുന്നത്. ഗാന്ധിജി യൂണിവേഴ്സിറ്റി 1983 ഒക്ടോ ബർ 2 ന് കോട്ടയം ആസ്ഥാനമായി നിലവിൽ വന്നു. ഇത് അഫിലിയേറ്റ ഡ് യൂണിവേഴ്സിറ്റിയാണ്. 50 സ്വകാര്യ കോളേജുകളും ആറ് ഗവൺ മെന്റ് കോളേജുകളുമാണ് ഈ യൂണിവേഴ്സിറ്റിയിൽ അഫിലിയേറ്റ് ചെ യ്തിട്ടുള്ളത്. കേരളത്തിൽ ആകെ 168 ആർട്സ് ആന്റ് സയൻസ് കോ

ളേജുകളുണ്ട്. ഇതിൽ 56 കോളേജുകളാണ് ഈ യൂണിവേഴ്സിറ്റിയുടെ പരിധിയിൽ ഉൾക്കൊള്ളുന്നത്. കേരളത്തിലെ നാലാമത്തെ യൂണിവേഴ് സിറ്റിയാണിത്.

ഈ സന്ദർഭത്തിൽ നമ്മുടെ നാട്ടിൽ വിദ്യാഭ്യാസരംഗത്ത് സമൂലമായ ഒരു മാറ്റം ഉണ്ടാകണമെന്നാണ് നമ്മളെല്ലാം ആഗ്രഹിക്കുന്നത്. ഇതിന് ഉതകുന്ന നിയമങ്ങൾ ഉണ്ടാകണം. കേരളത്തിൽ വിദ്യാഭ്യാസരംഗത്ത് സമഗ്രമായ മാറ്റത്തിനുവേണ്ടി 1957 ൽ അധികാരത്തിൽ വന്ന കമ്മ്യൂണിസ്റ്റ് സർക്കാർ നിയമം കൊണ്ടുവന്നിരുന്നു. ആ നിയമത്തെ തുരങ്കം വയ്ക്കു കയാണ് ഇവിടെ ചെയ്തത്.

അധ്യാപകരുടെയും വിദ്യാർത്ഥികളുടെയും മാഗ്നാകാർട്ടയെന്ന് അറി യപ്പെടുന്ന 1957 ലെ വിദ്യാഭ്യാസബിൽ നമ്മുടെ സംസ്ഥാനത്ത് നടപ്പാ യില്ല. സർവ്വകലാശാലാരംഗത്ത് സമഗ്രമായ ഒരു വിദ്യാഭ്യാസ ബിൽ കൊ ണ്ടുവന്നത് 1969 ലാണ്. 1969 ലെ കേരള സർവ്വകലാശാലാ നിയമം പുരോഗ മനപരമായ പല വകുപ്പുകളും ഉൾക്കൊള്ളുന്നതായിരുന്നു. അതിലെ പ്രസിദ്ധമായ പല വകുപ്പുകളും ഹൈക്കോടതി പിന്നീട് റദ്ദാക്കിയ കാര്യം നമുക്കെല്ലാം അറിയാം. 1957 ൽ ശ്രീ. ഇ എം എസ് നമ്പൂതിരിപ്പാടിന്റെ നേതൃത്വത്തിൽ ഉണ്ടായിരുന്ന ഐക്യമുന്നണി ഗവൺമെന്റ് കൊണ്ടുവന്ന 1969 ലെ ആക്ടിലെ പ്രസിദ്ധമായ വകുപ്പായിരുന്നു 63-ാം വകുപ്പ്. അഴിമ തി നടത്തുന്ന സ്വകാര്യ കോളേജ് മാനേജ്മെന്റുകളുടെ അധികാരം ഏ റ്റെടുക്കാൻ യൂണിവേഴ്സിറ്റിക്ക് അധികാരം നൽകുന്ന വകുപ്പായിരുന്നു അത്. എല്ലാ വിദ്യാർത്ഥികളുടെയും അധ്യാപകരുടെയും ചിരകാലാഭി ലാഷം അംഗീകരിച്ചുകൊണ്ടുള്ള വകുപ്പ് അതിനകത്തുണ്ടായിരുന്നു. അ ത് ഹൈക്കോടതി ഇടപെട്ട് റദ്ദാക്കി. അത്തരത്തിലുള്ള ഒരു വകുപ്പ് യൂ ണിവേഴ്സിറ്റി നിയമത്തിൽ എഴുതിച്ചേർക്കാൻ വിദ്യാഭ്യാസമന്ത്രി തയ്യാ റായില്ല. അതിന് വിദ്യാഭ്യാസ വകുപ്പുമന്ത്രിയും ഗവൺമെന്റും തയ്യാറാ കില്ല എന്ന് നമുക്കറിയാം. കാരണം വിദ്യാഭ്യാസം എപ്പോഴും ഭരണവർ ഗ്ഗത്തിന്റേതാണ്. ഭരിക്കുന്ന വർഗ്ഗത്തിന്റെ താൽപര്യം സംരക്ഷിക്കുന്നതാ ണ്. മറ്റുള്ളവരുടെ താൽപര്യം സംരക്ഷിക്കപ്പെടുന്നില്ല.

ഇപ്പോൾ കൊണ്ടുവന്നിട്ടുള്ള ബില്ലിൽ ഈ ഗവൺമെന്റിന്റെ പരിമി തിക്കുള്ളിൽനിന്നുകൊണ്ട് ഇത്രമാത്രമേ ആവുകയുള്ളൂ എന്നു നമുക്ക റിയാം. പക്ഷേ, വിദ്യാഭ്യാസരംഗത്തെ വിദ്യാഭ്യാസവിദഗ്ദന്മാരും വിദ്യാ ഭ്യാസവുമായി ബന്ധപ്പെടുന്ന ആളുകളും ആഗ്രഹിക്കുന്നത് എല്ലാവർക്കും വിദ്യാഭ്യാസം കിട്ടുന്നതിനുള്ള നടപടി ഉണ്ടാകണം എന്നാണ്.

വിദ്യാഭ്യാസരംഗത്തെ സമൂലമായ മാറ്റത്തിന് വേണ്ടി എത്ര കമ്മീ ഷനുകൾ ഇവിടെ അധികാരത്തിൽ വന്ന ഗവൺമെന്റുകൾ ഉണ്ടാക്കിയി ട്ടുണ്ട്. സ്വാതന്ത്ര്യം കിട്ടുന്നതിന് മുമ്പുതന്നെ വിദ്യാഭ്യാസപരിഷ്കരണ ത്തിനുള്ള കമ്മീഷനുകളെക്കുറിച്ച് കേൾക്കാൻ തുടങ്ങിയതാണ്. 1944 ൽ ആണ് ഒരു കമ്മീഷനെ നിയോഗിച്ചത്. അതിന്റെ റിപ്പോർട്ട് 1954 ൽ പ്രസി ദ്ധീകരിക്കപ്പെട്ടു. മാറ്റങ്ങൾ വരുത്താൻ പാകത്തിലുള്ള ധാരാളം നിർദ്ദേ

ശങ്ങൾ 1944 ലെ റിപ്പോർട്ടിലുണ്ടായിരുന്നു. 1948-49 ൽ ഡോ. രാധാകൃഷ്ണൻ കമ്മീഷൻ റിപ്പോർട്ട് പ്രസിദ്ധീകരിക്കപ്പെട്ടു. ഡോ. രാധാകൃഷ്ണൻ കമ്മീഷൻ റിപ്പോർട്ട് ഉന്നത വിദ്യാഭ്യാസരംഗത്തെക്കുറിച്ച് പ്രതിപാദിക്കുന്നതായിരുന്നു. 1951 ൽ പ്രൈമറി വിദ്യാഭ്യാസത്തെക്കുറിച്ച് പഠിക്കാൻ നിയോഗിക്കപ്പെട്ട പി സി ഖെർ ചെയർമാനായുള്ള കമ്മീഷൻ റിപ്പോർട്ട് സമർപ്പിച്ചു. 1953 ൽ ഉന്നതതല വിദ്യാഭ്യാസത്തെക്കുറിച്ച് പഠിക്കാൻ നിയോഗിക്കപ്പെട്ട മുതലിയാർ കമ്മീഷൻ അതിന്റെ റിപ്പോർട്ട് സമർപ്പിച്ചു. 1964-66 ലെ ഡി സി കോത്താരി കമ്മീഷന്റെ സമഗ്രമായ റിപ്പോർട്ടും നമ്മുടെ മുന്നിലുണ്ട്. ഇതിന് പുറമേ, എൻ സി ഇ ആർ ടി തയാറാക്കിയ സ്കൂൾതല വിദ്യാഭ്യാസത്തെക്കുറിച്ചുള്ള റിപ്പോർട്ടും നമ്മുടെ മുന്നിൽ പരിശോധനയ്ക്കുണ്ട്. ഇപ്പോൾ സർവ്വകലാശാലാ ഗ്രാന്റ്സ് കമ്മീഷൻ ഉന്നതവിദ്യാഭ്യാസത്തെക്കുറിച്ച് ധാരാളം പരിഷ്കാരങ്ങൾ നിർദ്ദേശിച്ചിട്ടുണ്ട്. പക്ഷേ, ഈ പരിഷ്കാരങ്ങളെല്ലാം നടപ്പിലാക്കാൻ കാലാകാലങ്ങളായി ഭരണത്തിലെത്തുന്ന സർക്കാരുകൾ തയാറായിട്ടില്ല.

ഇന്ത്യൻ ഭരണഘടനയിൽ വിദ്യാഭ്യാസത്തെക്കുറിച്ച് പറയുന്ന കാര്യങ്ങൾപോലും സ്വാതന്ത്ര്യം കിട്ടി 36 വർഷം കഴിഞ്ഞിട്ടും നമുക്ക് നടപ്പാക്കാൻ കഴിഞ്ഞിട്ടില്ല. ഇന്ത്യൻ ഭരണഘടനയുടെ 45-ാം വകുപ്പ് അനുശാസിക്കുന്നത് പത്തുവർഷത്തിനുള്ളിൽ എല്ലാകുട്ടികൾക്കും പതിനാല് വയസ്സുപൂർത്തിയാകുന്നതുവരെ സൗജന്യവും നിർബന്ധിതവുമായ വിദ്യാഭ്യാസം ലഭ്യമാക്കാൻ ഓരോ സ്റ്റേറ്റും യത്നിക്കേണ്ടതാണ് എന്നാണ്. അത് ഇന്നും ഭരണഘടനയിൽ അതുപോലെ കിടക്കുകയാണ്.

ഇന്ന് രൊക്കം നാളെ കടം എന്ന് ചില കടകളിൽ എഴുതിവയ്ക്കാറുണ്ട്. ഏതുദിവസം ആ കടയിൽ പോയി നോക്കിയാലും ഇന്ന് രൊക്കം നാളെ കടം എന്നുതന്നെയായിരിക്കും. അതുപോലെ ഭരണഘടനയെടുത്ത് നോക്കുന്നവർക്ക് പത്തുവർഷത്തിനുള്ളിൽ പതിനാല് വയസ്സുവരെയുള്ള വിദ്യാർത്ഥികൾക്ക് സൗജന്യ വിദ്യാഭ്യാസം സാർവത്രികമാക്കണമെന്ന് വായിക്കാൻ കഴിയും.

നമ്മുടെ ഭരണഘടന നിലവിൽ വന്നിട്ട് 34 കൊല്ലമായെങ്കിലും ഈ പറയുന്ന കാര്യങ്ങൾ ഒന്നും നടപ്പാക്കാൻ കഴിഞ്ഞിട്ടില്ല. കാരണം വിദ്യാഭ്യാസം സാർവത്രികമാക്കിയാൽ ഇന്നത്തെ ഭരണവർഗ്ഗത്തിന്റെ ബൂർഷ്വാ ഉടമ വർഗ്ഗതാൽപര്യം സംരക്ഷിക്കാൻ കഴിയുകയില്ല എന്നതുതന്നെ.

പലപ്പോഴും നമ്മുടെ ഗവൺമെന്റ് വിദ്യാഭ്യാസരംഗത്ത് പുതിയ പരിഷ്കാരങ്ങൾ നിർദ്ദേശിക്കാറുണ്ട്. 1968 ൽ കേന്ദ്രമന്ത്രിസഭ കോത്താരി കമ്മീഷൻ റിപ്പോർട്ട് അംഗീകരിച്ചിട്ടുണ്ടായിരുന്നു. പക്ഷേ, അത് നാളിതുവരെ നടപ്പിലാക്കിയില്ല. 1978 ൽ ജനതാഗവൺമെന്റ് വന്നപ്പോൾ അന്നത്തെ വിദ്യാഭ്യാസമന്ത്രി പി സി ശുക്ല രണ്ടാംദേശീയ വിദ്യാഭ്യാസ നയം പ്രഖ്യാപിച്ചു. ജനതാഗവൺമെന്റിന്റെ നയത്തിലുണ്ടായിരുന്ന ഒരു പ്രധാന പ്രത്യേകത നിരക്ഷരത നിർമാർജ്ജനം ചെയ്യുന്നതിനുള്ള പദ്ധതിയായിരുന്നു. പക്ഷേ, ആ ഗവൺമെന്റു തകർന്നു. പിന്നെ ആ പദ്ധതിയെക്കുറിച്ച്

തിരിഞ്ഞുനോക്കാൻ പോലും കേന്ദ്രഗവൺമെന്റുകൾ തയാറായില്ല.

ഈ കഴിഞ്ഞ ജനുവരി 5-ാം തീയതി നമ്മുടെ പ്രധാനമന്ത്രി രാജീവ് ഗാന്ധി വിദ്യാഭ്യാസരംഗത്തെക്കുറിച്ച് ഒരുപ്രസംഗം നടത്തി. ആ പ്രസംഗം കേന്ദ്രഗവൺമെന്റിന്റെ ഔദ്യോഗികമായ വിദ്യാഭ്യാസനയമാണോ എന്ന് എനിക്കറിയില്ല. രാജീവ്ഗാന്ധിയുടെ പുതിയ വിദ്യാഭ്യാസ പ്രഖ്യാപന ത്തിൽ പറയുന്ന കാര്യം സർക്കാർ ജോലിക്ക് സർവ്വകലാശാലാ ബിരുദം വേണം എന്ന നിബന്ധന ഒഴിവാക്കണം എന്നാണ്. സർവ്വകലാശാലാ ബിരുദം ഒരു പാഴ്‍വേലയാണ്. അതുകൊണ്ട് ബിരുദമെടുത്തവരെ സർ ക്കാർ ജോലിയിൽനിന്ന് ഒഴിച്ചുനിർത്തണം എന്ന പ്രഖ്യാപനമാണത്. ദീർഘകാലാടിസ്ഥാനത്തിൽ പരിശോധിക്കുമ്പോൾ ഉന്നത വിദ്യാഭ്യാസ രംഗത്ത് സ്വീകരിക്കേണ്ട ഒരു നല്ല നയമായി രാജീവ്ഗാന്ധിയുടെ പ്ര ഖ്യാപനത്തെ കാണുന്നവരുണ്ടായിരിക്കും. എന്നാൽ ഇന്നത്തെ നിലയിൽ ആ പ്രഖ്യാപനം നടപ്പാക്കിയാൽ പതിനായിരക്കണക്കിന് ബിരുദധാരി കൾക്ക് ദോഷം ചെയ്യും. എസ് എസ് എൽ സി പാസ്സായ ലക്ഷക്കണക്കി ന് യുവാക്കൾക്ക് തൊഴിൽ നൽകാൻ വല്ല പദ്ധതിയും സർക്കാരിനുണ്ടോ.

ഒടുവിൽ ഹൈലെവൽ കമ്മിറ്റിയായി നിശ്ചയിക്കപ്പെട്ട പ്ലാനിംഗ് ബോർഡ് തയാറാക്കിയ റിപ്പോർട്ടും നമ്മുടെ മുമ്പിലുണ്ട്. സർവ്വകലാ ശാലാ വിദ്യാഭ്യാസം എസ് എസ് എൽ സി വിജയിച്ചവർക്കെല്ലാം തു റന്നുകൊടുക്കണം എന്നാണ് അതിൽ പറയുന്നത്. രാജീവ്ഗാന്ധിയുടെ രണ്ടാമത്തെ നിർദ്ദേശം ഓപ്പൺ സർവ്വകലാശാല തുടങ്ങണം എന്നാണ്. എസ് എസ് എൽ സിയോ പ്രീഡിഗ്രിയോ ചവിട്ടിക്കയറാതെ നേരിട്ട് ബി രുദം എടുക്കാൻ സൗകര്യമുണ്ടാക്കുന്ന ഒരേർപ്പാടാണത്. വയസ്സിന്റെ കാ ര്യത്തിലും ക്ലിപ്തതയില്ല. ഓപ്പൺയൂണിവേഴ്‍സിറ്റി വിജയകരമായി നട ക്കുന്ന രാജ്യങ്ങളുമുണ്ട്. ഉദാഹരണത്തിന് ബ്രിട്ടൻ.

<table>
<tr><td>ശ്രീ. പി സീതിഹാജി</td><td>: ബ്രിട്ടനിലേക്കും ചൈനയിലേക്കും ബഹുമാ നപ്പെട്ട മെമ്പർ പോകാതെ നാട്ടിലെ കാര്യം പറഞ്ഞാൽ മതി.</td></tr>
<tr><td>ശ്രീ. കോടിയേരി ബാലകൃഷ്ണൻ</td><td>: ശ്രീ. സീതിഹാജിക്ക് ഇതിനെക്കുറിച്ചൊന്നും മനസ്സിലാകില്ല. അതാണ് കുഴപ്പം. ഇവിടെ ചർച്ച ഇവിടത്തെ യൂണിവേഴ്‍സിറ്റിയെക്കുറി ച്ചാണ്. നമുക്ക് ഫോറസ്റ്റിന്റെ കാര്യം വല്ലതു മുണ്ടെങ്കിൽ അതുനോക്കാം.</td></tr>
<tr><td>ശ്രീ. പി സീതി ഹാജി</td><td>: ശ്രീ. ബാലകൃഷ്ണന് യൂണിവേഴ്‍സിറ്റിയുടെ എ ബി സി ഡി അറിയുകയില്ല. ഫോറസ്റ്റും ഫിഷറീസും യൂണിവേഴ്‍സിറ്റിയിലുണ്ട്. അറി ഞ്ഞുകൂടെ?</td></tr>
<tr><td>ശ്രീ. എ കെ പത്മനാഭൻ</td><td>: രാജീവ്ഗാന്ധിയുടെ പുതിയ ഓപ്പൺ യൂണി വേഴ്‍സിറ്റി വന്നുകഴിഞ്ഞാൽ ശ്രീ. സീതി</td></tr>
</table>

ഹാജിയെപ്പോലുള്ള ആളുകൾക്ക് അത്തരം യൂണിവേഴ്സിറ്റിയിൽ ചേർന്ന് ഫോറസ്റ്റിനെ സംബന്ധിച്ച് ഉന്നതപഠനം നടത്താൻ സാധിക്കുമെന്ന വസ്തുത ബഹുമാനപ്പെട്ട മെമ്പർക്കറിയാമോ?

ശ്രീ. കോടിയേരി
ബാലകൃഷ്ണൻ : ഫോറസ്റ്റിനെ സംബന്ധിച്ച് ബിരുദമെടുക്കുന്നതിന് വേണ്ടി ഓപ്പൺ യൂണിവേഴ്സിറ്റിയെന്ന സമ്പ്രദായത്തെയാണ് സീതിഹാജി സ്വാഗതം ചെയ്യുന്നതെങ്കിൽ എനിക്ക് സന്തോഷം മാത്രമേയുള്ളൂ. താങ്കൾക്ക് ഒരു ഡോക്ടറേറ്റ് ബിരുദം എടുക്കാൻ ഓപ്പൺ യൂണിവേഴ്സിറ്റി സഹായകരമാകുമെങ്കിൽ എനിക്ക് ആക്ഷേപമേയില്ല.

ശ്രീ. പി സീതിഹാജി : രാജീവ്ഗാന്ധിയുടെ പുതിയ വിദ്യാഭ്യാസനയത്തിൽ തൊഴിലധിഷ്ഠിത വിദ്യാഭ്യാസം വേണമെന്നാണ് പറയുന്നത്. അത് വേണമോ, വേണ്ടയോ?

ശ്രീ. കോടിയേരി
ബാലകൃഷ്ണൻ : അതിനെക്കുറിച്ച് ഞാൻ പിന്നീട് പറയാം. ഇപ്പോൾ ഓപ്പൺ യൂണിവേഴ്സിറ്റിയെക്കുറിച്ചാണ് പറയുന്നത്. ഓപ്പൺ യൂണിവേഴ്സിറ്റി ബ്രിട്ടണിൽ വിജയിച്ചു എന്ന് കരുതി ഇന്ത്യയിൽ വിജയിക്കണമെന്നില്ല. ബ്രിട്ടനിലെ കാര്യം വ്യത്യസ്തമാണ്. അതൊരു കൊച്ചു രാജ്യമാണ്. ഒരു ഭാഷ, ഒരു സംസ്കാരം. ഇന്ത്യയിൽ അതല്ല സ്ഥിതി. ധാരാളം ഭാഷകൾ, വിവിധ സംസ്കാരം. ഇവിടെ ഓപ്പൺ യൂണിവേഴ്സിറ്റി വിജയിക്കും എന്ന് സ്വപ്നം കാണാൻ രാജീവ്ഗാന്ധിക്ക് മാത്രമേ കഴിയൂ.

സാധാരണക്കാർക്കുപോലും ഉന്നത വിദ്യാഭ്യാസം നേടുക എന്ന ആശയമാണ് ഓപ്പൺ യൂണിവേഴ്സിറ്റിയിലൂടെ ഉദ്ദേശിക്കുന്നത്. സാധാരണഗതിയിൽ മാതൃഭാഷയാണ് ഇതിൽ മാധ്യമമായി സ്വീകരിക്കുന്നത്. ഇന്ത്യയിൽ ഒരു ഓപ്പൺ യൂണിവേഴ്സിറ്റി തുടങ്ങിയാൽ ഏതാണ് സർ, മാധ്യമമായിട്ടെടുക്കുക. അതുകൊണ്ട് 15 ഓപ്പൺ യൂണിവേഴ്സിറ്റിയെങ്കിലും ഉണ്ടെങ്കിലേ രാജീവ്ഗാന്ധിയുടെ മുദ്രാവാക്യം ഇന്ത്യയിൽ പ്രാവർത്തികമാക്കാൻ കഴിയൂ.

ഇങ്ങനെ ഇന്ത്യയിൽ ഇന്ന് ഉന്നത വിദ്യാഭ്യാസരംഗത്ത് തലതിരിഞ്ഞ നടപടികൾ വ്യാപകമായിക്കൊണ്ടിരിക്കുകയാണ്. നമ്മുടെ നാട്ടിൽ സർവ്വ

കലാശാലകൾ കൊളോണിയൽ മാതൃകയിലാണ് നടത്തുന്നത്. ഇത് ഒരു അണ്ടർ ഗ്രേഡ് ഫാക്ടറിയായി തരംതാണിരിക്കുന്നു. രാഷ്ട്രത്തിന്റെ വൈ ജ്ഞാനിക പുരോഗതിക്കനുസരിച്ച് ഗവേഷണരംഗത്ത് പുതിയ അറിവു കൾ തേടുന്നതിന് സഹായിക്കുക എന്നതാണ് യൂണിവേഴ്സിറ്റിയുടെ ധർ മമെങ്കിൽ നമ്മുടെ നാട്ടിൽ അത് നടക്കുന്നില്ല. സ്വാതന്ത്ര്യം കിട്ടുന്ന തിനുമുമ്പ് ബ്രിട്ടീഷുകാർ ഉണ്ടാക്കിവെച്ച അതേ കൊളോണിയൽ നയം തന്നെയാണ് ഇവിടെ തുടരുന്നത്.

ഒരു കണക്ക് ഇവിടെ ഞാൻ വയ്ക്കുകയാണ്. 1947-48 ൽ ഉന്നത വിദ്യാഭ്യാസമേഖലയിൽ ഇന്ത്യയിൽ ഒരു ലക്ഷത്തി ആറായിരത്തിന് നാൽപ്പത്തി മൂന്ന് പേരുണ്ടായിരുന്നു. ഇവിടെയുള്ള പൊതുവിദ്യാഭ്യാസം സ്വീകരിച്ചിരുന്നത് 80,614 പേരാണ്. അതായത് 57 ശതമാനമാളുകൾ പൊതു വിദ്യാഭ്യാസത്തെ ആശ്രയിച്ചിരുന്നു. ഉന്നതവിദ്യാഭ്യാസരംഗത്തുള്ള നിയമ വിദ്യാർത്ഥികൾ 7,576 പേരാണ് (7 ശതമാനം). മെഡിക്കൽ വിദ്യാഭ്യാസ രംഗത്തുള്ള വിദ്യാർത്ഥികളുടെ എണ്ണം 8,850 (8 ശതമാനം) ആണ്. എഞ്ചി നീയറിംഗിന് പോയവർ 6437 (6 ശതമാനം), അധ്യാപനരംഗത്ത് 3,087 പേർ (2 ശതമാനം), അഗ്രിക്കൾച്ചർ രംഗത്ത് 3759 (3.54 ശതമാനം), മൃഗ ചികിൽസാരംഗത്ത് 836 (.76 ശതമാനം), വാണിജ്യരംഗത്ത 14,658 (13.82 ശതമാനം), ഇതാണ് കണക്ക്. പൊതുവിദ്യാഭ്യാസം കഴിഞ്ഞാൽ വാണി ജ്യരംഗത്തേക്ക് പോകുന്നവരാണ് കൂടുതൽ. വനസംരക്ഷണത്തിന് 256 പേരാണുണ്ടായിരുന്നത്. 1947-48 ലെ കണക്കനുസരിച്ച് പൊതുവിദ്യാഭ്യാ സത്തിനാണ് മുൻഗണന എന്ന് മനസ്സിലാക്കാം. അങ്ങനെ കൂടുതൽ ബി രുദധാരികളെ പടച്ചുണ്ടാക്കുന്ന കൂടുതൽ ക്ലാർക്കുമാരെ പടച്ചുണ്ടാക്കു ന്ന ഒരു വിദ്യാഭ്യാസമാണ് നമ്മൾ പിന്തുടർന്നുപോരുന്നത്. അതിന് ഒരു മാറ്റം വരുത്താൻ സഹായകരമായ എന്തെങ്കിലും നയം ഈ നിയമത്തി ലില്ല എന്നാണ് എനിക്ക് ചൂണ്ടിക്കാണിക്കാനുള്ളത്.

ഇവിടെ കോട്ടയം ആസ്ഥാനമായി ഒരു യൂണിവേഴ്സിറ്റി വന്നു. അതു നല്ല കാര്യം. പക്ഷേ, ഉന്നത വിദ്യാഭ്യാസരംഗത്തോട് ഇത്രമാത്രം അഭി വാഞ്ഛയുള്ളതുകൊണ്ടാണോ ഈ യൂണിവേഴ്സിറ്റി ഉണ്ടാക്കിയത് എന്നെനിക്ക് സംശയമുണ്ട്. യഥാർത്ഥത്തിൽ ഒരു യൂണിവേഴ്സിറ്റി ഉണ്ടാ ക്കുന്നതിനേക്കാൾ പ്രധാനമായിരുന്നു ഗവേഷണ സൗകര്യം കൂടുതലാ യി ഒരുക്കുക എന്നത്.

ഒരു സർവ്വകലാശാല എന്നുപറഞ്ഞാൽ ഗവേഷണത്തിന് ആവ ശ്യമായ പ്രാധാന്യം നൽകുന്ന സ്ഥാപനമായിരിക്കണം. കുറേ ബി എക്കാരെയും എം എക്കാരെയും ബി എസ് സിക്കാരെയും എം എസ് സിക്കാരയുമെല്ലാം പടച്ചുവിടാനാണെങ്കിൽ യൂണിവേഴ്സിറ്റിയെന്തിന്, ഒരു കോളേജനുവദിച്ചാൽ പോരേ?. ബിരുദധാരികള പടച്ചുവിടുന്ന ഒരു കേന്ദ്ര മായി മാറിയിരിക്കുകയാണ് ഇന്ന് യൂണിവേഴ്സിറ്റികൾ. ബാംഗ്ലൂരിൽ ഇന്ത്യൻ ഇൻസ്റ്റിറ്റ്യൂട്ട് ഓഫ് സയൻസ് എന്നുപറയുന്ന ഒരു സ്ഥാപന മുണ്ട്. അവിടെയുള്ളതിന്റെ പകുതി സൗകര്യങ്ങൾപോലും നമ്മുടെ ഒരു

യൂണിവേഴ്സിറ്റിയിലുമില്ല. അവിടത്തെ വാർഷിക ബഡ്ജറ്റിന്റെ പകുതി മാത്രമാണ് കേരള യൂണിവേഴ്സിറ്റിയുടെ ബഡ്ജറ്റ്. ഗവേഷണസൗകര്യം ഒരുക്കാനാവശ്യമായ പണമില്ല, പുസ്തകം വാങ്ങാൻ പണമില്ല. അതിനൊരു പരിഹാരമുണ്ടാക്കുന്ന രീതിയിൽ ഗവേഷണസൗകര്യം മെച്ചപ്പെടുത്തുക എന്ന ലക്ഷ്യത്തോടെയാണ് പുതിയ യൂണിവേഴ്സിറ്റിയെങ്കിൽ നമ്മൾ അതിനെ സ്വാഗതം ചെയ്തേനെ.

ഒരു യൂണിവേഴ്സിറ്റി എന്നുപറയുമ്പോൾ അതിന് ജനാധിപത്യ സ്വഭാവം ഉണ്ടാകണമെന്നാണ് സർവ്വകലാശാലയെക്കുറിച്ച് അറിയാവുന്ന എല്ലാവരും ആഗ്രഹിക്കുന്നത്. സെനറ്റിൽ വിദ്യാർത്ഥികൾക്ക് പ്രാതിനിധ്യം ഉണ്ടാകണം. 1969 ലെ കേരളാ യൂണിവേഴ്സിറ്റി നിയമത്തിനകത്താണ് വിദ്യാർത്ഥികൾക്ക് ആദ്യമായി സെനറ്റിൽ പ്രാതിനിധ്യം അനുവദിച്ചത്. സെനറ്റിൽ വിദ്യാർത്ഥി പ്രാതിനിധ്യം ഈ ബില്ലിൽ 15 ആക്കിയിട്ടുണ്ട്. ഒറിജിനൽ ബില്ലിൽ അത് 10 ആയിരുന്നു. യൂണിവേഴ്സിറ്റി സെനറ്റിലെ വിദ്യാർത്ഥി പ്രാതിനിധ്യം 20 എങ്കിലും ആക്കണം. അതുപോലെ സിന്റിക്കേറ്റിൽ മൂന്ന് വിദ്യാർത്ഥി പ്രതിനിധികളെങ്കിലും ഉണ്ടാകുന്ന വിധത്തിൽ വേണം നിയമഭേദഗതി നടത്താൻ.

ശ്രീ. വയലാർ രവി	: ചോദ്യം പ്രിപ്പയർ ചെയ്യുന്ന കമ്മിറ്റിയിലും വിദ്യാർത്ഥികൾ വേണമെന്ന അഭിപ്രായമുണ്ടോ?
ശ്രീ. കോടിയേരി ബാലകൃഷ്ണൻ	: അതും പരിശോധിക്കാവുന്നതാണ്.
ശ്രീ. എ സി ഷൺമുഖ ദാസ്	: ശ്രീ. രവി ഇപ്പോൾ കെ എസ് യു പറഞ്ഞതിനെല്ലാം എതിരാണെന്ന് അറിയാമോ?
ശ്രീ. കോടിയേരി ബാലകൃഷ്ണൻ	: ഞാൻ പറയുന്നത് കെ എസ് യുവിന്റെ കൂടി ഡിമാന്റാണ്. അതുപറയാൻ അവർക്കിവിടെ ആരുമില്ല.
മി.ചെയർമാൻ	: ശ്രീ. ഹസ്സൻ രണ്ടാമത് പ്രസംഗിക്കുന്നുണ്ട്. വേണമെങ്കിൽ അത് അദ്ദേഹം പറഞ്ഞോളും.
ശ്രീ. കോടിയേരി ബാലകൃഷ്ണൻ	: ശ്രീ. ഹസ്സൻ കെ എസ് യുവിനുവേണ്ടി പറയുകയില്ല, സർ. ശ്രീ. കാർത്തികേയൻ യൂത്ത് കോൺഗ്രസ്സിനുവേണ്ടിയും പറയില്ല. രണ്ടു പേരും ഇവിടെ വരുമ്പോൾ കെ എസ് യുവിനെയും യൂത്ത് കോൺഗ്രസ്സിനെയും മറക്കും. അവർക്ക് എങ്ങനെയെങ്കിലും ഭരണം നിലനിർത്തണം. സായിപ്പിനെ കാണുമ്പോൾ കവാ

ത്തുമറക്കും. കരുണാകരനെ കാണുമ്പോൾ എല്ലാം മറന്നുപോകും. കെ എസ് യുവിന്റെയും യൂത്ത് കോൺഗ്രസ്സിന്റെയും വിപ്ലവം പുറത്ത്. വായാടി വിപ്ലവകാരികളാണ് നിങ്ങൾ. അതുകൊണ്ട് കെ എസ് യുവിനു വേണ്ടി ഇവിടെ വാദിക്കാൻ ആളില്ലാത്ത സ്ഥിതിക്ക് എസ് എഫ് ഐയുടെ മാത്രമല്ല എല്ലാ വിദ്യാർത്ഥി സംഘടനകളുടെയും കാര്യം ഞാനിവിടെ പറയും.

ശ്രീ. വയലാർ രവി : കുറേ ചെറുപ്പക്കാർ മാർക്സിസ്റ്റുപാർട്ടിയിൽ സമ്മർദ്ദം ചെലുത്തിയാണ് അവർക്കെല്ലാം എം എൽ എയാകാൻ ചാൻസ് കിട്ടിയത് തന്നെ. പിന്നെ നിങ്ങളെന്തിനാണ് ഞങ്ങളെ കുറ്റപ്പെടുത്തുന്നത്.

ശ്രീമതി. കെ ആർ ഗൗരി : 1952 ൽ ഞാനും മെമ്പറായിരുന്നു. അന്ന് ഞാൻ വയസ്സിയൊന്നും അല്ലായിരുന്നു.

ശ്രീ. എം എം ഹസ്സൻ : ഗൗരിയമ്മ ഇവിടെ വരുമ്പോൾ ചെറുപ്പമായിരുന്നു. അതുകഴിഞ്ഞതിനുശേഷം പിന്നെ ചെറുപ്പക്കാർക്ക് വരാൻ വാതിൽ തുറന്നുകൊടുത്തില്ല എന്നാണ് രവി പറഞ്ഞതിന്റെ അർത്ഥം.

ശ്രീ. കോടിയേരി : നിങ്ങളൊക്കെ ചെറുപ്പക്കാരുടെ പേരിൽ മുതലെടുക്കുന്നവരാണ്. നിങ്ങൾക്ക് ചെറുപ്പക്കാരുടെ വികാരമില്ല, ചെറുപ്പക്കാരുടെ ആവശ്യങ്ങളും നിങ്ങൾ അംഗീകരിക്കാറില്ല.

യൂണിവേഴ്സിറ്റി തലത്തിൽ ഇന്ന് പ്രവർത്തിക്കുന്ന അധ്യാപക വിദ്യാർത്ഥി സംഘടനകളെ യൂണിവേഴ്സിറ്റി നിയമം വഴി അംഗീകരിക്കുന്ന ഒരു നിലപാട് സ്വീകരിക്കണം. നമ്മുടെ നാട്ടിൽ ഇപ്പോൾ വിദ്യാർത്ഥി സംഘടനകളുടെ ബാഹുല്യമാണ്. ഓരോ ദിവസവും സംഘടനകളുണ്ടാകുന്നു. രാഷ്ട്രീയപാർട്ടികളുടെ പേരിൽ മാത്രമല്ല, ജാതി, മതം, എന്തിന് ശബരിമല അയ്യപ്പന്റെ പേരിൽ പോലും സംഘടനയുണ്ട്. ഞാൻ ഒരു കോളേജിൽ പോയപ്പോൾ അവിടെ എഴുതിവച്ചിരിക്കുന്നതുകണ്ടു, ഈദി അമീൻ സ്റ്റുഡന്റ്സ് യൂണിയൻ എന്ന്. ഉഗാണ്ടയിൽ മനുഷ്യനെ കൊന്ന് തിന്നുന്ന ഈദി അമീന്റെ പേരിൽ പോലും സംഘടനയുണ്ടാക്കാൻ പുറപ്പെടുന്ന വിദ്യാർത്ഥികൾ നമ്മുടെ നാട്ടിലുണ്ട്.

വയലാർ രവി

(ആഭ്യന്തരമന്ത്രി) : അത് പഴയ എസ് എഫ് ഐക്കാർ ആണെന്നാണെനിക്ക് തോന്നുന്നത്.

തോപ്പിൽരവി : ഈദി അമീന്റെ പേരിൽ സംഘടനയുണ്ടാ
ക്കിയത് എസ് എഫ് ഐയിൽനിന്ന് അഭി
പ്രായവ്യത്യാസംമൂലം തെറ്റിപ്പിരിഞ്ഞവരാണ്
എന്നുള്ളത് മെമ്പറുടെ ശ്രദ്ധയിൽപ്പെട്ടിട്ടു
ണ്ടോ?

ശ്രീ. കോടിയേരി
ബാലകൃഷ്ണൻ : ഞാൻ അവരെപ്പറ്റി അന്വേഷിച്ചപ്പോൾ അവർ
പഴയ കെ എസ് യുക്കാരാണെന്നാണ് മനസ്സി
ലായത്.

ഇവിടെ കൊണ്ടുവന്നിരിക്കുന്ന ഗാന്ധിജി യൂണിവേഴ്സിറ്റി ബില്ലിലും സ്വകാര്യ കോളേജ് മാനേജർമാരെ നിയന്ത്രിക്കുന്നതിനുവേണ്ടി ഒരു വകുപ്പും എഴുതിച്ചേർക്കാൻ കഴിഞ്ഞിട്ടില്ല. 1969 ൽ കേരള യൂണിവേഴ് സിറ്റി ആക്ടിൽ റദ്ദാക്കപ്പെട്ട ആ വകുപ്പിന് പകരമായി ഒരു വകുപ്പ് യൂണി വേഴ്സിറ്റി ബില്ലിൽ എഴുതിച്ചേർക്കാൻ സർക്കാർ തയാറുണ്ടോ. മാനേ ജർമാർക്ക് മൂക്കുകയറിടണമെന്ന് പറഞ്ഞ് വിദ്യാഭ്യാസ വിപ്ലവത്തിനു വേണ്ടി പുറപ്പെട്ടവരെക്കുറിച്ച് നമുക്കറിയാം. ശ്രീ. എ കെ ആന്റണിയും വയലാർ രവിയും ഹസ്സനും ഒക്കെ അക്കൂട്ടത്തിലുള്ളവരാണ്. അതുകൊ ണ്ടാണ് യൂത്ത് കോൺഗ്രസ് പ്രസിഡന്റ് ജി കാർത്തികേയൻ പറഞ്ഞത്, താക്കോൽ സ്ഥാനങ്ങളിൽ പഴയ യൂത്ത് കോൺഗ്രസ്സുകാർ വന്നിട്ടും ഒരു മാറ്റവും ഉണ്ടായില്ല എന്ന്. അതുകൊണ്ട് മാനേജർമാരെ നിയന്ത്രിക്കുന്ന വകുപ്പുകൾ ഈ ബില്ലിൽ ഉണ്ടാകണം.

അതുപോലെ വിദ്യാർത്ഥികളുടെ പേരിൽ പ്രിൻസിപ്പൽമാർ സ്വീക രിക്കുന്ന ശിക്ഷണ നടപടികളെക്കുറിച്ച് അപ്പീൽ കൊടുക്കുന്നതിന് ഒരു അപ്പലേറ്റ് ട്രിബ്യൂണലിനുള്ള വ്യവസ്ഥ കൂടി യൂണിവേഴ്സിറ്റി നിയമത്തി ലുണ്ടാകണം. അതിന് സഹായകരമായ നിലയിൽ ഉള്ള വകുപ്പുകൾ വേണം. സമഗ്രമായ യൂണിവേഴ്സിറ്റി നിയമമാണ് കേരളത്തിലെ വിദ്യാർ ത്ഥികൾ ആഗ്രഹിക്കുന്നതും അധ്യാപകരാഗ്രഹിക്കുന്നതും. അതിന് സഹായകരമായ ഒന്നും ഈ ബില്ലിലില്ല എന്നുകൂടി ചൂണ്ടിക്കാണിച്ചു കൊണ്ട് ഞാൻ അവസാനിപ്പിക്കുകയാണ്.

ഓലമടലും തേങ്ങയും പിന്നെ എയ്ഡ്സ് ബാധിച്ച ബഡ്ജറ്റും

(വില)ക്കയറ്റത്തെക്കുറിച്ച് നിയമസഭയിൽ എല്ലാക്കാലത്തും പ്രതിപ ക്ഷം വിമർശനമുന്നയിച്ചിട്ടുണ്ട്. എന്നാൽ 1986-87 സാമ്പത്തിക വർഷ ത്തേക്കുള്ള ബഡ്ജറ്റിനെക്കുറിച്ചുള്ള പൊതുചർച്ചയിൽ പങ്കെടുത്ത് കോടി യേരി നടത്തിയ പ്രസംഗത്തിൽ സൂചിപ്പിച്ച ചില വിലവിവരങ്ങൾ കൗതുക കരമാണ്. തേങ്ങയേക്കാൾ ഓല മടലിന് വിലയുള്ള കാലം എന്നാണ് കോടിയേരി പറയുന്നത്. ധനമന്ത്രിയായിരുന്ന കെ എം മാണിയും സർ ക്കാരും അവകാശപ്പെട്ടിരുന്നത് കർഷകരുടെ ബഡ്ജറ്റ് എന്നാണ്. എ ന്നാൽ കാർഷിക ഉൽപ്പന്നങ്ങളുടെ വില ചൂണ്ടിക്കാട്ടി കോടിയേരി അതി നെ ഖണ്ഡിക്കുകയാണ്. ബജറ്റിനെക്കുറിച്ചുള്ള പൊതുചർച്ചയിൽ പങ്കെ ടുത്തുകൊണ്ട് 1986 മാർച്ച് 24 ന് നടത്തിയ പ്രസംഗം)

സർ, എയ്ഡ്സ് രോഗം ബാധിച്ച സ്ഥിതിയിലാണ് ഈ ബഡ്ജറ്റു ള്ളത്. പെട്ടെന്ന് മനസ്സിലാകാത്ത രോഗം. ഒരുവർഷം പൂർത്തിയാകു മ്പോഴേ വ്രണം ശരിയായി പൊട്ടിയൊലിക്കാൻ തുടങ്ങുകയുള്ളൂ. ബഡ് ജറ്റിലെ മാണിയുടെ മിച്ചമൊന്നും നിലനിൽക്കാൻ പോകുന്നില്ല. എല്ലാ സാധനങ്ങൾക്കും വില വർദ്ധിക്കാനാണ് പോകുന്നത്. എന്തിനാണ് നികുതി കൂടാനുള്ളത്. രാസവളങ്ങൾക്ക് നികുതി കൂടി. പെട്രോളിന് നികുതി കൂടി. പാചകഗ്യാസിന്, റേഷനരിക്ക്, ഗോതമ്പിന് ഒക്കെ വില വർദ്ധിച്ചു. നികുതി കൂട്ടാത്ത ഒരേയൊരു സാധനമേ ഈ രാജ്യത്തിപ്പോ ഴുള്ളൂ. വായു. സർക്കാരിന്റെ കൈയിലല്ലാത്തതിനാൽ വായുവിന് മാത്രം നികുതി കൂട്ടിയിട്ടില്ല. കഴിഞ്ഞ ബഡ്ജറ്റിൽ ബനിയനും ഷഡ്ഡിക്കും ബ്രേസി യറിനും നികുതി കൂട്ടി. ഈ ബഡ്ജറ്റിലാണെങ്കിൽ സ്ത്രീകളുപയോഗി ക്കുന്ന വാനിറ്റി ബാഗിന് നികുതി കൂട്ടി.

ഇവിടെ കാർഷികോൽപ്പന്നങ്ങൾക്ക് മാത്രം ഒരു വിലയുമില്ല. ഒരു

തേങ്ങയുടെ വില 90 പൈസയാണ്. ഒരു മടല്‍ ഓലയുടെ വിലപോലു മില്ല. തലശ്ശേരിയില്‍ ഒരു തേങ്ങയ്ക്ക് 90 പൈസ കിട്ടുമ്പോള്‍ ഒരുമടല്‍ ഓലയ്ക്ക് ഒരു രൂപ ഇരുപത്തഞ്ച് പൈസ കിട്ടും.

പോലീസ് സേനയെ നവീകരിക്കുമെന്ന് ബഡ്ജറ്റില്‍ പറഞ്ഞിട്ടുണ്ട്. എന്നാല്‍ ഈ നാട്ടിലെ ക്രമസമാധാനം തകര്‍ന്നിരിക്കുകകയാണ്. ക ണ്ണൂര്‍ കാസര്‍കോട് ജില്ലകളിലെ 32 സ്ഥലങ്ങളില്‍ റിപ്പറാക്രമണം ഉണ്ടാ യി. 7 പേര്‍ കൊല്ലപ്പെട്ടു. റിപ്പറെ ഇന്ന് പിടിക്കും നാളെ പിടിക്കും എ ന്നെല്ലാം ആഭ്യന്തരവകുപ്പ് പ്രസ്താവനയിറക്കി. റിപ്പറെ പിടിക്കാന്‍ ഐ ജി ലക്ഷ്മണയുടെ നേതൃത്വത്തില്‍ പോലീസ് സേനയെ അണിനിരത്തി. പക്ഷേ, റിപ്പറുടെ രോമത്തില്‍ പോലും തൊടാന്‍ കഴിഞ്ഞില്ല. ഒടുവില്‍ കര്‍ണാടകപോലീസ് റിപ്പറെ പിടിച്ചു. ഇവിടെ ആഭ്യന്തരവകുപ്പ് പൂര്‍ണ മായും പരാജയപ്പെട്ടിരിക്കുന്നു. ആഭ്യന്തരവകുപ്പിന്റെ ഏറ്റവും വലിയ നേ ട്ടം സുകുമാരക്കുറുപ്പിനെ പിടികിട്ടാപ്പുള്ളിയായി പ്രഖ്യാപിച്ചു എന്നത് മാത്രം.

ബഹുമാനപ്പെട്ട പോപ്പ് കേരളത്തില്‍ വന്നപ്പോള്‍ മുഖ്യമന്ത്രി അദ്ദേ ഹത്തെ നിഴല്‍പോലെ പിന്തുടര്‍ന്നു. ഇന്ത്യയിലെ മറ്റൊരു സംസ്ഥാന ത്തെ മുഖ്യമന്ത്രിയും പോപ്പിനെ ഇങ്ങനെ പിന്തുടര്‍ന്നില്ല. പോപ്പ് പോയ ഉടനെ കേരളത്തില്‍ തെരഞ്ഞെടുപ്പ് നടത്തണമെന്ന് മുഖ്യമന്ത്രി പറഞ്ഞു. പോപ്പ് കേരളത്തില്‍ വന്നതുകൊണ്ട് നമുക്ക് കിട്ടിയ നേട്ടം രണ്ട് വാഴ ത്തപ്പെട്ടവരെ കിട്ടിയെന്നുള്ളതാണ്. അതുമുഴുവന്‍ കരുണാകരന്റെ നേ ട്ടമായി വ്യാഖ്യാനിച്ചു. ക്രിസ്ത്യാനികളുടെ മുഴുവന്‍ വോട്ടും നേടാന്‍ ശ്രമിച്ചു.

ഇവിടെ പബ്ലിക് സര്‍വ്വീസ് കമ്മീഷന്‍ ഒരു പ്രഹസനമായി മാറിയി രിക്കുകയാണ്. പി എസ് സിയെ മറികടന്ന് നിയമനം നടക്കുന്നു. അതി ന് ഏറ്റവും വലിയ തെളിവാണ് മുഖ്യമന്ത്രിയുടെ കൈവശമുള്ള ജലമലി ന അതോറിറ്റിയിലെ നിയമനങ്ങള്‍. ബഹുമാനപ്പെട്ട ഗംഗാധരന്റെ മന്ത്രി സ്ഥാനം പോയെങ്കിലും അദ്ദേഹത്തിന്റെ പേഴ്സണല്‍ സ്റ്റാഫില്‍ പെട്ട എല്ലാവരെയും സംരക്ഷിക്കാന്‍ അദ്ദേഹം താല്‍പര്യം കാണിച്ചിട്ടുണ്ട്. ആര്‍ ക്കെല്ലാമാണ് ഇവിടെ നിയമനം കിട്ടിയത്. വകുപ്പ് മന്ത്രിയുടെ പി എ ആയ വേണുവിന്റെ ഭാര്യ, പേഴ്സണല്‍ സ്റ്റാഫിലുള്ള അബ്ദുള്ളക്കുട്ടിയു ടെയും അഡീഷണല്‍ പി എ വാസുദേവന്റെയും ഭാര്യമാര്‍, പേഴ്സണല്‍ സെക്രട്ടറി എം പി നാരായണന്‍നായരുടെ മകന്‍ എം പി പ്രേംകുമാര്‍, അതോറിറ്റി അംഗം പി രാമന്റെ മകനും മകളുടെ ഭര്‍ത്താവിനും കൃഷി മന്ത്രി എ എല്‍ ജേക്കബിന്റെ പേഴ്സണല്‍ സ്റ്റാഫില്‍പ്പെട്ട വൈ മുഹ മ്മദ്, കരുണാകരപിള്ളയുടെ ഭാര്യാസഹോദരനും മരുമകനും ഹിദര്‍ മു ഹമ്മദിന്റെ പിതൃസഹോദരന്‍, മകള്‍ ജമീല ബീവി, കാര്‍ത്തികേയന്റെ ഭാര്യാസഹോദരി ജയശ്രീ, വാട്ടര്‍ ആന്റ് വെയിസ്റ്റ് വാട്ടര്‍ അതോറിറ്റി സെക്രട്ടറി വേലപ്പന്‍ നായരുടെ മകന്‍ പി സി വേണുഗോപാല്‍, തിരുവ നന്തപുരം ജില്ലാ സെക്രട്ടറി ഉണ്ണികൃഷ്ണന്‍ നായരുടെ സഹോദരീ പുത്രി

ശ്രീകല, രാമചന്ദ്രൻ മാസ്റ്ററുടെ മകൻ സുനിൽകുമാർ, കെ ജി പി ടി യു നേതാവ് പോൾ കുളത്തൂരിന്റെ മകൻ, കൊല്ലം ജില്ലാ മഹിളാ കോൺ ഗ്രസ് പ്രസിഡന്റ് രുഗ്മിണീ ഭാസ്കരന്റെ മകൻ ദിലീപ് കുമാർ, ഇടുക്കി ഡി സി സി വൈസ് പ്രസിഡന്റ് ദീനാമ്മ ഡാനിയലിന്റെ ബന്ധു മേരി എന്നിവരാണ് ആ ലിസ്റ്റിലുള്ളത്. ഇതെല്ലാം അവിഹിതങ്ങളായ നിയമന ങ്ങളല്ലേ സർ.

കപ്പയിൽനിന്ന് ചാരായമുണ്ടാക്കാനുള്ള നൂതന സിദ്ധി പ്രായോഗി കമാക്കാൻ കേന്ദ്രസർക്കാരിന്റെ ഉത്തരവിനെപോലും ലംഘിച്ചുകൊണ്ട് സ്വകാര്യമേഖലയിൽ ഡിസ്റ്റിലറി തുടങ്ങാൻ ലൈസൻസ് കൊടുത്തു. അതാണ് ഈ സർക്കാരിന്റെ നേട്ടം. ബോംബെയിൽ ഫ്ളാറ്റിൽ താമസി ച്ചതിന് 99,500 രൂപയുടെ വണ്ടിച്ചെക്ക് ഫ്ളാറ്റുടമയ്ക്ക് നൽകി പറ്റിച്ച സി എൽ ആന്റോ 10 ലക്ഷം രൂപമുടക്കി ഒരു ഫാക്ടറി തുടങ്ങുമെന്ന് പറ ഞ്ഞാൽ അതുവിശ്വസിക്കാൻ മാത്രം ഈ ഗവൺമെന്റ് തരംതാണു പോയോ. വണ്ടിച്ചെക്കുവണ്ടിയിൽ മുഖ്യമന്ത്രിയെയും മന്ത്രിമാരെയും പയ്യൻ കയറ്റി. കരുണാകരൻ പറഞ്ഞു, ചാരായക്കച്ചവടം ചെയ്യേണ്ട അവസ്ഥ വന്നാൽ താനും കുടുംബവും ആത്മഹത്യ ചെയ്യുമെന്ന്. മി സ്റ്റർ കരുണാകരൻ ചാരായം കുടിക്കുന്നവർ മാത്രമല്ല നാറുക. ചാരായം തലയിൽ കൂടി ഒഴിച്ചാലും നാറും. ആ പയ്യൻ കരുണാകരന്റെ തലയിലൂ ടെ ചാരായം ഒഴിച്ചുകൊടുത്തു. ഒരു ജുഡീഷ്യൽ അന്വേഷണം നടത്ത ണമെന്ന് മന്ത്രി ശ്രീനിവാസൻ തന്നെ പറഞ്ഞു. ആ പയ്യൻ പാവമല്ല, സർ. കഴിഞ്ഞ പാർലമെന്റ് തെരഞ്ഞെടുപ്പിൽ കോൺഗ്രസ്സിന് വേണ്ടി പ്രചാരണം നടത്തിയ ആളാണ് ആന്റോ. ബോംബെയിലെ ബിസിനസ്സു കാരിൽനിന്നും ലക്ഷക്കണക്കിന് രൂപ കരുണാകരന് എത്തിച്ചുകൊടു ത്ത ആളാണ് ആന്റോ. കെ വി തോമസ്, വിജയരാഘവൻ, കൃഷ്ണകു മാർ, പി ജെ കുര്യൻ എന്നിവർക്ക് മുംബൈയിൽനിന്ന് പണംപിരിച്ചുകൊ ടുത്ത ആളാണ് ആന്റോ. ഈ നാല് നിയോജക മണ്ഡലങ്ങളിലും രാജീ വ് ഗാന്ധിയുടെ ബഹുവർണ പോസ്റ്ററുകൾ അച്ചടിച്ച് എത്തിച്ചുകൊടു ത്തയാളാണ് ഈ ആന്റോ. ആ ആന്റോയെയാണ് കരുണാകരൻ ഹെലി കോപ്റ്ററിൽ കയറ്റിയത്. ലോകസഭാ തെരഞ്ഞെടുപ്പിൽ ആന്റോയെ പു കഴ്ത്തിക്കൊണ്ട് എം എം ജേക്കബ് അദ്ദേഹത്തിന് കത്തെഴുതിയില്ലേ. ആ ആന്റോയ്ക്ക് വേണ്ടി ലൈസൻസ് വാങ്ങിക്കൊടുത്തതിൽ അധികാ രദുർവിനിയോഗം ഇല്ലേ.

ഐക്യജനാധിപത്യ മുന്നണിയുടെ 46 മാസക്കാലത്തിനിടയ്ക്ക് നിങ്ങൾ പരസ്പരം എന്തെല്ലാം പറഞ്ഞു. മാണി അവതരിപ്പിച്ച ബഡ് ജറ്റും ഗവർണറുടെ നയപ്രഖ്യാപനവും എടുത്തുനോക്കിയാൽ മതി. മാണി പറയുന്നത് 8-ാം ധനകാര്യകമ്മീഷൻ കേരളത്തെ അവഗണിച്ചു എന്നാണ്. എന്നാൽ മുഖ്യമന്ത്രി ഗവർണറെക്കൊണ്ട് പറയിപ്പിച്ചു, കേന്ദ്രം കേരളത്തെ സഹായിച്ചു എന്ന്. എന്താണ് ഐക്യജനാധിപത്യമുന്നണിയുടെ നയം. ഈ വർഷക്കാലം ഈ സംസ്ഥാനം ഭരിച്ച് അഴിമതി ഒരു കലയാക്കി. 15

കോടി രൂപയുടെ മിച്ചമെന്നാണ് പ്രഖ്യാപനം. 15 കോടിരൂപ മാത്രമേ മെച്ചമുണ്ടാക്കാൻ കഴിയുകയുള്ളോ? എത്ര കോടി രൂപയുടെ മിച്ചം വേണമെങ്കിലും ഉണ്ടാക്കാനുള്ള അത്ഭുത സിദ്ധി മാണിയുടെ കൈയിലുണ്ട്.

ആർ ബാലകൃഷ്ണപ്പിള്ളയും എം പി ഗംഗാധരനും മന്ത്രിസഭയിൽ നിന്ന് പോയപ്പോൾത്തന്നെ 15 കോടിയുടെ മിച്ചം കിട്ടി. ഇനി ബാക്കി യുള്ള കള്ളന്മാർ കൂടി പോയാൽ കേരളത്തിന് എത്ര കോടി രൂപയുടെ മിച്ചമുണ്ടാക്കാൻ കഴിയും. ഈ ഗവൺമെന്റ് ഒരു നാറിയ ഗവൺമെന്റാ ണെന്ന് പറഞ്ഞാൽ പോര. പരമ നാറി ഗവൺമെന്റാണിത്. ഈ സർക്കാ രിനെ ചവിട്ടി പുറത്താക്കണമെന്നാണ് കേരളത്തിലെ ജനം പറയുന്നത്. അതിനാൽ വിലക്കയറ്റമുണ്ടാക്കുന്ന ഈ ബഡ്ജറ്റിനെ ശക്തിയുക്തം ഞാൻ എതിർക്കുന്നു.

കായംകുളം കൊച്ചുണ്ണിക്ക് പ്രതിമയോ?

(**ആ**യിരത്തി തൊള്ളായിരത്തി എൺപത്തി രണ്ട് മെയ് 24 ന് അധി കാരമേറ്റ കെ കരുണാകരൻ മന്ത്രിസഭയിൽ കെ എം മാണിയായിരുന്നു ധനമന്ത്രി. എന്നാൽ യു ഡി എഫിലെ ആഭ്യന്തര പ്രശ്നങ്ങളുടെ തുടർ ച്ചയായി 1986 മാർച്ചിൽ മാണി ധനവകുപ്പ് ഒഴിഞ്ഞു. മാർച്ച് 5 ന് തച്ചടി പ്രഭാകരൻ ധനമന്ത്രിയായി ചുമതലയേറ്റു. ആ വർഷത്തെ ബഡ്ജറ്റിന് ശേഷം ജൂൺ അഞ്ചിന് നടന്ന 1986 ലെ കേരള ഫിനാൻസ് ബില്ലിന്റെ ചർച്ചയ്ക്കിടെയുണ്ടായ പരാമർശം)

കോടിയേരി	: സർ, ഈ ബില്ലിനെ ഞാൻ ശക്തമായി എതിർ ക്കുകയാണ്. നമ്മുടെ ധനമന്ത്രിമാർ സംസ്ഥാ നത്തിന്റെ വിശാലതാൽപര്യം ഉൾക്കൊ ള്ളണം. മാണി പാലായിൽ ഒതുങ്ങിയെങ്കിൽ തച്ചടി കായംകുളത്ത് ഒതുങ്ങാനാണ് ഉദ്ദേശി ക്കുന്നത്. മുൻഗാമിയായ കെ എം മാണി പാലായ്ക്ക് മുൻഗണന കൊടുത്തു എങ്കിൽ തച്ചടി പ്രഭാകരൻ വന്നപ്പോൾ കായംകുള ത്തിന് മുൻഗണന കൊടുക്കാനാണ് പരിപാടി. പാലയോട് ഒന്ന് മൽസരിക്കാൻ കായം കുളത്ത് തച്ചടി ഒരു പുതിയ പരിപാടി ആ സൂത്രണം ചെയ്തിരിക്കുകയാണ്. അതി നുവേണ്ടി കായംകുളം ഒരു താലൂക്കാക്കാനും മറ്റും ശ്രമങ്ങൾ നടന്നുവരികയാണ്.

ശ്രീ. എ കെ ശശീന്ദ്രൻ : കായംകുളം കൊച്ചുണ്ണിക്ക് ഒരു പ്രതിമ നിർമി
ക്കുവാൻ ഉദ്ദേശിക്കുന്നു എന്നുള്ള കാര്യം അ
ങ്ങയുടെ ശ്രദ്ധയിൽ പെട്ടിട്ടുണ്ടോ?

ശ്രീ. കോടിയേരി
ബാലകൃഷ്ണൻ : കായംകുളം കൊച്ചുണ്ണിമാരാണ് ഇവിടെ ഭരി
ക്കുന്നത്. അതുകൊണ്ട് കായംകുളം കൊച്ചു
ണ്ണിക്ക് ഒരു പ്രത്യേക പ്രതിമ ഉണ്ടാക്കേണ്ട
ആവശ്യമുണ്ടെന്ന് എനിക്ക് തോന്നുന്നില്ല.

കായംകുളം കൊച്ചുണ്ണി, ഇത്തിക്കരപ്പക്കി, മൂളമൂട്ടിൽ അടിമ, പിന്നെ കരുണാകര ഭരണവും

(കെ കരുണാകരന്റെ നേതൃത്വത്തിലുള്ള യു ഡി എഫ് മന്ത്രിസഭ യ്ക്കെതിരായി പ്രതിപക്ഷം 1986 ൽ അവിശ്വാസപ്രമേയം കൊണ്ടുവന്നു. ഇ കെ നായനാർ അവതരിപ്പിച്ച അവിശ്വാസപ്രമേയത്തെ പിന്തുണച്ചു കൊണ്ട് 1986 ജൂലായ് 30 ന് കോടിയേരി നടത്തിയ പ്രസംഗം)

സർ,

ഞാൻ ഈ അവിശ്വാസപ്രമേയത്തെ അനുകൂലിക്കുകയാണ്. അപ്പു റത്തുനിന്ന് കെ പി സി സി പ്രസിഡന്റ് പത്മരാജന്റെ പ്രസംഗം കേട്ട പ്പോൾ ഞാൻ ആദ്യം വിചാരിച്ചത് മുസ്ലിംലീഗ് സംസ്ഥാന പ്രസിഡന്റ് പാണക്കാട് ശിഹാബ് തങ്ങൾ പ്രസംഗിക്കുകയാണ് എന്നാണ്. അവസാനം എനിക്ക് ഒരു സന്തോഷമുണ്ടായി. ഐക്യജനാധിപത്യമുന്നണിയിലെ ഡെയ്‌ലി വേജസുകാരെയെല്ലാം സ്ഥിരപ്പെടുത്തും എന്നുള്ള അദ്ദേഹ ത്തിന്റെ പ്രഖ്യാപനം വളരെ നന്നായി. അപ്പുറത്തുനിന്ന് കുഞ്ഞാലിക്കു ട്ടിയുടെ പ്രസംഗം കേട്ടപ്പോൾ പ്രസിദ്ധ ഫലിത സാമ്രാട്ടായ തലശ്ശേരി ക്കാരൻ സഞ്ജയൻ പറഞ്ഞതാണ് എനിക്കോർമ വന്നത്. ഇറ്റലിയുടെ ആക്രമണം സഹിക്കാം ഉള്ളുപൊള്ളയായ മുസ്ലിംലീഗിന്റെ വേദാന്തമാണ് സഹിക്കാൻ വയ്യാത്തത് എന്ന്.

അധ്വാനിക്കുന്ന കേരളത്തിലെ ജനവിഭാഗങ്ങളുടെ വികാരമാണ് നായ നാർ അവതരിപ്പിച്ച ഈ അവിശ്വാസപ്രമേയത്തിൽ ഉള്ളത്. പ്രമുഖപത്ര ങ്ങളായ *മാതൃഭൂമി, മനോരമ, കേരളകൗമുദി, ഈ നാട്, ദീപിക* എന്നീ പത്രങ്ങളുടെ നാലുകൊല്ലത്തെ മുഖപ്രസംഗം വായിച്ചുനോക്കിയാൽ ഒരു കാര്യം മനസ്സിലാകും. ഈ സർക്കാരിനെതിരായി നായനാർ അവിശ്വാ സ പ്രമേയം അവതരിപ്പിക്കേണ്ടതില്ല എന്ന്. ഘടകക്ഷികൾ തന്നെ ഈ സർക്കാരിനെതിരെ അവിശ്വാസം പ്രകടിപ്പിച്ചിരിക്കുന്നു. 50 മാസക്കാലം

ഭരിച്ചതിന്റെ ഏക നേട്ടം ശ്രീ. കരുണാകരൻ 66 പ്രാവശ്യം ദില്ലിയാത്ര നടത്തി എന്നുള്ളതാണ്. 26 പ്രാവശ്യം ഹെലികോപ്റ്ററിൽ യാത്ര ചെയ്തു എന്നുള്ളതാണ്. 14 പ്രാവശ്യം പ്രതിച്ഛായയ്ക്ക് വേണ്ടി നടത്തിയ ദില്ലിയാത്ര പ്രത്യേകം ഓർക്കണം. ഇവിടെ ഓരോ മന്ത്രിമാരും പരസ്പരം മത്സരിക്കുകയാണ്. ആരാണ് ഏറ്റവും വലിയ കള്ളൻ എന്ന കാര്യത്തിലാണ് മത്സരം. ആരാണ് ഏറ്റവും വലിയ അഴിമതിക്കാരൻ എന്നുള്ള കാര്യത്തിലാണ് മത്സരം. ആരാണ് ഏറ്റവും വലിയ ഉളുപ്പില്ലാത്തവൻ എന്ന കാര്യത്തിലാണ് മത്സരം.

മുഖ്യമന്ത്രിയുടെ ചിറകിനുള്ളിൽ അഴിമതിക്കാരെല്ലാം സുരക്ഷിതരാണ്. 12 കോടി രൂപയുടെ അഴിമതി നടത്തി എന്ന് സിജി ജനാർദ്ദനൻ പറഞ്ഞ ശ്രീനിവാസൻ ഇപ്പോഴും ഐക്യജനാധിപത്യമുന്നണിയിൽ തന്നെയല്ലേ. അഴിമതി കാണിച്ചു എന്ന് പറയുന്ന ശിവദാസൻ അവിടെ മന്ത്രിക്കസേരയിൽ ഇരിക്കുന്നില്ലേ. പൈപ്പ് കുംഭകോണത്തിലൂടെ കോടികൾ വെട്ടിവിഴുങ്ങിയ ഗംഗാധരൻ കോൺഗ്രസ്സ് ഐയുടെ ലീഡറല്ലേ. സിമന്റ് കുംഭകോണത്തിലൂടെ കോടികൾ സമ്പാദിച്ച് സ്വിസ് ബാങ്കിൽ നിക്ഷേപിച്ച അഹമ്മദ് അവിടെയില്ലേ.

അഴിമതിയാരോപണത്തിന് വിധേയനായ പിള്ളയെ നിങ്ങൾ രക്ഷിച്ചില്ലേ. കക്കികുംഭകോണത്തിലൂടെ കോടികൾ തട്ടിയ നൂറുദ്ദീനെ രക്ഷിച്ചില്ലേ. മുഖ്യമന്ത്രിപോലും അഴിമതിക്കാരനാണെന്ന് കേരളത്തിലെ ജനങ്ങളുടെ ഇടയിൽ സംശയാതീതമായി തെളിയിക്കപ്പെട്ടിരിക്കുന്നു. അവിടെ ഇതിനെ എതിർക്കാൻ ആരുമില്ല. ലീഗിന് ഇതിനെ എതിർക്കാനാകുമോ

"ദീപസ്തംഭം മഹാശ്ചര്യം

നമുക്കും കിട്ടണം പണം"

ഇതാണ് ലീഗിന്റെ മുദ്രാവാക്യം. നമ്മുടെ ഉപമുഖ്യമന്ത്രി ശ്രീ. നഹാ സാഹിബ് (അവുക്കാദർ കുട്ടി നഹ)കോൺട്രാക്ടർമാരിൽനിന്ന് കോടികൾ പിരിക്കുകയല്ലേ. ചേറ്റുവ പാലത്തിന്റെ കോൺട്രാക്ടറായ ടി കെ അബ്ദുൾ ഖാദറിൽനിന്നും 25,000 രൂപ നഹാസാഹിബ് നേരിട്ട് വാങ്ങിയത് *മാതൃഭൂമി* പത്രം റിപ്പോർട്ട് ചെയ്തില്ലേ.

എല്ലാത്തിനും ഒരതിരുണ്ട്. ശാന്തസമുദ്രത്തിന് കൂടി ഒരു കരയുണ്ട്. കാലത്തിന് പോലും അവസാനമുണ്ട്. എന്നാൽ ഇവർക്ക് അഴിമതിയുടെ കാര്യത്തിൽ ഒരുകരയുമില്ല. ഒരതിരുമില്ല. നമ്മളെല്ലാം കുരുടന്മാരാണോ. നമ്മളെല്ലാം ബധിരരാണോ. എങ്കിൽ കാണാതെയും കേൾക്കാതെയും കഴിയാമായിരുന്നു. ഏറ്റവും വലിയ അഴിമതിക്കാരും കൊള്ളക്കാരുമായ കായംകുളം കൊച്ചുണ്ണിയും ഇത്തിക്കരപ്പക്കിയും മൂളമൂട്ടിൽ അടിമയുമെല്ലാം ഇന്ന് ജീവിച്ചിരിപ്പുണ്ടെങ്കിൽ നമ്മുടെ കരുണാകരന്റെ കാൽക്കീഴിൽ വന്ന് നിങ്ങൾ ഞങ്ങളെ തോൽപ്പിച്ചുകളഞ്ഞല്ലോ എന്ന് പറഞ്ഞ് കെട്ടിപ്പിടിക്കുമായിരുന്നു. അത്രമാത്രം അഴിമതിയാണിവിടെ നടക്കുന്നത്.

സർ, സ്വന്തം സ്ഥാപനമായ നവസാഹിതി പബ്ലിക്കേഷൻസ് വഴി 50 ലക്ഷംരൂപ ലാഭമുണ്ടാക്കി എന്നുള്ളതിന്റെ പേരിൽ എൻസൈക്ലോ

പീഡിയ ഡയറക്ടർ വെള്ളായണി അർജ്ജുനനെ നീക്കം ചെയ്യണമെന്നും സ്വത്ത് കണ്ടുകെട്ടണമെന്നും പി എ സിയുടെ 106-ാം റിപ്പോർട്ടിൽ നിർ ദേശിച്ചിട്ടും എന്തെങ്കിലും നടപടിയെടുത്തോ. ഹസ്സനെപോലെയുള്ളവർ ഈ ഗവൺമെന്റിനെ ന്യായീകരിക്കും. കാരണം ഹസ്സന്റെ ഹൗസിംഗ് സൊ സൈറ്റി സിമന്റ് വാങ്ങിയതിന്റെ പേരിൽ ലക്ഷങ്ങൾ വെട്ടിവിഴുങ്ങിയെന്ന് ആക്ഷേപം ഉയർന്നിട്ടുണ്ട്.

ഇവിടെ ഘടകകക്ഷികൾ തമ്മിൽ പരസ്പരവിശ്വാസമുണ്ടോ?

എല്ലാവരും അന്യോന്യം എതിർക്കുകയാണ്. കെ പി സി സി പ്രസിഡന്റ് സി വി പത്മരാജൻ പറഞ്ഞു രാജീവ്ഗാന്ധിയുടെ നയപരി പാടികൾ അംഗീകരിക്കുന്നവർ മാത്രം മുന്നണിയിൽ മതിയെന്ന്. അപ്പോൾ ഉമ്മർ ബാഫക്കി തങ്ങൾ പറഞ്ഞു, രാജീവ്ഗാന്ധിയെ എതിർക്കും, മിനിമം പരിപാടിയാണ് പ്രധാനം എന്ന്. രാജീവ്ഗാന്ധിയെ എതിർക്കുമെന്ന് സേട്ടും പറഞ്ഞു. രാജീവ് തെറ്റുചെയ്യാത്ത ആളല്ല എന്നല്ലേ ലൂക്കോസ് പറഞ്ഞത്. ഇതെല്ലാം കേട്ട കെ പി സി സി പ്രസിഡന്റ് ഇപ്പോൾ ഒ ളിവിൽ പോയി.

എന്നാലൊന്നും ലീഗിനെയും കേരളകോൺഗ്രസ്സിനെയും കോൺ ഗ്രസ്സ് ഒഴിവാക്കാൻ പോകുന്നില്ല. ലീഗും കേരളകോൺഗ്രസ്സും കോൺ ഗ്രസ് ഐയ്ക്ക് എരിമാങ്ങ പോലെയാണ്. ഒരേ സമയത്ത് കണ്ണിൽ വെ ള്ളമൂറും നാവിൽ രുചിയും. അവരെ ഉപേക്ഷിക്കാൻ കഴിയില്ല. ഇവിടെ ബാലകൃഷ്ണപ്പിള്ളയെ വരെ മന്ത്രിയാക്കിയില്ലേ. പഞ്ചാബ് മോഡൽ പ്രസംഗം നടത്തിയ ആളാണ് പിള്ള. എന്താണ് പ്രസംഗിച്ചത് പിള്ള. പഞ്ചാബ് മോഡൽ സമരം ചെയ്യണം, വേണമെങ്കിൽ പ്രധാനമന്ത്രിയെയും കൊല്ലാം എന്ന് പ്രസംഗിച്ച പിള്ള അപ്പുറത്ത് മന്ത്രിയായി ചടങ്ങുകൂടി യിരിക്കുകയാണ്. അതിൽ യഥാർത്ഥത്തിൽ അതിശയിക്കാനൊന്നുമില്ല. മിസ്സോറാമിലെ ലാൽഡംഗയെ ഓർത്താൽ മതി. ഇന്ത്യാരാജ്യത്തിനെതി രായി യുദ്ധം പ്രഖ്യാപിച്ച് ബ്രിട്ടനിൽ അഭയം തേടിയ ലാൽഡംഗയെ മുഖ്യമന്ത്രിയാക്കിയവരാണ് കോൺഗ്രസ്സുകാർ. അതുകൊണ്ട് പിള്ളയെ മാത്രമല്ല, ആ ഭിന്ദ്രൻവാല മരിച്ചുപോയിരുന്നില്ലെങ്കിൽ പഞ്ചാബ് മുഖ്യമ ന്ത്രിയാക്കാനും കോൺഗ്രസ്സ് തയാറായേനെ.

സർ, അവർ ഇപ്പോൾ എം വി രാഘവന്റെ പേരിലാണ് പുതിയ ആദർശം കണ്ടിട്ടുള്ളത്. രാഘവന്റെ പാർട്ടി മാർക്സിസ്റ്റുപാർട്ടിയുമല്ല, കമ്യൂണിസ്റ്റ് പാർട്ടിയുമല്ല. പനിനീർപ്പൂവ് പറിച്ചെടുത്ത് കടിച്ച് ചവച്ചിറ ക്കി മീതെ ഒരിറക്ക് വെള്ളം കുടിച്ചാൽ മുകളിൽ എപ്പോഴും പനിനീരി ന്റെ മണം ഉണ്ടാകും എന്ന് കരുതുന്ന വിഡ്ഢികൾക്ക് മാത്രമേ രാഘവ ന്റെ പാർട്ടിയെ കമ്യൂണിസ്റ്റ് പാർട്ടിയെന്ന് വിളിക്കാൻ കഴിയൂ.

സർ കോൺഗ്രസ്സ് പാർട്ടിയിൽ അഭിപ്രായ ഐക്യമുള്ളതു കൊണ്ടാണോ വയലാർ രവി മന്ത്രിസ്ഥാനത്തുനിന്ന് രാജിവച്ചത്, ഉമ്മൻ ചാണ്ടി കൺവീനർ സ്ഥാനം രാജിവച്ചത്? ഗംഗാധരൻ രാജിവയ്ക്കണ മെന്ന് യൂത്ത് കോൺഗ്രസ്സുകാർ, ചെന്നിത്തല മന്ത്രിയായപ്പോൾ യൂത്ത്

കോൺഗ്രസ്സുകാർ നാറികളെന്ന് ഗംഗാധരൻ. ഇതാണ് കോൺഗ്രസ്സിലെ ഐക്യം. കെ എസ് യുവിന്റെ പ്രസിഡന്റ്, സെക്രട്ടറിയുടെ കഴുത്തിൽ കുത്തിപ്പിടിക്കുന്നതാണ് ഇവരുടെ ഐക്യം.

എൻ ജി ഒ അസോസിയേഷന്റെ സമ്മേളനത്തിൽ കരുണാകരൻ പ്രസംഗിച്ചത് എന്താണെന്നറിയാമോ. ഈ സംഘടനയ്ക്കാണ് പാർട്ടി യുടെ അംഗീകാരം എന്ന്. എന്നാൽ തോപ്പിൽ രവി മറുപടിയായി പ റഞ്ഞത് എന്താണ്. അറിവില്ലാത്തവരും അൽപ്പന്മാരും അഹങ്കാരികളും അമ്പലക്കാളകളെ പോലെ മദിച്ചു നടക്കട്ടെ, ഈ രാത്രി അവസാനിക്കു കയും സത്യത്തിന്റെ സൂര്യൻ ഉദിക്കുകയും ചെയ്യും. അതുവരെ പീഡന കാലമായി കരുതി മുന്നോട്ടുപോകാം എന്ന്. രാജാവ് നഗ്നനാണ് എന്ന് പറയാൻ ചങ്കൂറ്റം വേണമെന്ന് തോപ്പിൽ രവി പറഞ്ഞു. കരുണാകരൻ ന ഗ്നനാണ് എന്ന് പറയാൻ തോപ്പിൽ രവിക്ക് ധൈര്യമുണ്ടോ. അമ്മേ, ഞങ്ങൾ പോകുന്നു, മന്ത്രിയായി തിരിച്ചുവരാം എന്നതാണ് യൂത്ത് കോൺ ഗ്രസ്സുകാരുടെ മുദ്രാവാക്യമെന്ന് തോപ്പിൽ രവി പറഞ്ഞു. അങ്ങനെ മന്ത്രി യായ ചെന്നിത്തലയുണ്ടല്ലോ, ആ ചെന്നിത്തലയാണ് കേരളരാഷ്ട്രീയം ചർച്ച ചെയ്യാൻ പ്രധാനമന്ത്രിയുടെ അടുത്തേക്ക് പോയത്. കെ പി സി സി പ്രസിഡന്റ് സി വി പത്മരാജൻ രാജിവച്ച് പോകുന്നതല്ലേ നല്ലത്. കെ പി സി സി പ്രസിഡന്റ് അറിയാതെ കാർത്തികേയനെ സെക്രട്ടറി യായി നിയമിച്ചു. ഇത് ഞാൻ പ്രധാനമന്ത്രിയുടെ അടുത്ത് പോയി പറ യുമെന്ന് പത്മരാജൻ പറഞ്ഞപ്പോൾ കരുണാകരൻ പറഞ്ഞു, "നീ വലിയ വർത്തമാനമൊന്നും പറയണ്ട, നിന്നെയും നിയമിച്ചത് അങ്ങനെ തന്നെ യാണ് എന്ന്."

കരുണാകരനോട് മറ്റൊരു ഗ്രൂപ്പുകാരനും ഈ മന്ത്രിസഭയിലെ മറ്റൊരു മന്ത്രിയുമായ കെ പി നൂറുദ്ദീൻ പറഞ്ഞു, മക്മോഹൻ രേഖ ലംഘിച്ച് ഇങ്ങോട്ട് വെടിവച്ചാൽ അങ്ങോട്ടു വെടിവയ്ക്കാതിരിക്കാൻ സാ ധിക്കുമോ എന്ന്. ഇതെന്തൊരു മന്ത്രിസഭയാണ്. പണ്ടൊരിക്കൽ തിരു കൊച്ചിയിൽ പ്രതിപക്ഷനേതാവായിരുന്ന സഖാവ് ടി വി തോമസ് പന മ്പിള്ളിയോട് പറഞ്ഞു, ഞങ്ങളെക്കൊണ്ട് ഒന്ന് ഭരിപ്പിച്ചുനോക്കൂ എന്ന്. അപ്പോൾ ടി വി തോമസിനോട് പനമ്പിള്ളി തിരിച്ചുചോദിച്ചു "ഭരണം എന്ന് പറഞ്ഞാൽ ചീട്ടുകളിയാണോ" എന്ന്. ആ പനമ്പിള്ളിയുടെ ശിഷ്യനായ സാക്ഷാൽ കരുണാകരൻ ഭരിക്കുമ്പോൾ ചീട്ടുകളി എത്ര മാത്രം കൗതുകമുള്ള കലയാണ് എന്ന് തോന്നിപ്പോകും. ചീട്ടുകളിയേ ക്കാൾ താണ ഒരു ഭരണമാണ് ഇപ്പോൾ കേരളത്തിൽ നടന്നുകൊണ്ടിരി ക്കുന്നത്.

പത്മരാജൻ പറഞ്ഞു ഈ സർക്കാർ അഞ്ചുകൊല്ലം കൂടി ഭരിക്കും എന്ന്. അത് വെറും പൂതിയാണ്. അഞ്ചുകൊല്ലം കൂടി നിങ്ങൾ ഈ നാട് ഭരിച്ചാൽ എന്തായിരിക്കും സ്ഥിതി. കോൺഗ്രസ്സ് ഇന്ത്യയിലാകെ തകർന്നു കൊണ്ടിരിക്കുകയാണ്. 1984 ൽ രാജീവ്ഗാന്ധിയുടെ ഗവൺമെന്റിൽ അർ പ്പിച്ച വിശ്വാസം ഇന്ന് ജനത്തിനുണ്ടോ. ബംഗാളിൽ പ്രണബ്കുമാർ

മുഖർജി കുറേ കോൺഗ്രസ്സ് എം എൽ എമാരെയുംകൊണ്ട് പോയി. കർ
ണാടകത്തിലെ ഗുണ്ടുറാവു അവിടെ ഗുണ്ടുപൊട്ടിച്ച് കുറേ എം എൽ
എമാരെയും കൊണ്ടുപോയി. കമലാപതി ത്രിപാഠി കോൺഗ്രസ്സിന്റെ വർ
ക്കിംഗ് പ്രസിഡന്റാണ് എന്നാണ് വെപ്പ്. പക്ഷേ, അദ്ദേഹത്തിന് വർക്കിം
ഗുമില്ല, പ്രസിഡന്റുമില്ല. രണ്ടുമില്ലാത്ത പ്രസിഡന്റാണ് കമലാപതി
ത്രിപാഠി. ആ ത്രിപാഠി കാശിക്ക് പോയി. അവിടെനിന്ന് പ്രധാനമന്ത്രി
ക്കൊരു കത്തെഴുതി. അതോടെ പാവത്തിന് രാജ്യസഭാ അംഗത്വം തന്നെ
നിഷേധിക്കപ്പെട്ടു.

ഞങ്ങളുടെ പാർട്ടി ഒന്നോ രണ്ടോ എം എൽ എമാർ വിട്ടുപോയതു
കൊണ്ട് തകരുന്ന പാർട്ടിയല്ല. പി ബി അശോക് മിത്ര രാജിവച്ചുപോയി.
രണ്ട് എം എൽ എമാരെ പാർട്ടി പുറത്താക്കി. 300 ഓളം നേതാക്കളെ
വിവിധ കുറ്റത്തിന് പാർട്ടി പുറത്താക്കി. എന്നിട്ടാണ് പശ്ചിമബംഗാളിൽ
നഗരസഭാ തിരഞ്ഞെടുപ്പ് നടന്നത്. 75 മുനിസിപ്പാലിറ്റികളിൽ 56 എണ്ണ
ത്തിൽ ഞങ്ങളുടെ പാർട്ടി വമ്പിച്ച വിജയം നേടി. കേരളത്തിൽ പതിന്മടങ്ങ്
ശക്തിയോടെ തിരിച്ചുവരാൻ പോവുകയാണ് ഞങ്ങൾ. ഈ മന്ത്രി
സഭയെയും ഭരണത്തെയും കേരളത്തെ മുച്ചൂടും മുടിച്ചുകൊണ്ടിരിക്കുന്ന
ഈ ഭരണത്തെയും നാടുകടത്താൻ കഴിയുന്ന ഒരു ജനാധിപത്യപ്രസ്ഥാ
നമായി ഇടതുപക്ഷപ്രസ്ഥാനം ഉയർന്നുവരാൻ പോവുകയാണ്. നിങ്ങൾ
ഇറങ്ങുന്നില്ലെങ്കിൽ നിങ്ങളെ ഇറക്കാൻ കഴിയുന്ന ഒരു പ്രസ്ഥാനമായി
ഞങ്ങൾ മാറും. അതിന്റെ ഭാഗമായാണ് ഈ അവിശ്വാസ പ്രമേയവും എ
ന്ന് മാത്രം സൂചിപ്പിച്ചുകൊണ്ട് ഞാൻ അവസാനിപ്പിക്കുന്നു.

കെ കരുണാകരനും ടി എം ജേക്കബും പിന്നെ രമേശ് ചെന്നിത്തലയും

(പ്രസംഗത്തിനിടെ നിയമസഭയിലുണ്ടാകുന്ന ചില തർക്കങ്ങൾ ആ സമയത്തെ രാഷ്ട്രീയ സാഹചര്യങ്ങളുടെ ഒരു സൂചിക കൂടിയാകാറുണ്ട്. മുഖ്യമന്ത്രിയായിരുന്ന കെ കരുണാകരനുമായി അന്നത്തെ വിദ്യാഭ്യാസ മന്ത്രി ടി എം ജേക്കബിന് സ്വന്തം പാർട്ടിയുടെ മന്ത്രിമാരേക്കാൾ സ്വാധീ നമുണ്ട് എന്ന് വാർത്തകൾ വന്നിരുന്ന കാലമാണ്. ഐ കോൺഗ്രസ്സു കാരിൽ ഇക്കാര്യത്തിൽ മുറുമുറുപ്പുകൾ പലതും രൂപപ്പെട്ടിരുന്നുവത്രെ. കരുണാകരൻ മന്ത്രിസഭയിൽ പല തീരുമാനങ്ങളുടെയും അടിസ്ഥാന ത്തിൽ ഏറെ ചർച്ചയ്ക്കിടയാക്കിയ മന്ത്രിയാണ് വിദ്യാഭ്യാസമന്ത്രി ടി എം ജേക്കബ്. 1986 ഒക്ടോബർ 30 ന് ഗാന്ധി യൂണിവേഴ്സിറ്റി ബില്ലി ന്മേൽ നടന്ന ചർച്ചയ്ക്കിടെ കോടിയേരിയുടെ പ്രസംഗം നടക്കുമ്പോൾ ഇതുസംബന്ധിച്ച് നടന്ന സംവാദം)

ശ്രീ. കോടിയേരി : സർ, യൂണിവേഴ്സിറ്റി ഗ്രാന്റ്സ് കമ്മീഷന്റെ അംഗീകാരം മഹാത്മാഗാന്ധി യൂണിവേഴ്സി റ്റിക്ക് കിട്ടുന്നതിനാവശ്യമായ നടപടികൾ സ്വീകരിച്ചിട്ടില്ലെന്ന് ഭരണകക്ഷിഅംഗങ്ങൾ തന്നെ പറയുകയാണ്. അങ്ങനെയാണെങ്കിൽ കേന്ദ്രഗവൺമെന്റിൽ നല്ല സ്വാധീനമുള്ള ആരെയെങ്കിലും ഈ വകുപ്പിന്റെ ചുമതല ഏൽപ്പിക്കണം. ആ യൂണിവേഴ്സിറ്റിക്ക് അം ഗീകാരം കിട്ടണ്ടേ. എത്രകാലമാണ് സർ അംഗീകാരം കിട്ടാതെ കടന്നുപോവുക. ഒന്നു കിൽ ആ വകുപ്പ് തച്ചെടി പ്രഭാകരനെ ഏൽപ്പി ക്കണം. അല്ലെങ്കിൽ ചെന്നിത്തലയെ ഏൽപ്പി

ക്കണം. ദേശീയ നേതാവല്ലേ. ടി എം ജേ
ക്കബാണ് യൂണിവേഴ്സിറ്റി കൊണ്ടുവന്നത്
എന്നതുകൊണ്ട് ടി എം ജേക്കബിനയാന്നു
താഴ്ത്തിക്കെട്ടാൻ വേണ്ടി അംഗീകാരം കിട്ടില്ല
എന്നാണ് കോൺഗ്രസ് ഐക്കാർ പറയുന്നത്.
അങ്ങനെ ടി എം ജേക്കബിനെ കൊച്ചാക്കി
വിദ്യാഭ്യാസവകുപ്പ് കൂടി കോൺഗ്രസ് ഐ
ക്ക് തട്ടിയെടുക്കാൻ വേണ്ടി നടത്തുന്ന ഒരു
ഗൂഢശ്രമം കൂടി ഇതിന് പിന്നിലുണ്ടെന്ന് പ
റഞ്ഞാൽ കോൺഗ്രസ് ഐക്കാർ നിഷേ
ധിക്കുമോ?

ശ്രീ. എം എം ഹസ്സൻ   : സർ, മറ്റൊരു മന്ത്രിക്കുമില്ലാത്ത സ്വാധീനം
ടിഎം ജേക്കബിന് മുഖ്യമന്ത്രിയുടെ മേൽ
ഉണ്ടെന്നും അദ്ദേഹം വിചാരിക്കുന്ന എല്ലാകാ
ര്യങ്ങളും മുഖ്യമന്ത്രി വഴി നേടിയെടുക്കു
മെന്നും ബഹുമാനപ്പെട്ട സിറിയക് ജോൺ
കഴിഞ്ഞ ദിവസമാണ് സർ പ്രസംഗിച്ചത്.
ഇപ്പോൾ കോടിയേരി പറയുന്നു ടി എം ജേ
ക്കബിനെ കൊച്ചാക്കുന്നു എന്ന്. ഇതിൽ
ഏതാണ് ഇടതുപക്ഷമുന്നണിയുടെ അഭി
പ്രായം.

ശ്രീ. കോടിയേരി   : സർ കോൺഗ്രസ് ഐക്കാരെല്ലാം കൂടി എന്നു
പറഞ്ഞാൽ മുഖ്യമന്ത്രിയും ടി എം ജേക്കബും
തമ്മിൽ പല ഇടപാടുകളും ഉണ്ടാകും. അത്
എനിക്ക് നോക്കേണ്ടതില്ല. എന്റെ രാജ്യതാൽ
പര്യം വച്ചുകൊണ്ടും സംസ്ഥാനത്തിന്റെ
വിദ്യാഭ്യാസതാൽപര്യം വച്ചുകൊണ്ടും യൂണി
വേഴ്സിറ്റി താൽപര്യം വച്ചുകൊണ്ടുമാണ്
ഞാൻ പറയുന്നത്.

ശ്രീ. കെ ആർ ചന്ദ്ര
മോഹൻ   : ഇന്നലെ പ്രഖ്യാപിച്ചതനുസരിച്ച് ടി എം
ജേക്കബിനാണ് മുഖ്യമന്ത്രിയുടെമേൽ സ്വാ
ധീനം. അദ്ദേഹത്തിന് തന്നെയാണ് മുഖ്യമ
ന്ത്രിയുടെമേൽ ഏറ്റവും കൂടുതൽ സ്വാധീനം
എന്ന് തന്നെയാണോ ഹസ്സന്റെ അഭിപ്രായം?

ശ്രീ. എം എം ഹസ്സൻ   : ഞാൻ എന്റെ അഭിപ്രായമല്ല, സിറിയഹ്
ജോണിന്റെ അഭിപ്രായമാണ് പറഞ്ഞത്.

ശ്രീ. സിറിയക് ജോൺ   : സർ, കോൺഗ്രസ് ഐക്കാരെ സംബന്ധിച്ചി
ടത്തോളം അവർക്കാർക്കുമില്ലാത്ത സ്വാധീനം

ശ്രീ. ടി എം ജേക്കബിന് മുഖ്യമന്ത്രി. ശ്രീ. കെ കരുണാകരനുമായി ഉള്ളതുകൊണ്ടാണ് കോൺഗ്രസ് ഐക്കാരാകെ ഇക്കാര്യത്തിൽ എതിർപ്പ് പ്രകടിപ്പിക്കുന്നത് എന്ന് ബഹുമാനപ്പെട്ട മെമ്പർക്കറിയാമോ?

ശ്രീ. കോടിയേരി
ബാലകൃഷ്ണൻ : അതൊക്കെ എല്ലാവർക്കും അറിയാം.

ശ്രീ. ടി എം ജേക്കബ് : സർ, അത് ഒരു തർക്ക വിഷയം ആക്കണ്ട. അദ്ദേഹം മുഖ്യമന്ത്രിയും ഞാൻ അദ്ദേഹത്തിന് കീഴിൽ പ്രവർത്തിക്കുന്ന ഒരു സഹമന്ത്രിയും ആണ്. ഞങ്ങൾ തമ്മിൽ നല്ല ബന്ധമാണ്. ആ ബന്ധം നന്നായിത്തന്നെ കൊണ്ടുപോകാൻ ആഗ്രഹിക്കുന്നു.

ശ്രീ. കോടിയേരി
ബാലകൃഷ്ണൻ : ആ ബന്ധത്തിന് ഒരു കോട്ടവും തട്ടാതിരിക്കട്ടേയെന്ന് എല്ലാ വിധത്തിലുമുള്ള ആശംസകളും ഞാൻ അർപ്പിക്കുകയാണ്.

ഒരു വീട്ടിൽ ഒരാൾക്കെങ്കിലും കിട്ടി; ജോലിയല്ല, അടി

(**ഒ**രു വീട്ടിൽ ഒരാൾക്കെങ്കിലും ജോലിയെന്ന മുദ്രാവാക്യവുമായി രംഗത്തെത്തി കെ കരുണാകരൻ സർക്കാർ പ്രഖ്യാപനങ്ങൾ നടപ്പാക്കി യില്ലെന്ന് പ്രതിപക്ഷം ആരോപണം ഉന്നയിച്ചകാലം. കേരള പബ്ലിക് സർ വ്വീസ് കമ്മീഷന്റെ 1983-84 ലെ പ്രവർത്തന റിപ്പോർട്ടിന്മേലുള്ള ചർച്ച നടക്കുന്നതിനിടെ കോടിയേരി ബാലകൃഷ്ണൻ ഇക്കാര്യം ചൂണ്ടിക്കാട്ടി. ഒരുവീട്ടിൽ ഒരാൾക്ക് ജോലിയല്ല അടിയാണ് കിട്ടുന്നത് എന്നായിരുന്നു കോടിയേരി സമർത്ഥിച്ചത്. 1986 നവംബർ 6 ന് നടത്തിയ പ്രസംഗം)

സർ,

27 ലക്ഷത്തോളം അഭ്യസ്തവിദ്യരായ തൊഴിൽരഹിതരുടെ സംസ്ഥാ നമാണ് കേരളം. ഈ സർക്കാർ അധികാരത്തിൽ വരുമ്പോൾ 19 ലക്ഷം ആളുകളായിരുന്നു തൊഴിലില്ലാത്തവർ, ഇന്ന് അത് 8 ലക്ഷം ആളുകൾ കൂടി തൊഴിലില്ലാത്തവരായിരിക്കുന്നു. ഒരുവീട്ടിൽ ഒരാൾക്കെങ്കിലും ജോലി എന്നുള്ളതായിരുന്നു കോൺഗ്രസ്സിന്റെ മുദ്രാവാക്യം. ഇപ്പോൾ അത് പട്ടികജാതിയിൽപ്പെട്ട ഒരാളുടെ വീട്ടിൽ ആർക്കെങ്കിലും ജോലി എന്നാക്കി മാറ്റി. യഥാർത്ഥത്തിൽ ഒരുവീട്ടിൽ ഒരാൾക്കെങ്കിലും അടി എന്ന നയമാണ് സർക്കാർ ഇപ്പോൾ നടപ്പാക്കിക്കൊണ്ടിരിക്കുന്നത്.

കേരളത്തിൽ തൊഴിലില്ലാത്ത ചെറുപ്പക്കാരുടെ ആശാകേന്ദ്രമായി രുന്നു പബ്ലിക് സർവ്വീസ് കമ്മീഷൻ. ആ പബ്ലിക് സർവ്വീസ് കമ്മീഷനെ കുറിച്ച് ഇപ്പോൾ കേട്ടുകൊണ്ടിരിക്കുന്ന റിപ്പോർട്ടുകളെല്ലാം പ്രതീക്ഷക ളെയും തകർക്കുന്നതാണ്. അതാണ് ഗൗരവത്തിൽ പരിശോധിക്കേണ്ട വിഷയം.

പി എസ് സിയുടെ വിശ്വാസ്യത തകർക്കുന്ന വിധത്തിലാണ് മെമ്പർ

മാരെ എടുക്കുന്നത്. ഇന്ന് പി എസ് സിയിൽ 15 മെമ്പർമാരായിക്കഴിഞ്ഞു. ഓരോ മെമ്പർമാരുടെയും യോഗ്യതയെക്കുറിച്ച് *മാതൃഭൂമി* പത്രത്തിൽ എഴുതിയിട്ടുണ്ട് സർ ഒരു മെമ്പറെക്കുറിച്ച് എഴുതിയത് സ്കൂട്ടറിൽ സ ഞ്ചരിച്ചുകൊണ്ടിരുന്ന ഒരധ്യാപകൻ പെട്ടെന്നൊരു ദിവസം പി എസ് സി മെമ്പറായി എന്നാണ്. അദ്ദേഹത്തിന്റെ ഊണുമേശയ്ക്ക് പോലും ഒ രു ലക്ഷം രൂപ വില വരും. മറ്റൊരു പി എസ് സി മെമ്പറെക്കുറിച്ച് പറ യുന്നത് വിചിത്രമായ കാര്യമാണ്. ആ മെമ്പർക്ക് കിട്ടിയ നോട്ടുകെട്ടു കൾ വയ്ക്കാൻ ഒരു കപ്പൽ പോലും തികയില്ലെന്നാണ്. ഇപ്പോഴത്തെ ഒരു പി എസ് സി അംഗം റിട്ടയർ ചെയ്ത ഒരംഗത്തിന്റെ ഏജന്റായി പ്ര വർത്തിച്ചിരുന്ന കാര്യം കുമാരപുരം ജംഗ്ഷനിൽ അങ്ങാടിപ്പാട്ടാണ്.

പി എസ് സിയിൽ അടിമുടി അഴിമതിയാണ് എന്ന സ്ഥിതി വന്നു ചേർന്നിരിക്കുന്നു. പി എസ് സിക്ക് വന്നിരിക്കുന്ന അവമതിപ്പ് ഇല്ലാതാ ക്കാനാണ് ഈ സഭ ഇടപെടേണ്ടത്. കഴിഞ്ഞ നാലുവർഷമായി 18,00 പേർക്കാണ് പി എസ് സി മുഖേന ജോലി ലഭിച്ചിട്ടുള്ളത്. ഒരു വർഷം ശ രാശരി 2875 പേർ. ഇങ്ങനെ വന്നാൽ കേരളത്തിലെ തൊഴിലില്ലാത്ത വർക്കും പബ്ലിക് സർവ്വീസ് കമ്മീഷന്റെ റാങ്ക് ലിസ്റ്റിൽ പേരുള്ളവർക്കും ജോലി കിട്ടാൻ എത്രകാലം കാത്തിരിക്കേണ്ടി വരും.

ഉത്തരക്കടലാസുകൾ ചോർന്നുപോകുന്നതാണ് ഒരു സ്ഥിതി വിശേഷം. ഇതിന്റെ ഫലമായി സംസ്ഥാനത്തെ ഐ ജിമാരെക്കുറിച്ച് പോലും ആക്ഷേപം ഉയർന്നുവന്നിരിക്കുന്നു. ചോദ്യക്കടലാസുകൾ മു റുക്കാൻ കടകളിൽനിന്നും കപ്പലണ്ടി പൊതിഞ്ഞുകൊടുക്കാൻ ഉപയോ ഗിക്കുന്ന സ്ഥിതിവിശേഷം ഉണ്ടായിരിക്കുന്നു. പി എസ് സിയുടെ ചോ ദ്യക്കടലാസുകൾ ഇങ്ങനെ വിൽപ്പന നടത്തുന്നുണ്ടോയെന്ന സംശയവും ഉയർന്നുകഴിഞ്ഞു. ആ സ്ഥിതി മാറണം. ഇന്നിവിടെ തൊഴിലില്ലാത്ത ച റുപ്പക്കാർക്ക് ജോലി കിട്ടണമെങ്കിൽ ഒന്നുകിൽ 25,000 രൂപ കൈക്കൂലി കൊടുക്കണം. അല്ലെങ്കിൽ ഉന്നതശുപാർശ വേണം. പാവപ്പെട്ടവരുടെ ഗതിയെന്താണ്. അതുകൊണ്ട് റാങ്ക് ലിസ്റ്റിൽ പേരു വരുന്ന എല്ലാവർക്കും നിയമനം കൊടുക്കാനുള്ള സംവിധാനമുണ്ടാകണം. അതുപോലും ചെയ്യാൻ സാധിക്കാത്തതിന്റെ ഫലമായി കേരളത്തിലെ അഭ്യസ്ത വിദ്യരായ ചെറുപ്പക്കാർ തെരുവിലിറങ്ങി മന്ത്രിമാരെ തടഞ്ഞപ്പോൾ ഒരു മാസക്കാലം എല്ലാവർക്കും വീട്ടിൽ കഴിച്ചുകൂട്ടേണ്ടി വന്നു. ആ സ്ഥി തിവിശേഷം ഇനിയുണ്ടാകാൻ പാടില്ല.

ഇപ്പോൾത്തന്നെ ഡി വൈ എഫ് ഐയുടെ നേതൃത്വത്തിൽ ശക്തമായ സമരത്തിന് തയാറെടുക്കുകയാണ്. അവർക്ക് കിട്ടുന്നത് അടിയും വെടിയും മാത്രമാണ്. കാസർകോഡ് ബാലകൃഷ്ണൻ എന്നു പേരുള്ള ഒരു ഡി വൈ എഫ് ഐ പ്രവർത്തകനെ വെടിവച്ചുകൊന്നില്ലേ. പതിനായിരക്കണക്കിന് ചെറുപ്പക്കാരെ ലാത്തികൊണ്ടടിച്ച് എല്ലൊടിക്കു കയാണ്. ചെറുപ്പക്കാരുടെ വികാരം ഉൾക്കൊള്ളാത്ത ഗവൺമെന്റാണിത്.

പിഎസ് സി റാങ്ക് ലിസ്റ്റ് നിലനില്ക്കെ എംപ്ലോയ്മെന്റ് എക്സ്ചേഞ്ച് മുഖേന പിൻവാതിലിൽക്കൂടി നിയമനം നടത്തുകയും ചെയ്ത് ആയിരവും പതിനായിരവും പോക്കറ്റിലാക്കാൻ ശ്രമിക്കുന്ന ഈ അവസ്ഥാവിശേഷം അവസാനിപ്പിക്കണം. പി എസ് സിയെ ജനങ്ങളുടെ പ്രതീക്ഷയ്ക്കനുസരിച്ച് ഉയർത്തിക്കൊണ്ടുവരണം. ഒപ്പം തിരുവനന്തപുരത്തെ പി എസ് സി ഓഫീസിൽ വന്നാൽ മാത്രമേ കാര്യങ്ങൾ നടക്കൂ എന്ന അവസ്ഥയും മാറ്റണമെന്നാവശ്യപ്പെട്ടുകൊണ്ട് ഞാൻ അവസാനിപ്പിക്കുന്നു.

നീലച്ചിത്രം പ്രദർശിപ്പിച്ചവരും പുളിച്ചുപോയ വെളിച്ചവിപ്ലവവും

(**കെ** എം മാണിയുടെ അധ്വാന വർഗ്ഗ സിദ്ധാന്തത്തിന്റെ അടി സ്ഥാനത്തിൽ ആരാണ് കർഷകൻ എന്ന നിർവ്വചനത്തിന്മേൽ കേരള കോൺഗ്രസ്സും ഇടതുപക്ഷ പാർട്ടികളും തമ്മിൽ വലിയ തർക്കങ്ങൾ പ ലപ്പോഴായി ഉയർന്നുവന്നിരുന്നു. ഇതിന്റെ തുടർച്ചയായി നിയമസഭയി ലും വാദപ്രതിവാദങ്ങൾ ഉയരുക പതിവാണ്. കമാന്റ് ഏരിയാ അതോറി റ്റി ബില്ലിന്മേലുള്ള വിയോജനക്കുറിപ്പ് അവതരിപ്പിച്ചുകൊണ്ട് 1986 നവം ബർ 13 ന് നടത്തിയ പ്രസംഗത്തിൽ കെ എം മാണിയുടെയും അതുവഴി കോൺഗ്രസ്സിന്റെയും കാഴ്ചപ്പാടിനെ കോടിയേരി വിമർശിക്കുന്നു. കർ ഷകൻ, കർഷകത്തൊഴിലാളി തുടങ്ങിയവയുടെ നിർവ്വചനം സംബന്ധി ച്ച് കേരളകോൺഗ്രസ്സും ഇടതുപക്ഷപാർട്ടികളും തമ്മിലുള്ള ഭിന്നത ഈ പ്രസംഗത്തിനിടയിലും കടന്നുവരുന്നത് കാണാം. കൂടാതെ കോൺഗ്ര സ്സിലും സഖ്യപാർട്ടികളിലും കാണുന്ന നോമിനേഷൻ സംവിധാനത്തെക്കു റിച്ചും ഉണ്ടായ വിമർശനവും ശ്രദ്ധേയമാണ്. അന്ന് നിയമ-ജലസേചന വകുപ്പുകൾ കൈകാര്യം ചെയ്തിരുന്നത് കെ എം മാണിയാണ്)

സർ,

ഇവിടെ വിയോജനക്കുറിപ്പ് അവതരിപ്പിക്കാൻ ഞങ്ങളെ പ്രേരിപ്പിച്ച ചില പ്രധാനകാര്യങ്ങളെക്കുറിച്ചാണ് എനിക്ക് പറയാനുള്ളത്. ഈ അതോ റിറ്റിയുടെ ഘടന തന്നെ വിമർശനത്തിന് വിധേയമായിട്ടുള്ളതാണ്. ഇ തിനകത്ത് 24 അംഗങ്ങളുള്ള ഒരു അതോറിറ്റിയെയാണ് നിർദ്ദേശിച്ചിട്ടു ള്ളത്. പൂർണമായും അത് ഉദ്യോഗസ്ഥ മേധാവിത്വമുള്ളതാണ്. കർഷക പ്രതിനിധികളായ 10 പേരുണ്ട്. ആ പത്തുപേരും നോമിനേറ്റ് ചെയ്യപ്പെടു ന്നവരാണ്. എം എൽ എമാരുടെ കൂട്ടത്തിൽനിന്നുള്ള രണ്ടുപേരെയും ഗ വൺമെന്റ് നോമിനേറ്റ് ചെയ്യും. അങ്ങനെ ഗവൺമെന്റിന് വിധേയമായി നിൽക്കുന്ന 24 ആളുകൾ ഉൾക്കൊള്ളുന്ന ഒരു അതോറിറ്റിയാണ് കമാന്റ്

ഏരിയാ വികസനത്തെ സംബന്ധിച്ചുണ്ടാക്കാൻ നിർദ്ദേശിച്ചിട്ടുള്ളത്. ഇ ത്തരത്തിലൊരു അതോറിറ്റി രൂപീകരിച്ചാൽ അതുകൊണ്ട് ഉദ്ദേശിക്കുന്ന കാര്യങ്ങൾ നേടിയെടുക്കാൻ കഴിയില്ല എന്നതുകൊണ്ടാണ് ഞങ്ങളൊരു വിയോജനക്കുറിപ്പ് കൊണ്ടുവരാൻ തീരുമാനിച്ചത്.

സർ, ഇവിടെ കർഷകത്തൊഴിലാളി എന്ന നിർവ്വചനത്തിൽ ആദ്യത്തെ ബില്ല് ഉൾപ്പെടുത്തിയിരുന്നെങ്കിലും ഇപ്പോൾ ആ നിർവ്വചനം തന്നെ എടുത്തുമാറ്റിയിരിക്കുന്നു.

കർഷകത്തൊഴിലാളികൾക്ക് ഒരു പങ്കുമില്ലാത്ത വിധത്തിലാണ് ഈ ബില്ല് ഇവിടെ റി ഡ്രാഫ്റ്റ് ചെയ്യപ്പെട്ടിട്ടുള്ളത്. കർഷകർക്ക് മാത്രമല്ല, കർഷകത്തൊഴിലാളികൾക്ക് കൂടി ഈ ബോർഡിനകത്ത് പ്രാതിനിധ്യം ഉണ്ടാകണം. കർഷകത്തൊഴിലാളികളുടെ കൂട്ടത്തിൽനിന്ന് ഒരു പ്രതി നിധിയെ കൂടി ഈ കമാന്റ് ഏരിയാ വികസന അതോറിറ്റിയിൽ ഉൾപ്പെ ടുത്തണമെന്ന് ഞങ്ങൾ ഈ വിയോജനക്കുറിപ്പിൽ രേഖപ്പെടുത്തിയിട്ടുണ്ട്. അതുപോലെ കർഷകത്തൊഴിലാളിയുടെ നിർവ്വചനവും എഴുതിച്ചേർ ക്കണം. മാത്രമല്ല കർഷകരുടെ ഇടയിൽനിന്ന് തെരഞ്ഞെടുക്കപ്പെട്ട പത്ത് പേരെയായിരിക്കണം ഈ അതോറിറ്റിയിൽ ഉൾപ്പെടുത്തേണ്ടത്.

നോമിനേഷൻ അനുവദിച്ചുകൊടുത്താൽ മറ്റുപല സ്ഥാപനങ്ങ ളെയും പോലെത്തന്നെ ഇതും ആയിത്തീരും. യഥാർത്ഥ കർഷകത്തൊ ഴിലാളികൾക്ക് ഈ അതോറിറ്റിയിൽ പ്രാതിനിധ്യം കിട്ടുകയില്ല. ചുരുക്ക ത്തിൽ നോമിനേറ്റ് ചെയ്യുന്ന രീതി തുടർന്നാൽ ഉദ്ദേശം നേടിയെടുക്കാൻ കഴിയില്ല. മത്സ്യത്തൊഴിലാളി ഗ്രാമസംഘത്തിൽ മത്സ്യത്തൊഴിലാളിക ള്ല്ലാത്തവരെയാണ് നോമിനേറ്റ് ചെയ്തിട്ടുള്ളത്. അതുപോലെ കമാന്റ് ഏരിയാ വികസന അതോറിറ്റിയിലും കർഷകർ അല്ലാത്തവരെ, മന്ത്രിക്ക് തോന്നുന്നവരെ, നോമിനേറ്റ് ചെയ്യുന്ന ഒരവസ്ഥയുണ്ടാകും. അതുകൊണ്ട് കർഷക പ്രതിനിധികളായ പത്ത് പേരെ തെരഞ്ഞെടുക്കണം.

ശ്രീ. തോമസ് കല്ലമ്പള്ളി: ഇപ്പോൾ കൃഷിക്കാരുടെ പത്ത് പ്രതിനിധിക ളെന്നാണ് പറഞ്ഞത്. അപ്പോൾ കർഷക ത്തൊഴിലാളികളുടെയും പത്ത് തന്നെ വേ ണ്ടേ. എങ്കിലല്ലേ ശരിയാകൂ?

ശ്രീ. കെ എം മാണി : കർഷകത്തൊഴിലാളി തന്നെയാണ് കർഷകൻ എന്നുള്ളത് അങ്ങേയ്ക്കറിയാമോ? കർഷക ത്തൊഴിലാളികളെ പോലെ 10 സെന്റ് ഭൂമി യുള്ള കുടികിടപ്പുകാരനായാലും അയാളുടെ ഭൂമിയും ആ കെട്ടിനകത്ത് വരുന്നുവെങ്കിൽ ഇതിൽ ഉൾക്കൊള്ളണം. അതും കർഷക നാണ്.

ശ്രീ. കോടിയേരി
ബാലകൃഷ്ണൻ : കർഷകനാരാണ്. കർഷകത്തൊഴിലാളി ഏതാണ് എന്ന കാര്യത്തിൽ കൃത്യമായ നിർവ്വചനം വരണം.

ശ്രീ. സി കെ തങ്കപ്പൻ : ഈ പറഞ്ഞ മന്ത്രി തന്നെ കർഷകത്തൊഴി
ലാളിക്ക് സൂര്യന് കീഴിൽ ഒരു സെന്റ് ഭൂമി
പോലും പാടില്ലെന്ന് പറഞ്ഞത് ബഹുമാന
പ്പെട്ട മെമ്പറുടെ ശ്രദ്ധയിൽ പെട്ടിട്ടുണ്ടോ?

ശ്രീ. കോടിയേരി
ബാലകൃഷ്ണൻ : അതിപ്പോൾ ഈ ബില്ലിനകത്ത് ഉൾപ്പെടുത്തി
യിട്ടില്ല. ഈ സബ്ജക്ട് കമ്മിറ്റിയുടെ പരിഗ
ണനയ്ക്ക് വന്നപ്പോൾ തന്നെ ആ നിർവ്വച
നം എടുത്തുമാറ്റി. കർഷക തൊഴിലാളിയെന്ന
ത് നിർവ്വചിക്കപ്പെട്ടിട്ടുള്ളത് കൃഷിക്കാരന്റെ
ഭൂമിയിൽ ദേഹണ്ഡം ചെയ്യുന്ന, കൂലിപ്പണി
യെടുത്തു ജീവിക്കുന്ന ആളുകൾ എന്നാണ്.
ആ കർഷകത്തൊഴിലാളിക്ക് ഒരു പ്രാതിനി
ധ്യവും ഇവിടെ നൽകിയിട്ടില്ല. നോമിനേഷൻ
വരുന്നതോടെ ഈ ബില്ലിന്റെ ലക്ഷ്യം തന്നെ
വഴി തെറ്റിപ്പോകും. ഇങ്ങനെയൊരു അതോ
റിറ്റി രൂപം കൊള്ളുമ്പോൾ പ്രധാനമായും ന
ടക്കാൻ പോകുന്നത് കച്ചവടമാണ്. സാമൂഹ്യ
ജലസേചന പദ്ധതിയെക്കൂടി ഇതിനകത്ത്
ഉൾപ്പെടുത്തിയിട്ടുണ്ട്. നേരത്തെ ബില്ലിന്റെ
ചർച്ച നടക്കുമ്പോൾ ചില നിർദ്ദേശങ്ങൾ വ
ന്നിരുന്നു. ആ നിർദ്ദേശങ്ങൾ കൂടി പരിഗണി
ച്ച് സാമൂഹ്യജലസേചന പദ്ധതിയും ഇതിൽ
ഉൾപ്പെടുത്തിയിട്ടുണ്ട്.

ശ്രീ. കെ എം മാണി ഏത് പദ്ധതി കൊണ്ടുവന്നാലും വമ്പിച്ച പ്ര
ചാരണത്തോടുകൂടിയാണ് വരിക. അവസാനം ഒന്നും ഉണ്ടാവുകയുമില്ല.
ഉദാഹരണത്തിന് വെളിച്ചവിപ്ലവം കൊണ്ടുവരുമ്പോൾ എന്തൊക്കെ പറ
ഞ്ഞതാണ്. അത് അവസാനം പുളിച്ചവിപ്ലവമായി കലാശിച്ചു.

ശ്രീ. കെ എം മാണി
(ജലസേചന-നിയമമന്ത്രി) : ആ പുളിയിൽ കൂടി രണ്ടെണ്ണം നേടിയെടു
ത്തില്ലേ?

ശ്രീ. കോടിയേരി : ആ പുളിച്ചവിപ്ലവത്തിന്റെ പേരിൽ ഒരു ചെറി
യ കണക്ഷൻ പോലും എന്റെ മണ്ഡലത്തിൽ
കിട്ടിയിട്ടില്ല. ശ്രീ. ആർ ബാലകൃഷ്ണപിള്ള
പോലും പറഞ്ഞു അത് പുളിച്ച വിപ്ലവമാണ്
എന്ന്. ഇടതുമുന്നണിയുടെ കാലത്താണ്
ഏറ്റവും കൂടുതൽ കണക്ഷൻ കൊടുത്തത്.
എന്നിട്ട് അത് പ്രചാരണത്തിലൂടെ വെളിച്ച
വിപ്ലവമായി നിങ്ങൾ കൊട്ടിഘോഷിച്ചു. പേ
രുപറഞ്ഞു കൊട്ടിഘോഷിച്ചതുകൊണ്ടു

മാത്രം ഇതും രക്ഷപ്പെടാൻ പോകുന്നില്ല. ഉ
ദ്യോഗസ്ഥ ഭൂരിപക്ഷത്തിൽ ഒരു അതോറിറ്റി
വന്നാൽ എന്തുസംഭവിക്കുമെന്ന് നമുക്കറിയാ
വുന്നതാണ്.

വാട്ടർ അതോറിറ്റി ഇപ്പോൾ മാണിയുടെ കൈയിലായി. പാവം ഗംഗാ
ധരന്റെ കൈയിൽനിന്നത് പിടിച്ചുവാങ്ങി. ഗംഗാധരന് ഒരു അതോറിറ്റി
മാത്രമാണുണ്ടായിരുന്നതെങ്കിൽ മാണിക്കിപ്പോൾ രണ്ട് അതോറിറ്റിയായി.
ഇത്തരം അതോറിറ്റികളിൽ പർച്ചേസുകളിലൂടെയാണ് എല്ലാ കൃത്രിമ
ങ്ങളും നടക്കുന്നത്. ഒരു എഞ്ചിനീയറിംഗ് കമ്പനിയിൽനിന്ന് സ്ലുയിസ്
വാൽവ് വാങ്ങുന്ന കാര്യം പറഞ്ഞു. ഇന്ദിരാ എഞ്ചിനീയറിംഗ് കമ്പനി
യെന്നാണ് ആ കമ്പനിയുടെ പേര്. എല്ലാ തട്ടിപ്പുകളും ഇപ്പോൾ നട
ക്കുന്നത് ഇന്ദിരയുടെ പേരിലാണല്ലോ. പാലക്കാട് വിക്ടോറിയാ കോളേ
ജിൽ ഇന്ദിരാഗാന്ധിയുടെ ചിത്രം പ്രദർശിപ്പിക്കുന്നുവെന്ന് പറഞ്ഞ് ആളെ
കൂട്ടി. എന്നിട്ട് സിനിമ തുടങ്ങിയപ്പോൾ അത് നീലച്ചിത്രമായി.

ശ്രീ. വി സി കബീർ	:	അവസാനം നീലച്ചിത്രമാക്കി മാറ്റിയതിന് അറസ്റ്റുചെയ്തത് കെ എസ് യുക്കാരെയാണ് എന്നുള്ളത് അറിയാമോ?
ശ്രീ. കോടിയേരി	:	കെ എസ് യുക്കാർക്കും കോൺഗ്രസ്സു കാർക്കും ആണല്ലോ ഈ തട്ടിപ്പ്. ആന്തുലെ സിമന്റ് കുംഭകോണവും ഇന്ദിരാഗാന്ധിയുടെ പേരിലല്ലേ. എല്ലാവരും ഇപ്പോൾ രക്ഷപ്പെ ടുന്നത് ഇന്ദിരാഗാന്ധിയുടെയും രാജീവ് ഗാന്ധിയുടെയും പേര് പറഞ്ഞാണ്. എല്ലാ തട്ടിപ്പിനും ഒരു മറയുണ്ടാകണം. അങ്ങനെ ഒരു മറയുണ്ടാക്കാൻ വേണ്ടി ഇവിടെ ഒരു ബോർഡുണ്ടാക്കിയിരിക്കുന്നു. വാട്ടർ അതോ റിറ്റി നടത്തിയതുപോലുള്ള അഴിമതിയും വെ ട്ടിപ്പും നടത്താൻ ഒരു കമാന്റ് ഏരിയാ ഡവ ലപ്മെന്റ് അതോറ്റിയും രൂപംകൊള്ളാൻ പോകുന്നു. ഇതിന്റെ ഘടനയിൽ കാര്യമായ മാറ്റം ഉണ്ടാകുന്നില്ലെങ്കിൽ നമ്മുടെ സംസ്ഥാ നത്ത് വാട്ടർ അതോറിറ്റി പോലുള്ള മറ്റൊരു തട്ടിപ്പ് സ്ഥാപനം വളർന്നുവരാനിടയാകും. കൃ ഷിക്കാരെ രക്ഷിക്കാൻ തയാറാകണം.

കമാന്റ് ഏരിയാ പ്രദേശത്തുള്ള കർഷകർക്ക് ജലസേചനസൗകര്യം
ഉപയോഗപ്പെടുത്താൻ സാധിക്കുന്ന വിധത്തിൽ ഈ വികസന അതോ
റിറ്റി രൂപം പ്രാപിക്കണം എന്നാണ് കേരളത്തിലെ ജനങ്ങൾ ആഗ്രഹി
ക്കുന്നത്. അതിന് സഹായകമായ വിധത്തിലുള്ളതല്ല ഈ അതോറിറ്റി
എന്നതിനാൽ വിയോജനക്കുറിപ്പായി ഞാനിവിടെ അവതരിപ്പിച്ച കാര്യ
ങ്ങൾ കൂടി ഉൾപ്പെടുത്തി ബില്ല് അവതരിപ്പിക്കണമെന്ന് അഭ്യർത്ഥിക്കുന്നു.

ക്രിസ്തുവിന്റെ അന്ത്യപ്രലോഭനം വായിച്ചാൽ ക്രിസ്തുമതം തകരുമോ?

(ആവിഷ്കാര സ്വാതന്ത്ര്യത്തെക്കുറിച്ച് വ്യത്യസ്തമായ ചർച്ചകൾ കാലാകാലങ്ങളിൽ ഉയർന്നുവരാറുണ്ട്. പാഠപുസ്തകമായി പ്രഖ്യാപിച്ച തിന് ശേഷം മതസാമുദായിക സംഘടനകളുടെയും രാഷ്ട്രീയ പാർട്ടിക ളുടെയും ഒക്കെ എതിർപ്പുകൾമൂലം നിരവധി പുസ്തകങ്ങൾ പിൻവലി ക്കേണ്ടി വന്ന ചരിത്രവും കേരളത്തിലുണ്ട്. വിഖ്യാത എഴുത്തുകാരൻ കസാൻദ് സാക്കീസിന്റെ *ദി ലാസ്റ്റ് ടെംപ്റ്റേഷൻ ഓഫ് ക്രൈസ്റ്റ്* എന്ന നോവൽ ക്രിസ്തുവിനെ ആക്ഷേപിക്കുന്നതാണ് എന്ന ആരോപണവു മായി ലോകമെങ്ങും ചില ക്രൈസ്തവ സംഘടനകൾ പ്രതിഷേധവുമാ യി രംഗത്തുവന്നിരുന്നു. ഇതിന്റെ അനുരണനങ്ങൾ കേരളത്തിലുമു ണ്ടായി. 1986 ൽ കോഴിക്കോട് സർവ്വകലാശാലാ സിലബസിൽ ഉൾപ്പെടു ത്തിയിരുന്ന *ക്രിസ്തുവിന്റെ അന്ത്യപ്രലോഭനം* എന്ന പുസ്തകത്തിനെ തിരെ മതമേധാവികൾ രംഗത്തെത്തി. ഒടുവിൽ സർവ്വകലാശാല ഇത് പിൻവലിക്കുകയും ചെയ്തു. ഇതിനെതിരെ ഇടതുപക്ഷ സംഘടനകൾ പ്രതിഷേധമുയർത്തി. അതിന്റെ തുടർച്ച നിയമസഭയിലുമുണ്ടായി. ടി എം ജേക്കബായിരുന്നു അന്ന് വിദ്യാഭ്യാസമന്ത്രി. 1986 നവംബർ 21 ന് കേരള വിദ്യാഭ്യാസ ഭേദഗതി ബിൽ അവതരിപ്പിച്ചുകൊണ്ട് കോടിയേരി നടത്തി യ പ്രസംഗത്തിൽ പുസ്തകം പിൻവലിച്ചതിനെതിരെ വിമർശനമുയർത്തി. ആ പ്രസംഗത്തിൽനിന്ന്.)

സർ, സ്വകാര്യമേഖലയിൽ പുതിയ കോളേജുകളും സ്കൂളുകളും അനുവദിക്കരുതെന്നും അൺ എയ്ഡഡ് അംഗീകൃത സ്കൂളുകളിലെ അധ്യാപകരുടെ സേവന വേതന വ്യവസ്ഥകൾ നിശ്ചയിക്കണമെന്നും ആവശ്യപ്പെട്ടുകൊണ്ട് കേരള വിദ്യാഭ്യാസ ആക്ടിന്റെ ഭേദഗതി എന്ന നില യിലാണ് വിദ്യാഭ്യാസ ഭേദഗതി ബിൽ ഈ സഭയിൽ ഞാൻ അവതരിപ്പി

ച്ചത്. സംസ്ഥാന ഗവൺമെന്റിന്റെ ആസൂത്രണ ബോർഡ് നിയോഗിച്ച പഠന സംഘം സ്വകാര്യമേഖലയിൽ പുതിയ വിദ്യാലയങ്ങൾ അനുവദി ക്കരുതെന്ന് ഗവൺമെന്റിന് മുന്നറിയിപ്പ് നൽകിയിരുന്നു. എങ്കിലും സ്വകാ ര്യമേഖലയെ കൂടുതൽ കൂടുതൽ പ്രോത്സാഹിപ്പിക്കുകയാണ് ഇപ്പോൾ ഗവൺമെന്റ് ചെയ്യുന്നത്. ഇതിന്റെ ഫലമായി സാമുദായിക വർഗ്ഗീയ ശക്തികൾ വിദ്യാഭ്യാസമേഖലയെ തന്നെ കൈയടക്കിയിരിക്കുന്ന ഒരു കാഴ്ചയാണ് കാണുന്നത്. ഇതുഭരണരംഗത്തു തന്നെ സമ്മർദ്ദഗ്രൂപ്പായി വളർന്നിരിക്കുന്നു എന്ന് പ്ലാനിംഗ് ബോർഡ് തന്നെ രേഖപ്പെടുത്തിയിരി ക്കുന്നു. സർ, ഇപ്പോൾ അതിൽനിന്ന് ഒരു പടികൂടി കടന്ന് എന്തുപഠിപ്പി ക്കണമെന്ന് പോലും മതമേധാവികൾ തീരുമാനിക്കുന്ന അവസ്ഥ വന്നു ചേർന്നിരിക്കുകയാണ്. കോഴിക്കോട് സർവ്വകലാശാലയിൽ ബി എ, ബി എസ് സി ക്ലാസുകളിലെ പാഠപുസ്തകമായ പി എ വാര്യർ എഴുതിയ ലേഖനങ്ങൾ ചേർത്ത അനുഭവങ്ങൾ എന്ന കൃതി പഠിപ്പിക്കേണ്ടതില്ലെ ന്നാണ് ഇപ്പോൾ തീരുമാനിച്ചിരിക്കുന്നത്.

സർ, നിയമസഭയിൽ ആക്ഷേപം വന്നയുടൻ ആ പുസ്തകം തന്നെ പിൻവലിക്കുമെന്നാണ് സർക്കാർ പ്രഖ്യാപിച്ചുകളഞ്ഞത്. 1982 മുതൽ ഇതു പഠിപ്പിച്ചുവരുന്നതാണ്. സർ, വിശ്വപ്രസിദ്ധനായ ഹസ്സൻ സാർക്കീസ് (കസാൻദ് സാക്കിസ്) രചിച്ച കൃതിയെ ആസ്പദമാക്കി എഴുതിയ ലേഖ നമാണ് പഠിപ്പിക്കേണ്ടതില്ലെന്ന് ഗവൺമെന്റ് തീരുമാനിച്ചിരിക്കുന്നത്.

ശ്രീ. എ കെ പത്മനാഭൻ : സർ, വിവാദമായ ശ്രീ. കസാർദ് സാക്കീസാവ് (കസാൻദ് സാക്കിസ്) എഴുതിയ *ലാസ്റ്റ് ടെം പ്റ്റേഷൻ ഓഫ് ക്രൈസ്റ്റ്* എന്ന പുസ്തകവും അതിനെ ആസ്പദമാക്കി പി എ വാര്യർ രചിച്ച അന്ത്യപ്രലോഭനങ്ങൾ എന്ന ലേഖ നവും വായിക്കാതെയാണ് ഇവിടെ ആരോപ ണം ഉന്നയിച്ചത്. അതു പാഠപുസ്തക ത്തിൽനിന്ന് നീക്കം ചെയ്യണമെന്ന് ബഹുമാ നപ്പെട്ട മന്ത്രി പ്രസ്താവിച്ചത് ഏത് ക്ലാസി ലാണ് എന്നുപോലും അറിയാതെയാണ്. ഡി ഗ്രി ക്ലാസിലാണോ പ്രീഡിഗ്രി ക്ലാസിലാണോ പഠിക്കേണ്ടത് എന്ന് വ്യക്തതയില്ലാതെയാണ്. ഇക്കാര്യം മെമ്പർക്കറിയാമോ?

ശ്രീ. കോടിയേരി : സർ, അതു ഡിഗ്രിക്ലാസിലാണ് പഠിപ്പിക്കു ന്നത് പ്രീഡിഗ്രി ക്ലാസിലാണെന്ന് പറഞ്ഞു കൊണ്ടാണ് പിൻവലിക്കുമെന്ന് പ്രഖ്യാപി ച്ചത്. യഥാർത്ഥത്തിൽ ആ പുസ്തകം തന്നെ വിദ്യാഭ്യാസമന്ത്രി വായിച്ചിട്ടില്ലെന്നാണ് എനി ക്ക് തോന്നുന്നത്. വായിച്ചിരുന്നെങ്കിൽ അതു

	പിൻവലിക്കണമെന്ന തീരുമാനം ധൃതി പിടി ച്ചെടുക്കുമായിരുന്നില്ല.
ശ്രീ. കാനം രാജേന്ദ്രൻ :	*ലാസ്റ്റ് ടെംപ്റ്റേഷൻ ഓഫ് ക്രൈസ്റ്റ്* എന്ന പുസ്തകം വിദ്യാഭ്യാസമന്ത്രി വായിച്ചുകൊ ണ്ടിരിക്കുകയാണെന്നും അതുവായിച്ചുകഴി ഞ്ഞാൽ അതേക്കുറിച്ച് അഭിപ്രായം പറയാ മെന്നും പത്രക്കാരോട് പറഞ്ഞത് ബഹുമാ നപ്പെട്ട മെമ്പറുടെ ശ്രദ്ധയിൽ പെട്ടിട്ടുണ്ടോ?
ശ്രീ. കോടിയേരി	: സർ, അങ്ങനെയാണെങ്കിൽ അദ്ദേഹം അതു വായിച്ചുകഴിഞ്ഞതിന് ശേഷം പിൻവലിക്കാൻ നിർദ്ദേശിച്ചാൽ മതിയായിരുന്നു. കഴിഞ്ഞ വർ ഷമാണ് വിഷ്ണുനാരായണൻ നമ്പൂതിരി യുടെ കവിത പിൻവലിച്ചത്. ഒ എൻ വി കു റുപ്പിന്റെ കവിത പിൻവലിച്ചു. തായാട്ട് ശങ്കര ന്റെ കവിത പിൻവലിച്ചു. ഇപ്പോൾ ഗോദാവരി പരുലേക്കർ എഴുതിയ *മനുഷ്യൻ ഉണരു മ്പോൾ* എന്ന പുസ്തകം കൂടി പിൻവലി ക്കാൻ തീരുമാനിച്ചിരിക്കുകയാണ്. പുരോഗ മനപരമായ എല്ലാ വീക്ഷണങ്ങളും പാഠ്യപ ദ്ധതിയിൽ നിന്ന് എടുത്തുകളയാനുള്ള നീ ക്കമാണ് നടക്കുന്നത്. ഇംഗ്ലീഷ് എം എ ക്ലാ സിൽ *ആനിമൽ ഫാം* എന്ന ഒരു പുസ്തക മുണ്ട്. തികച്ചും കമ്യൂണിസ്റ്റ് വിരുദ്ധമായ പു സ്തകമാണ്. ഈ കൃതി പിൻവലിക്കണമെ ന്ന് ഞങ്ങൾ ആരും പറഞ്ഞില്ല. കാരണം ക മ്യൂണിസ്റ്റ് വിരുദ്ധമായ ഒരു പുസ്തകം വിദ്യാർ ത്ഥികളെ പഠിപ്പിച്ചാൽ ഇവിടെ കമ്യൂണിസം തകർന്നുപോകുകയില്ല. അങ്ങനെ ഏതെ ങ്കിലും ഒരു മതത്തെ അപഹസിക്കുന്നുവെന്ന പേരും പറഞ്ഞുകൊണ്ട് കൃതികൾ എടുത്തു മാറ്റുന്ന പ്രവണത അവസാനിപ്പിക്കണമെന്നാ ണ് എനിക്ക് ആവശ്യപ്പെടാനുള്ളത്.

അത്യുന്നതങ്ങളിൽ ദൈവത്തിന് വെടി; ഭൂമിയിൽ സന്മനസ്സുള്ളവർ ശവങ്ങൾ

(ആഭ്യന്തരവകുപ്പ് നാട്ടിൽ പോലീസ്രാജാണ് നടപ്പാക്കുന്നത് എന്ന തായിരുന്നു കെ കരുണാകരനെതിരെ പ്രതിപക്ഷം ഉന്നയിച്ചിരുന്ന ഒരു പ്രധാന ആരോപണം. കുറ്റകൃത്യങ്ങൾ വർദ്ധിച്ചപ്പോഴും പോലീസ് കുറ്റ വാളികൾക്ക് വേണ്ടി നിലകൊള്ളുന്നതായി ആരോപിച്ച് മുന്നണിയിലെ പാർട്ടികളും യുവജനസംഘടനകളും വ്യാപകമായി സർക്കാരിനെതിരെ പ്രക്ഷോഭങ്ങൾ സംഘടിപ്പിച്ചിരുന്നു. നിയമസഭയിൽ ആഭ്യന്തരവകുപ്പി നെതിരെ കടുത്ത വിമർശനങ്ങൾ പ്രതിപക്ഷ നേതാക്കൾ ഉയർത്തിക്കൊ ണ്ടുവന്നു. 1987 നവംബർ 10 ന് നടന്ന ഉപധനാഭ്യർത്ഥന ചർച്ചയിൽ പങ്കെ ടുത്തുകൊണ്ട് കോടിയേരി ബാലകൃഷ്ണനും പോലീസിനെതിരെ വിമർശനം ഉന്നയിച്ചു. പ്രസംഗത്തിൽ പരാമർശിക്കപ്പെടുന്ന മന്ത്രിമാരും വകുപ്പുകളും. മുഖ്യമന്ത്രി കെ കരുണാകരൻ - ആഭ്യന്തരം, പി ജെ ജോസഫ് - റവന്യൂ, കെ പി നൂറുദ്ദീൻ - വനം, എൻ സുന്ദരൻ നാടാർ - കൃഷി, യു എ ബീരാൻ - ഭക്ഷ്യ - സിവിൽസപ്ലൈസ്, ഇ അഹമ്മദ് - വ്യ വസായം, കെ എം മാണി - നിയമം ജലസേചനം, പി കെ വേലായുധൻ - ഗതാഗതം)

സർ, ഇവിടെ അവതരിപ്പിച്ചിരിക്കുന്ന ഉപധനാഭ്യർത്ഥനകളെ ഞാൻ എതിർക്കുകയാണ്. ഈ ഗവൺമെന്റിന് വേണ്ടി അവതരിപ്പിച്ച ധനാഭ്യർ ത്ഥനകളെ അംഗീകരിക്കുന്നത് കേരളത്തിലെ ജനലക്ഷങ്ങളോട് ചെയ്യുന്ന വഞ്ചനയായിരിക്കും. നാലരക്കൊല്ലം ഭരിച്ച ഐക്യജനാധിപത്യ ഗവൺ മെന്റ് തികഞ്ഞ പരാജയമാണ്. മനുഷ്യന്റെ തലയ്ക്കും തെങ്ങിന്റെ കുല യ്ക്കും രക്ഷ എന്ന മുദ്രാവാക്യത്തിന്റെ പേരിൽ വോട്ടുപിടിച്ച് നാലര ക്കൊല്ലം ഭരിച്ചപ്പോൾ 1,096 കൊലപാതകങ്ങളാണ് ഇവിടെ നടന്നത്. 34 സ്ഥലങ്ങളിൽ പോലീസ് വെടിവച്ചു. 14 പേരെ കൊന്നു. 72 മാർക്സിസ്റ്റ്

പാർട്ടി പ്രവർത്തകരടക്കം 134 രാഷ്ട്രീയ കൊലപാതകങ്ങൾ. ലോക്കപ്പു കളിൽ വച്ച് 15 പേരെ കൊന്നു. 6,643 കളവുകേസുകളിൽ 3947 പ്രതിക ളെ ഇതുവരെ പിടിച്ചില്ല. ക്ഷേത്രമോഷണക്കേസുകൾ 1348 , ബലാൽ സംഗങ്ങൾ 491. അതിൽ 149 ഹരിജൻ സ്ത്രീകൾ. 477 കേസുകളിൽ പ്ര തികളെ പിടിച്ചതുപോലുമില്ല.

സ്ത്രീകളെ തട്ടിക്കൊണ്ടുപോകുന്നത് നിത്യസംഭവമായിരിക്കുന്നു. 234 കേസുകൾ തട്ടിക്കൊണ്ടുപോയതിന്റെ പേരിലുണ്ടായി. ഇന്നലെ ഞാൻ കണ്ണൂരിൽനിന്ന് വരുമ്പോൾ അവിടത്തെ പോലീസ്‌റ്റേഷനിൽ ഒരു കേസ് രജിസ്റ്റർ ചെയ്തത് ശ്രദ്ധയിൽപ്പെട്ടു സർ. കണ്ണൂർ പോലീസ് സ്റ്റേഷനി ലാണ് കേസ്. കണ്ണൂർ ഡി സി സി പ്രസിഡന്റ് എൻ രാമകൃഷ്ണന്റെ ഭാര്യയെ തട്ടിക്കൊണ്ടുപോയി എന്നതിന്റെ പേരിൽ ഒരു കേസ് ചാർജ്ജു ചെയ്തിരിക്കുന്നു. സ്വന്തമായി സ്ത്രീകൾക്ക് വഴി നടക്കാൻ കഴിയാത്ത സാഹചര്യം കഴിഞ്ഞ നാലരക്കൊല്ലക്കാലത്തെ ഭരണം കൊണ്ടുണ്ടായി.

അമ്പത് ഇടത്താണ് ഡി വൈ എഫ് ഐക്കാർക്ക് നേരെ പോലീസ് ലാത്തിച്ചാർജ്ജ് നടത്തിയത്. നാലായിരത്തോളം യുവതികളെ റോഡിലിട്ട് മർദ്ദിച്ചു. കാസർകോട്ട് സഖാവ് ബാലകൃഷ്ണനെ വെടിവച്ചുകൊന്നു. മന്ത്രി കെ പി നൂറുദ്ദീന്റെ സാന്നിധ്യത്തിൽ ചീമേനിയിലെ രാമചന്ദ്രനും വടകരയിലെ അഴിയൂരിലെ നാസ്സറിനും വെടിയേറ്റു. അവർ പരിക്കുകളു മായി ഇപ്പോഴും ആശുപത്രിയിലാണ്. കാസർകോട്ടും കണ്ണൂരിലും വടക രയിലും പോലീസ് വെടിവച്ചു. കണ്ണൂരിൽ വെടിവെപ്പ് നടന്ന സ്ഥലത്ത് ഞാൻ പോയപ്പോൾ ഡി വൈ എഫ് ഐ സമരത്തെ നേരിടാൻ എത്തി യ പോലീസുകാർ കിടന്ന് വെടിവയ്ക്കുന്നതാണ് ഞാൻ കണ്ടത്. അപ്പോ തന്നെ ഞാൻ ആ കാഴ്ച എസ് പിക്ക് കാണിച്ചുകൊടുത്തു. പക്ഷേ, പോലീസ് പറയുന്നത് എല്ലാ വെടിയും ആകാശത്തേക്കാണ് എന്നാണ്. നോട്ടം ആകാശത്തേക്കും വെടി ഭൂമിയിലേക്കുമാണ്.

'അത്യുന്നതങ്ങളിൽ ദൈവത്തിന് വെടി, ഭൂമിയിൽ സന്മനസ്സുള്ളവർ ശവങ്ങൾ' എന്ന് ബൈബിൾ വചനം തന്നെ ശ്രീ. കരുണാകരന്റെ ഭരണ ത്തിൽ തിരുത്തി എഴുതിയിരിക്കുകയാണ്.

സ്ത്രീത്വത്തെ ഇത്രമാത്രം അപമാനിച്ച ഒരു ഗവൺമെന്റ് കേരള ചരിത്രത്തിൽ എപ്പോഴെങ്കിലും ഉണ്ടായിട്ടുണ്ടോ. വയനാട്ടിലെ തൃശിലേ രിയിൽ ആദിവാസി സ്ത്രീകളെക്കൊണ്ട് വ്യാജവാറ്റ് ചാരായം കഴിപ്പിച്ച് നഗ്നനൃത്തം ചെയ്യിപ്പിച്ചത് പോലീസ് എസ് പിയുടെ നേതൃത്വത്തിലല്ലേ. കരുണാകരന്റെ ഭരണത്തിലല്ലാതെ ഈ ആഭാസം നടക്കുമോ. ഇടുക്കി ജില്ലയിലെ തങ്കമണിയിൽ ഒക്ടോബർ 22-ാം തീയതി രാത്രി പോലീസു കാർ ചെയ്ത കാടത്തം പോലീസ് സേനയ്ക്ക് ഭൂഷണമാണോ. 15 വയസ്സു മുതൽ 40 വയസ്സുവരെ പ്രായമുള്ളവർ അവിടെ അപമാനിക്കപ്പെട്ടു. സ്ത്രീ ത്വത്തെ അപമാനിക്കുന്നതിൽ തൃപ്തി വരാതെ പോലീസ് ചിലരുടെ വായിൽ ലാത്തി കുത്തിത്തിരുകി. കന്യാസ്ത്രീകളുടെ മുഖത്ത് കുടിച്ചു മുറിവേൽപ്പിച്ചു. സ്ത്രീകളുടെ കരണത്തടിച്ചു. പനിപിടിച്ച് അവശനായി

കിടന്ന സഹോദരന്റെ മുന്നിൽ വച്ച് സഹോദരിമാരെ മാനഭംഗപ്പെടുത്തി. അവരെ ഉപദ്രവിക്കരുതേ എന്ന് താണുകേണപേക്ഷിച്ച മാതാവിന്റെ മുഖത്ത് ലാത്തികൊണ്ടടിച്ചു. അധ്യാപികമാരുടെ ഹോസ്റ്റലിൽ കയറി രണ്ട് അധ്യാപികമാരെ തൂക്കിയെടുത്ത് മറവിൽ കൊണ്ടുപോയി അഞ്ച് പോലീസുകാർ ചേർന്ന് ബലാൽസംഗം ചെയ്തു. ഈ സ്ത്രീകൾ ഇപ്പോൾ എവിടെയാണ്. അവർ പോലീസിന്റെ കസ്റ്റഡിയിലാണോ. പണവും സാധനങ്ങളും കൊള്ളയടിച്ചു. ആന്റണി എന്നുപറയുന്ന ഒരാളുടെ വീട്ടിൽനിന്ന് 10,000 രൂപയും മറ്റൊരാളുടെ വീട്ടിൽനിന്ന് പത്തുപവന്റെ ആഭരണങ്ങളും തട്ടിക്കൊണ്ടുപോയി. ഇപ്പോൾ അന്വേഷണത്തിന് പോയ പോലീസ് മേധാവികൾ ചോദിക്കുന്നത് എന്താണെന്നറിയാമോ. എന്തിനാണ് നിങ്ങൾ അത്രയും രൂപ വീട്ടിൽ വച്ചത് എന്ന്. നിങ്ങൾക്ക് നാണമില്ലേ മിസ്റ്റർ കരുണാകരൻ?

കന്യാമഠത്തിൽ കയറി അവിടത്തെ വാഴകൾ മുഴുവൻ പോലീസ് വെട്ടി നശിപ്പിച്ചു. പശുക്കളെ പോലീസ് അടിച്ചോടിച്ചു. 40 സ്ത്രീകളെയാണ് സർ ഇടുക്കിയിൽ ബലാൽസംഗം ചെയ്തത്. ബലാൽസംഗം എന്ന് കേൾക്കുമ്പോൾ ഇന്ന് അതിന്റെ വികാരം നമുക്ക് ഉൾക്കൊള്ളാൻ സാധിക്കുന്നുണ്ടോ? മിസ്റ്റർ കരുണാകരൻ നിങ്ങളുടെ വീട്ടിലെ സ്ത്രീകളുടെ കവിളാണ് പോലീസുകാർ കടിച്ചുപറിച്ചതെങ്കിൽ നിങ്ങൾക്ക് എന്തുമാത്രം വികാരമുണ്ടാകുമായിരുന്നു. നിങ്ങളുടെ വീട്ടിലെ സ്ത്രീകളെയാണ് പോലീസ് ബലാൽസംഗം ചെയ്തതെങ്കിൽ എന്തുവികാരമുണ്ടാകുമായിരുന്നു. ആ ഹൃദയവേദനയോടുകൂടി ഇടുക്കി ജില്ലയിലെ അപമാനിക്കപ്പെട്ട ആ സ്ത്രീകളുടെ സ്ത്രീത്വത്തെ ബഹുമാനിക്കാൻ നിങ്ങൾക്ക് സാധിക്കുമോ.

അവിടെ ആകെ ചെയ്തത് എന്താണ്. നാല് പോലീസുകാർക്ക് സസ്പെൻഷൻ. അവിടെ നേതൃത്വം കൊടുത്ത ആളുകളുടെ പേരിൽ നടപടിയില്ല. സി ഐ തുടങ്ങിയവരെല്ലാം നേതൃത്വം നൽകുമ്പോൾ പറഞ്ഞു മുകളിൽനിന്ന് നിർദ്ദേശം കിട്ടിയിട്ടാണ് എന്ന്. എസ് പിയുടെ പേരിൽ നടപടിയില്ല. ഐ ജിയുടെ പേരിൽ നടപടിയില്ല. ആരാണ് മുകളിൽനിന്ന് നിർദ്ദേശം കൊടുത്തത്. ഇതിന്റെ ഉത്തരവാദിത്തം ഏറ്റെടുത്ത് കരുണാകരൻ സ്വയം മന്ത്രിസ്ഥാനത്തുനിന്ന് ഒഴിഞ്ഞുപോകുകയാണ് വേണ്ടത്. അല്ലെങ്കിൽ ആഭ്യന്തരവകുപ്പ് സ്ഥാനമെങ്കിലും ഒഴിയാൻ മുഖ്യമന്ത്രി തയാറാകേണ്ടതായിരുന്നു. അതിനൊന്നും മുഖ്യമന്ത്രി തയാറാകുകയില്ലെന്ന് നമുക്കറിയാം.

ഇപ്പോൾ ഇവിടെ ഇടിപ്പാസാണ് വിതരണം ചെയ്യുന്നത്. ഇടിയിൽ നിന്ന് രക്ഷ വേണമെങ്കിൽ അതിന് പോലീസ് ഒരു ഇടിപ്പാസ് കൊടുക്കും. ഈ ഇടിപ്പാസ് കിട്ടണമെങ്കിലോ അവിടത്തെ നിയോജകമണ്ഡലം എം എൽ എ ശ്രീ. ജോസ് കുറ്റ്യാനിയുടെ ചീട്ടുവേണം. എത്ര നാണക്കേടാണ് ഇത്. മീശ വച്ചിട്ട് പോലീസ് സ്റ്റേഷനിൽ പോയിക്കൂടാ. അങ്ങനെ പോയാൽ മീശ പിഴുതെറിയും. കത്തിയും ബ്ലേഡുംകൊണ്ടാണ് മീശ വടിക്കുന്നതെങ്കിൽ ആ പണിയെങ്കിലും പോലീസ് പഠിച്ചല്ലോ എന്ന് ആശ്വ

സിക്കാമായിരുന്നു. എന്നാൽ ഇതുപിഴുതെടുക്കുകയല്ലേ. മീശ വച്ച് പോലീ
സ് സ്റ്റേഷനിൽ പോയാൽ അപകടമാണ് എന്ന് കരുതി നേമം പോലീ
സ് സ്റ്റേഷനിൽ ഒരച്ഛനും മകനും മീശവടിച്ചു ചെന്നു. അവരുടെ ഉടുതു
ണിയാണ് ഒരു പോലീസുകാരൻ ഊരിയത്. ആ കാര്യം നമ്മളീ നിയമ
സഭയിൽ കേട്ടതല്ലേ.

കേരളത്തിൽ ഉടനീളം കൊലപാതകങ്ങളും ആത്മഹത്യകളും പെരു
കുകയാണ്. അതിന്റെയെല്ലാം കണക്കുകൾ എന്റെ കൈയിലുണ്ട്. സമയ
മില്ലാത്തതിനാൽ വായിക്കുന്നില്ല. കൊല്ലത്ത് ഒരു നഴ്സായ മേരിക്കുട്ടിയെ
വീടിനകത്തുകയറി കൊന്നു. ആ മേരിക്കുട്ടിയെ കൊന്ന ഫാദർ ആന്റ
ണിയെ ഇതുവരെ പിടിക്കാൻ പോലീസിനായിട്ടില്ല. പോലീസിന് സ്വത
ന്ത്രമായി ഒന്നും ചെയ്യാൻ അനുവാദമില്ല. ചങ്ങലയിട്ട പോലീസാണിവി
ടെയുള്ളത്. കണ്ണൂർ കരിക്കോട്ടക്കരി പോലീസ് സ്റ്റേഷനിൽ ഒരു കോൺ
ഗ്രസ് ഐക്കാരൻ മർദ്ദിക്കപ്പെട്ടു. മർദനം നടന്നുകഴിഞ്ഞപ്പോൾ പോലീസ്
കേസ് ചാർജ്ജുചെയ്തു. പക്ഷേ, ഇപ്പോൾ ക്രൈം ഡിറ്റാച്ച്മെന്റ് സർ
ക്കിൾ ഇൻസ്പെക്ടർ മേൽനടപടി സ്വീകരിക്കരുതെന്ന് നിർദ്ദേശിച്ചിരി
ക്കുന്നു. കാരണം ഒരു കോൺഗ്രസ് (ഐ) ക്കാരനെ മറ്റൊരു കോൺ
ഗ്രസ് ഐക്കാരനാണ് മർദ്ദിച്ചത്.

ഇവിടെ നമ്മുടെ യൂണിവേഴ്സിറ്റി ക്യാമ്പസ്സിൽ കെ എസ് യുവി
ന്റെ സംസ്ഥാന സെക്രട്ടറി പ്രതാപവർമത്തമ്പാനെ കുത്തി കൊടൽമാല
പുറത്തെടുക്കുമ്പോൾ തൊട്ടടുത്തുണ്ടായിരുന്ന സബ് ഇൻസ്പെക്ടർ ചോ
ദിക്കുകയാണ് നമ്മുടെ കുട്ടികൾ ഇങ്ങനെ കുത്തിയാലോ എന്ന്. പ്രതി
യെ പിടിക്കേണ്ട പോലീസ് സമാധാനഭാവത്തിൽ സംസാരിക്കുകയാണ്.
കോൺഗ്രസ് (ഐ)ക്കാർ തമ്മിലടിക്കുമ്പോൾ പോലീസ് നോക്കി നിൽ
ക്കുന്നു.

ജനങ്ങൾ ഈ ഗവൺമെന്റിനെ ചവിട്ടിപ്പുറത്താക്കാൻ കാത്തിരിക്കു
കയാണ്. ഇനി ഇവിടെ ഒരു തിരഞ്ഞെടുപ്പ് നടന്നാൽ ഈ മുന്നണി തകരും.
വീണ്ടും ഐക്യജനാധിപത്യമുന്നണി അധികാരത്തിൽ വരുമെന്നാണ് പറ
യുന്നത്. അതിന് വേണ്ടി ഗവൺമെന്റ് ഓണത്തിന് സൗജന്യറേഷൻ കൊ
ടുക്കുന്നു. മൂത്ത കോഴിക്ക് സാധാരണ ഗതിയിൽ കാരണവന്മാർ എള്ളു
കൊടുക്കുന്നത് കോഴിയോടുള്ള സ്നേഹം കൊണ്ടാണെന്നാണ് പറയു
ന്നത്. എള്ളുകൊടുത്താൽ മൂത്ത എല്ലിന്റെ മൂപ്പ് കുറഞ്ഞുകിട്ടും. അതു
കൊണ്ട് മാംസവും എല്ലും ഒന്നിച്ചുഭക്ഷിക്കാം. അതുപോലെയാണ് ഇവി
ടത്തെയും സ്ഥിതി. തിരഞ്ഞെടുപ്പ് അടുത്തുവരുമ്പോൾ ജനങ്ങളെ മയ
ക്കാൻ സൗജന്യറേഷൻ കൊടുക്കുകയാണ്. എന്നാൽ അതുകൊ
ണ്ടൊന്നും രക്ഷപ്പെടാൻ പോകുന്നില്ല. നിങ്ങളെ അടിച്ചിറക്കാൻ വേണ്ടി
ജനങ്ങൾ കാത്തിരിക്കുകയാണ്. അടുത്ത തിരഞ്ഞെടുപ്പിൽ തികഞ്ഞ
പരാജയം കിട്ടാൻ പോകുകയാണ് എന്നുപറഞ്ഞുകൊണ്ട് ഞാൻ അവ
സാനിപ്പിക്കുന്നു.